தியாக பூமி

கல்கி கிருஷ்ணமூர்த்தி

MAVEN BOOKS
CHENNAI & NEW DELHI

MAVEN BOOKS

ISBN 978-93-5527-332-1

எம்.ஜே.பி பதிப்பகம்

No. 44, நல்லதம்பி தெரு,

திருவல்லிக்கேணி,

சென்னை 600 005.

எம்.ஜே.பி 1475

உள்ளடக்கம்

முதற் பாகம்

கோடை

1.1

ரயிலடி

'நிழல் அருமை வெயிலிலே நின்றறிமின் ஈசன்
கழலருமை வெவ்வினையில் காண்மின்.'

டிங்! டிங்! டிங்!

டிணிங்! டிணிங்! டிணிங்!

போர்ட்டர் கண்ணுசாமி மணியைக் கீழே வைத்து விட்டுக் கைகாட்டி மேடைக்கு ஓடினான். 'டக்-டக்', 'டக்-டக்' என்று இழுத்தான். ஒரு கைகாட்டி சாய்ந்தது. இன்னொரு கைகாட்டியும் சாய்ந்தது.

தூரத்தில் 'ஜிகுஜிகு' 'ஜிகுஜிகு' என்று பத்தரை மணி வண்டி வந்து கொண்டிருக்கும் சத்தம் கேட்டது.

புதுச்சத்திரம் ரயில்வே ஸ்டேஷனில் பரபரப்புக்கு அறிகுறிகள் காணப்பட்டன. படுத்துக் கொண்டிருந்த ரயிலடி நாய் எழுந்து நின்று உடம்பைச் சிலிர்த்தது.

தூங்கி வழிந்த ரயிலடிக் கடைக்காரன் திடுக்கிட்டு எழுந்திருந்தான். அவன் எதிரே ஒரு தட்டில் நாலைந்து எள்ளுருண்டையும் மூன்று வாழைப்பழங்களும் இருந்தன. அவற்றின் மீது மொய்த்த ஈக்களைப் பரபரப்புடன் ஓட்டினான்.

வெளியே, தூங்குமூஞ்சி மரங்களின் குளிர்ந்த நிழலில் இரண்டு கட்டை வண்டிகளும், ஒரு வில் வண்டியும் கிடந்தன. வண்டியில் படுத்திருந்த வண்டிக்காரர்கள் கையில் தார்க் கழியுடன் கீழே குதித்தார்கள். படுத்து அசை போட்டுக் கொண்டிருந்த மாடுகளும் ஒவ்வொன்றாக எழுந்து நிற்கத் தொடங்கின.

அந்த வண்டிக்காரர்களில், வில் வண்டியிலிருந்து குதித்தவனை மட்டும் கொஞ்சம் கவனித்துக் கொள்ளுங்கள். அவன் கவனிக்கப்பட வேண்டியவன். அவன் பெயர் நல்லான். ஆமாம்; நெடுங்கரை சம்பு சாஸ்திரியின் பட்டிக்காரன் நல்லான்தான்.

ஸ்டேஷன் மாஸ்டர் டிக்கட் மேஜையை இழுத்துப் பூட்டினார். ஆணியில் மாட்டியிருந்த தலைப்பாகையை எடுத்துத் தலையில் வைத்துக் கொண்டார். கையில் ரயில் சாவியுடன் வெளியில் வந்தார்.

ஒரு கிழவனும், ஒரு ஸ்திரியும், ஒரு சிறுவனும் அப்போதுதான் மூட்டை முடிச்சுகளுடன் பிளாட்பாரத்துக்குப் போய்க் கொண்டிருந்தார்கள். சாதாரணமாய், இவ்வளவு பெரிய கூட்டத்தை அந்த ஸ்டேஷனில் பார்ப்பது அபூர்வமாதலால், ஸ்டேஷன் மாஸ்டருக்கு உற்சாகமாக இருந்தது. பின்னால் தங்கிய சிறுவனைப் பார்த்து அவர், "அடே அரை டிக்கட்! சீக்கிரம் போ! உனக்காக ரயில் காத்துக் கொண்டு நிற்காது!" என்று அதட்டினார். அவர் கூறியதை ஆமோதிப்பதைப்போல், கைகாட்டியினருகில் வந்துவிட்ட ரயில் கீச்சுக் குரலில் 'வீல்' என்று சத்தம் போட்டது!

ஸ்டேஷனிலிருந்து கிளம்பிய நிழலடர்ந்த சாலை கொஞ்ச தூரத்துக்கு ரயில் பாதையை யொட்டியே போயிற்று. அந்தச்

சாலையில் சுமார் ஒரு பர்லாங் தூரத்தில் ஒரு பிராம்மணர் தலையில் ஒரு மூட்டையுடன் வந்து கொண்டிருப்பது தெரிந்தது. அவர் ஏற்கனவே விரைவாகத்தான் நடந்து வந்தார்; ரயில் வீலிட்ட சத்தத்தைக் கேட்டதும் ஒரு தடவை திரும்பிப் பார்த்துவிட்டு 'லொங்கு லொங்கு' என்று ஓடி வரத் தொடங்கினார்.

ரயிலுக்கும் அவருக்கும் ஒரு நிமிஷம் போட்டி. அதன் முடிவில், அந்தோ! ரயில் தான் வெற்றி பெற்றது.

இதோ பிளாட்பாரத்துக்கு வண்டி வந்துவிட்டது! இவ்வளவு சின்ன ஸ்டேஷனில்கூட நிற்கவேண்டியிருக்கும் தன் தலை விதியை நினைத்துத்தானோ என்னவோ, இரண்டு தடவை பெருமூச்சு விட்டுவிட்டு நின்றது.

ஸ்டேஷன் மாஸ்டரின் பார்வை, வண்டியில் ஏறத் தயாராய் நின்ற இரண்டரை டிக்கட்டுகளின்மேல் விழுந்தது. அப்போது அவர், 'ஒருவேளை இன்றைக்கு யாராவது இறங்கக்கூட இறங்குவார்களோ!' என்று எண்ணமிட்டார். அவர் அப்படி எண்ணிக் கண்ணிமைக்கும் நேரம் ஆகவில்லை; ரயிலின் கதவு ஒன்று திறந்தது. அதிலிருந்து ஒரு மனுஷர் இறங்கினார். ரயில் நின்றதும் நிற்காததுமாய் அவர் இறங்கிய அவசரத்தைப் பார்த்தால் முந்திய ஸ்டேஷனிலேயே அவர் இறங்குவதற்குத் தயாராகக் கதவோரமாய் வந்து நின்றிருக்க வேண்டுமென்று தோன்றியது.

இறங்கிய பிரயாணி நெற்றியில் விபூதியும், முகத்தில் புன்சிரிப்பும், கழுத்தில் துளசி மணிமாலையும், கக்கத்தில் மடிசஞ்சியுமாகக் காணப்பட்டார். "ஓகோ! நம்ப சம்பு சாஸ்திரின்னா?" என்று ஸ்டேஷன் மாஸ்டர் தமக்குள் சொல்லிக்கொண்டார்.

'படீர்' என்று ரயில் கதவு சாத்தும் சத்தம்; அப்புறம் 'விஸில்' ஊதும் சத்தம்; ரயில் 'குப்' 'குப்' என்று புகை விட்டுக் கொண்டு கிளம்பிற்று.

"என்ன, சம்பு சாஸ்திரியார்! இந்த வருஷத்து வெயில் எல்லாம் உங்கள் தலையிலேதான் போலிருக்கே!" என்றார் ஸ்டேஷன் மாஸ்டர்.

சாஸ்திரியார் இடுப்பில் செருகியிருந்த டிக்கட்டை எடுத்துக்கொண்டே, "ஆமாம்; அப்படித்தான். ஆனால் பெரியவாள், 'நிழலருமை வெயிலில்' என்று சொல்லியிருக்காளில்லையா? அந்த மாதிரி ஏதோ பகவான் கிருபையினாலே கடைசியாகக் குழந்தைக்கு வரன் நிச்சயமாச்சு...!" என்றார்.

"வரன் நிச்சயமாச்சா? ரொம்ப சந்தோஷம்."

"முகூர்த்தம்கூட வைத்தாச்சு!"

"அப்படியானால், கொஞ்ச நாளைக்கு நம்ம ஸ்டேஷன் கலகலப்பாயிருக்கும்... நல்ல வரன் தானே?"

"ஏதோ மனசுக்குப் பிடிச்ச வரன். பையன் பி.ஏ. பாஸ் பண்ணியிருக்கான். கல்யாணக் கடுதாசி வரும் நீங்கள் அவசியம் கல்யாணத்துக்கு வரவேணும்."

"நானா, சாஸ்திரிகளே! என் சொந்தக் கல்யாணமாயிருந்தாக்கூட இந்தப் பாழாப்போன ரயில் வேலையிலே லீவு கொடுக்க மாட்டானே? பர்த்திவச்சு நடத்திக்கோ என்பானே? கேளுங்கள். போன வருஷத்திலேதான் ஒரு ஸ்டேஷன் மாஸ்டர் சீமந்தக் கல்யாணத்துக்காக லீவு கேட்டார்...!"

"அப்படியெல்லாம் நீங்கள் சொல்லக்கூடாது. ஒரு நாளைக்காவது கட்டாயம் வந்துவிட்டு வரவேணும். நான் வண்டி அனுப்புகிறேன்."

இப்படிப் பேசிக் கொண்டே இருவரும் பிளாட்பாரத்திலிருந்து ஸ்டேஷனுக்குள் வந்தார்கள். அதே சமயத்தில் ரயிலுடன் போட்டி போட்டுக்கொண்டு சாலையில் ஓடி வந்த பிராம்மணர் இரைக்க இரைக்க ஸ்டேஷனை வந்து அடைந்தார். வந்தவர் சம்பு சாஸ்திரியைப் பார்த்ததும், "ஏங்காணும் சம்பு சாஸ்திரி! இந்த ரயிலிலேதானே இறங்கினீர்? ஏதடா ஒரு மனுஷன் ஓடி வருகிறானேயென்று அந்த கார்டு கிட்ட சொல்லி வண்டியை ஒரு நிமிஷம் நிறுத்தி வைக்கக் கூடாதா?" என்றார்.

"தீக்ஷிதர்வாள்! பரிகாசம் இருக்கட்டும். குழந்தை சாவித்திரிக்குக் கல்யாணம் நிச்சயமாகியிருக்கு..."

"என்ன, கல்யாணம் நிச்சயமாயிடுத்தா? அட எழவே! முன்னமே ஏங்காணும் சொல்லித் தொலைக்கலை? வரன் எந்த ஊர்? என்ன குலம்? என்ன கோத்திரம்? பையன் என்ன பண்றான்? கையிலே எவ்வளவு கொடுக்கிறீர்? மேற்கொண்டு எவ்வளவு செய்கிறீர்? சீர் செனத்தி என்ன? எதிர் மரியாதை எப்படி? எல்லாம் விவரமாய்ச் சொல்லும்."

"விவரமாய்ச் சொல்றதற்கு இப்போது சாவகாசமில்லை, தீக்ஷிதர்வாள்! பையன் பி.ஏ. பாஸ் பண்ணியிருக்கான்..."

"பி.ஏ.யா? அடி சக்கை! உத்தியோகம் ஆயிருக்கோ?"

"இன்னம் ஆகலை; அதுக்கென்ன, குழந்தை அதிர்ஷ்டத்துக்குச் சீக்கிரம் ஆயிடறது."

"உத்தியோகம் ஆகலையா? வெறும் வறட்டு பி.ஏ.தானா? போகட்டும்; நிலம் நீச்சு வீடு வாசல் ஏதாவது இருக்கோ, அதுவும் இல்லையோ?"

"நிலம் அவ்வளவாக இருப்பதாகத் தெரியலை. தகப்பனார் கல்கத்தாவிலே பெரிய உத்தியோகம் பார்த்தவர். பென்ஷன் இருநூறு ரூபாய் வர்றது; கையிலே ரொக்கம் ஏதாவது இருக்கும்."

"இவ்வளவுதானா? ஏங்காணும், நிலம் நீச்சு இல்லை, உத்தியோகம் கிடையாது, கையிலே 'காஷ்' இருக்குன்னு ஊரிலே சொல்லிக்கிறா!-கடைசியிலே இந்த வரன் தானா உமக்குக் கிடைத்தது? முப்பது வேலி மிராசுதார் ஜாதகம் நான் வாங்கிண்டு வந்தேன்; பரம்பரை பெரிய மனுஷன், வயது நாற்பத்தைந்துதான் ஆச்சு; அது உமக்குப் பிடிக்கலை பாரும்! கெட்ட ஜாதகம் என்கிறது இதுதாங்கணும்."

"தீக்ஷிதர்வாள்! இனிமேல் அதைப்பற்றிப் பேசி என்ன லாபம்? கல்யாணம் நிச்சயமாகி முகூர்த்தமும் வச்சாச்சு! நீங்கள்ளாம் கூடமாட இருந்து கல்யாணத்தை நடத்தி வைக்கணும். நான் போய் வர்றேன்."

"என்ன போய் வர்றீரா, ஏங்காணும்? ரயிலைத்தான் ஒரு நிமிஷம் நிறுத்தி வைக்கத் துப்பு இல்லை; அடுத்த ரயில் வருகிற வரையில் பேச்சுத் துணைக்காவது இருந்துட்டுப் போகக்கூடாதா? என்னங்கணும் அப்படித் தலைபோற அவசரம்? பொண்ணுக்குக் கல்யாணம் நிச்சயமாயிட்டாத்தான் என்ன? அதுக்காக இப்படியா சப்பட்டை கட்டிண்டு பறக்கணும்?...அடே! மனுஷன் சொல்லாமல் போறதைப் பார்த்தாயா? ஓஹோ! அவ்வளவு கர்வம் வந்துட்டதா!... ஸ்டேஷன் மாஸ்டர்வாள்! கேட்டயளா கதையை!....." என்று தீக்ஷிதர் தாழ்வாரத்தில் நின்று கொண்டிருந்த ஸ்டேஷன் மாஸ்டரிடம் பேசத் தொடங்கினார்.

1.2

சாலை

ஸ்டேஷனுக்கு வெளியே மாட்டு வண்டிகள் கிடந்த இடத்துக்குச் சம்பு சாஸ்திரி போனதும், வண்டிக்காரர்களில் ஒருவன், "சாமி! வண்டி பூட்டட்டுமா?" என்றான். இன்னொருவன், "அட ஏண்டா சும்மா? எஜமானுக்குத்தான் சொந்த வண்டி பூட்டி நிக்குதேடா?" என்றான்.

"ஏஞ்சாமி, நம் வீட்டிலேங்களா கல்யாணம்?" என்று முதலில் பேசியவன் கேட்டான்.

"ஆமாண்டாப்பா! கல்யாணம் ஐந்தாறு நாளும், நெடுங்கரைக்கு வர்றவாள் யாராயிருந்தாலும் நீங்க கொண்டுவந்து விட்டுடணும். வண்டிச் சத்தம் எங்கிட்டயே வாங்கிக்கணும்!" என்றார் சம்பு சாஸ்திரி.

"அதுக்கென்னங்க? எஜமான் வீட்டுக்கு வர்றதுக்குச் சொல்லணுங்களா? ஜோராக் கல்யாணச் சாப்பாடு சாப்பிட்டுட்டு, ஜாம் ஜாம்னு சந்தனம் பூசிக்கிட்டு, மடிநிறைய வெத்திலைப் பாக்குக் கட்டிக்கிட்டு வர்றதில்லே!"

தயாராக வண்டியைப் பூட்டி நிறுத்தியிருந்த வில் வண்டிக்காரனைப் பார்த்து, சம்பு சாஸ்திரி, "என்ன நல்லான்? நீயே

வந்துட்டயா? நான் இன்றைக்கு நிச்சயமாய் வர்றதாகக்கூடச் சொல்லியிருக்கவில்லையே?" என்று கேட்டார்.

"எப்படியும் இன்னிக்கு வந்துடுவீங்க என்று ஓர் உத்தேசங்க. அப்படி ஒரு வேளை நீங்க வராபோனால், மாட்டுக்குப் பருத்திக்கொட்டை மூட்டை போட்டுண்டு திரும்பலாம்னு இருந்தேனுங்க."

சாஸ்திரி வண்டியில் ஏறி உட்கார்ந்தார். நல்லான் 'ஹய்' 'ஹய்' என்று மாட்டை முடுக்கினான். வண்டி 'கட கட' சப்தத்துடன் போகத் தொடங்கியது.

"குழந்தைக்குக் கல்யாணம் நிச்சயமாயிடுத்து; தெரியுமோ இல்லையோ, நல்லான்!"

"அந்தத் தீட்சிதர்கிட்டச் சொல்லிக்கிட்டிருந்தது காதிலே விழுந்ததுங்க. ரொம்ப சந்தோஷங்க. நீங்க வரன் தேடக் கிளம்பி மூணு மாதத்துக்கு மேலே ஆயிட்டுதுங்க."

"ஆமாம்! சங்கராந்தி ஆனதும் கிளம்பினேன். போகாத ஊரில்லை; தேடாத இடமில்லை. அதை ஏன் கேட்கிறே, நல்லான்! ஒன்று சரியாயிருந்தால், இன்னொன்று சரியா யிராது. படிப்பிருந்தால் சொத்து இராது; சொத்திருந்தால் படிப்பிராது; இரண்டும் இருந்தால், பையன் பிடிச்சிராது. இவ்வளவும் சரியாயிருந்தால், ஜாதகம் சரியாயிராது. ஏதோ, கடைசியில் பெரியவாள் புண்ணியத்திலே..."

இப்படிச் சொல்லிக் கொண்டே சாஸ்திரிகள் மடிசஞ்சியை அவிழ்த்து, அதனுள்ளிருந்து மூலையில் மஞ்சள் தடவிய இரண்டு ஜாதகங்களைக் கையில் எடுத்தார்.

"பாக்கி எது எப்படி யிருந்தாலும் சாதகப் பொருத்தந்தாங்க சரியா யிருக்கணும்!" என்றான் நல்லான்.

"அப்படியில்லை, நல்லான்! 'நாளென் செயும் கோளென் செயும்?' என்று அப்பர் சொல்லி யிருக்காப்பலே, பகவான் கிருபை யிருந்தால் மற்றதெல்லாம் என்னத்திற்கு? ஏதோ நம்ம திருப்திக்குப் பார்க்க வேண்டியது."

"இப்ப நிச்சயம் பண்ணியிருக்கிற இடம் சாதகப் பொருத்தம் சரியா யிருக்குதுங்களல்ல?"

"கூடியவரையில் பொருத்தந்தான். செவ்வாய் தோஷ ஜாதகம்; ஆனாலும் இரண்டு மூன்று பிரபல ஜோசியாளைக் கேட்டாச்சு-பாதகமில்லை, பண்ணலாம்னு சொல்லிவிட்டார்கள். செலவுதான், நல்லான், ஏகப்பட்டது ஆயிடும் போலிருக்கு!"

"வரதச்சணை எவ்வளவுங்க?"

"ரொக்கமா நாலாயிரம் ரூபாய்! அப்புறம்......"

"அப்பா! நாலாயிரம் ரூபாயா? கல்யாணச் செலவெல்லாம் சேர்த்தால் பத்தாயிரம் ரூபாய்க்கு ஓடிப் போயிடுங்களே?"

"போனாப் போகட்டும், நல்லான்! நமக்கு இருக்கிறது ஒரு குழந்தை! நாலு வருஷம் நன்னா விளைஞ்சால் கடனை அடைச்சுட்டுப் போறோம்."

"அது கிடக்கட்டுங்க, தள்ளுங்க! நம்ம குழந்தைக்குச் செலவழிக்காதே, வேறு யாருக்குச் செலவழிக்கப் போறோம்? ஆனால், கல்யாணத்தைப் பண்ணிப் பார், வீட்டைக் கட்டிப் பார் என்று சொல்லுவாங்க......"

"அதெல்லாம் ஜமாய்ச்சுடுவோம், நல்லான்! நீ இருக்கிறபோது எனக்கு என்ன கவலை?"

"நான் இருந்து என்னங்க பிரயோஜனம்? அக்கிரகாரத்து ஐயமார் ஒத்தாசையல்ல வேணும்? இந்தத் தீட்சிதர் மாதிரியே எல்லாரும் இருந்தாங்கன்னா..."

"அப்படி இருக்கமாட்டார்கள், நல்லான்! இந்த மாதிரி சமயத்தில் விட்டுக் கொடுப்பார்களா?......வண்டி ஏன் இவ்வளவு மெள்ளப் போறது? மாட்டைக் கொஞ்சம் தட்டி ஓட்டேன்!" என்றார் சாஸ்திரியார்.

நல்லானுக்கு மிகவும் ஆச்சரியமாய்ப் போயிற்று. சாஸ்திரியார், "மாட்டை விரட்டாதே! மெள்ளப் போகட்டும்" என்று தான் சொல்வது வழக்கமே தவிர, "தட்டி ஓட்டு!" என்று சொல்லி வழக்கமே கிடையாது. இப்போது அவர் அப்படிச் சொன்னதும், நல்லான் தாரக்குச்சியை வைத்து இரண்டு அழுத்து அழுத்தினான். அந்த உயர்ந்த ஜாதி மாடுகள், வழக்கமில்லாத வழக்கமாகத் தாரினால் குத்தப் படவே ரோசத்துடன் பிய்த்துக் கொண்டு கிளம்பின.

"நிறுத்து, நிறுத்து, நிறுத்து!" என்று கத்தினார் சாஸ்திரிகள். ஏனெனில், அவர் கையிலிருந்த ஜாதகங்கள் இரண்டும் சாலையில் விழுந்து பறந்து போய்க்கொண்டிருந்தன. வண்டி கிளம்பின வேகத்தில் அவற்றைச் சாஸ்திரி தவற விட்டு விட்டார்.

நாலு கால் பாய்ச்சலில் கிளம்பிவிட்ட மாடுகளை இழுத்து நிறுத்துவதற்கு வெகு பிரயாசையாய்ப் போயிற்று. கடைசியாக வண்டி நின்றதும், சம்பு சாஸ்திரி குதித்து ஓடினார். சாலையின் இருபுறத்திலும் தேடிக்கொண்டே சென்றார். கடைசியாக, மூலைக்கொன்றாகக் கிடந்த இரண்டு ஜாதகங்களையும் பொறுக்கி எடுத்துக் கொண்டு வந்து மறுபடியும் வண்டியில் ஏறிக் கொண்டார்.

இந்தச் சம்பவத்தினால் நல்லானுடைய உற்சாகம் கொஞ்சம் குறைந்து போயிற்று. அவன் பிறகு சாஸ்திரியாருடன் பேச்சுக் கொடுக்காமல் வண்டியை விரைந்து ஓட்டத் தொடங்கினான்.

குறிஞ்சித் தேன்

1.3

சீட்டுக் கச்சேரி

தஞ்சாவூர் ஜில்லாவில் குடமுருட்டிப் பாசனத்தில் உள்ளது நெடுங்கரைக் கிராமம்.

வருஷம் 1918; மாதம் சித்திரை; தேதி ஞாபகமில்லை. அன்று வெயில் கொளுத்தும் உச்சி வேளையில், நெடுங்கரை அக்கிரகாரம் வழக்கம்போல் அமைதி குடிகொண்டு விளங்கிற்று.

அக்கிரகாரத்தில் பெரிய தெரு என்றும், சின்னத் தெரு என்றும் இரண்டு தெருக்கள் உண்டு. பெரிய தெருவில் சுமார் இருபது வீடுகள் இருக்கும். தெருவின் நடுமத்தியிலுள்ள ஒரு வீட்டின் வாசல் திண்ணையில் வெயிலுக்கு அடக்கமாகத் தட்டி கட்டியிருந்தது. அந்தத் தட்டி மறைவில் சிலர் உட்கார்ந்து சீட்டு விளையாடிக் கொண்டிருந்தார்கள்.

ஒருவர் இஸ்பேட் ஆஸ் சீட்டை எடுத்துத் தரையில் ஓங்கி அடித்துவிட்டு, "ஏண்டா, வெங்கிட்டு! சம்பு சாஸ்திரி ஏண்டா இன்னும் வர்றலை? இந்த வருஷமும் கல்யாணம் நடக்காது போலிருக்கே?" என்றார்.

"இன்னிக்கு வர்றார் என்று கேள்வி, சாமா! ரயிலடிக்குக் கூட வண்டி போயிருக்கே!" என்று வெங்கிட்டு என்கிற

வெங்கட்ராமய்யர் சொல்லிவிட்டு, கீழே கிடந்த சீட்டுக்களையெல்லாம் எடுத்துக் கலைக்க ஆரம்பித்தார்.

"இந்த வருஷங்கூடக் கல்யாணம் பண்ணாமற் போனா, அப்புறம் பெண்ணை ஆத்திலேயே வைச்சுக்க வேண்டியது தான்; ஏற்கனவே அது குதிரையாட்டமா வளர்ந்திருக்கு!" என்றார் சாமாவய்யர்.

வெங்கட்ராமய்யர் சீட்டைக் கலைத்துப் படார் படார் என்று அடித்துவிட்டு, நாலு நாலு சீட்டாக போட்டார். பிறகு, "ரமணி! கேளேண்டா!" என்றார்.

ரமணி ஐயர், "பிரயோஜனமில்லை, மேலே" என்றார்.

அடுத்தவர், "கேள்வி" என்றார்.

"மேலே பத்து" என்றார் அதற்கு அடுத்தவர்.

"இன்னொரு பத்து" என்றார் வெங்கட்ராமய்யர்.

"துருப்பு!" என்று கேட்டார் நாலாவது ஆசாமி. கொஞ்ச நேரம் ஆட்டத்தின் சுவாரஸ்யத்தில் ஆழ்ந்திருந்தார்கள்.

"நரசிங்கபுரம் வரனைத்தான் கடைசியிலே நிச்சயம் பண்ணிண்டு வருவா போலிருக்கு" என்றார் வெங்கட்ராமய்யர்.

"ரமணி! மெதுவாய் அந்தச் சம்பந்தியின் விலாசத்தை மட்டும் நீ கொஞ்சம் தெரிஞ்சுண்டு வர்றணுண்டா!" என்றார் சாமா அய்யர்.

"உனக்கு என்னத்துக்கடா அப்பா அந்த விலாசம்?"

"என்னத்துக்கா? ஒரு மொட்டைக் கடுதாசி எழுதிப் போடலாம்னுதான்."

"அந்தப் பாச்சாவெல்லாம் கல்கத்தாக்காரன் கிட்டப் பலிக்காது. மலை முழுங்கி மகாதேவனுக்குக் கதவு ஓர் அப்பளாம். அவன்கள் எல்லாம் சாதி ஆசாரத்தைவிட்டு எத்தனை நாள் ஆச்சோ!... இறங்கித் தொலையேண்டா, பஞ்சு! கிளாவர் ராணியைக் கையில் வச்சுண்டு ஏன் முழிச்சிண்டிருக்கே?"

"அதுக்காக இல்லேடா! ஒரு கடுதாசி எழுதிப் போட்டுவச்சா, இன்னும் ஆயிரம் இரண்டாயிரம் பணமாவது கறக்கட்டுமேன்னு தான்! நான் சொல்றேன். கேளு, ரமணி! இந்தக் கல்யாண சமயத்திலே ஏதாவது ஒரு கலகம் பண்ணினால் ஒழிய, சம்பு சாஸ்திரிக்கும் புத்தி வராது. வர வர மனுஷன் பண்ணற அக்கிரமம் அதிகமாகப் போச்சு. குடியானத் தெருவிலே யாராவது இப்போ நாம் சொல்றபடி கேக்கறானா? எல்லாரும் இரண்டு படி கூலி கொடுத்தா, இவன் இரண்டரைப் படி கொடுக்கிறது. எல்லாரும் அஞ்சிலே ஒரு வாரம் கொடுத்தா இவன் நாலிலே ஒன்று கொடுக்கிறது. இப்படிப் பண்ணிப் பண்ணி ஊரைக் குட்டிச் சுவராய் அடிச்சிட்டான்..."

"அதெல்லாம் சரிதானப்பா, அவன் செய்றது ரொம்ப அக்கிரமந்தான். ஆனால், நீ என்ன வேணாலும் பண்ணிக்கோ! கல்யாணத்தை மாத்திரம் நிறுத்தி விடாதே! அஞ்சாறு நாளைக்கு ஆத்திலே அடுப்பு மூட்டாமல் சௌக்கியமாய்ச் சாப்பிடுகிறதைக் கெடுத்துவிடாதே!"

"ரமணி! பஞ்சு ஏன் இப்படிச் சொல்றான் தெரியுமோல்லியோ? அவன் ஆம்படையாள் மூணு மாதமாய் நலங்குப் பாட்டெல்லாம் நெட்டுருப் பண்ணிண்டிருக்கா. அதையெல்லாம் பாடித் தீர்த்துடணுமாம்."

"கல்யாணம் நின்று போனால், பஞ்சுவுக்குக் கஷ்டம்; அடுத்தபடி ராமய்யா வாத்தியாருக்கு வருத்தம். ராமய்யா

வாத்தியார் அவர் அம்மா வருஷாப்திகத்துக்கு இந்தக் கல்யாணத்தைத்தான் நம்பியிருக்கார்; தெரியுமோ இல்லையோ?"

"என்னை ஏண்டா இழுக்கறயள் உங்க வம்பிலே? நான் சிவ சிவான்னு இருக்கேன்" என்றார் வேடிக்கை பார்த்துக் கொண்டிருந்த ராமய்யா வாத்தியார்.

அப்போது ரமணி ஐயர், "சாமா! நீ இந்த விஷயத்திலே கொஞ்சங்கூடச் சிரத்தை எடுத்துக்க வேண்டாம். நம்ப தீக்ஷிதன் இருக்கான். எல்லாம் பார்த்துக்குவன். அவனுக்கு ஏற்கனவே சம்பு சாஸ்திரி மேலே கோபம், அவன் 'ஸெட்டில்' பண்ணிண்டு வந்து கிழவனுக்குப் பொண்ணைக் கொடுக்கலேன்னு" என்றார்.

"தீக்ஷிதன் கூட இன்னிக்கு எங்கேயோ கிளம்பிப் போயிருக்கான். ஏதாவது வத்தி வைக்கத்தான் போயிருக்கானோ, என்னமோ?" என்றார் ராமய்யா வாத்தியார்.

"என்னவெல்லாமோ சொல்லப் போயிட்டீர்களே தவிர, அந்தப் பெண் சாவித்திரி படற கஷ்டத்தைக் கவனிக்க மாட்டேங்கறயளே! எப்படியாவது அவளுக்கு ஒரு வழி பிறந்தாப் போதும் என்று எனக்கு இருக்கு. பாரு! மங்களம் அவளை என்ன பாடு படுத்தி வைக்கறா, பாரு!" என்றார் வெங்கட்ராமய்யர்.

அப்போது, அந்த வீட்டுக்கு எதிர்ச்சாரியில், இரண்டு வீட்டுக்கு அடுத்த விட்டிலிருந்து, ஒரு ஸ்திரீயின் குரல், "அடியே சாவித்திரி! உன்னைக் கட்டையிலே வைக்க! இங்கே உடனே வர்றயா இல்லையா?" என்ற கூச்சலிடும் சப்தம் கேட்டது.

சாமா அய்யர், "சாவித்திரி மாத்திரம் ஏதோ பரம சாது என்று எண்ணாதேடா, வெங்கிட்டு! அது பொல்லாத வாய்த் துடுக்கு!" என்றார்.

"போகிறது; மங்களத்துக்குப் பரிந்து பேச நீ ஒருவனாவது இருக்கியே?" என்றார் ரமணி ஐயர்.

"போடா! இது என்ன ஆட்டண்டா! சீட்டை நேரப் பிடிக்கிறதா தலை கீழாப் பிடிக்கிறதா என்று தெரியாதவனோடெல்லாம் ஆட வேண்டியிருக்கு!" என்று சொல்லி, சாமாவய்யர் கையில் இருந்த சீட்டுகளைக் கீழே விட்டெறிந்தார். எல்லாரும் அவரவர்கள் சீட்டுகளைத் தரையில் தொப்பு தொப்பென்று போட்டார்கள்.

"பட்டாபிஷேகத்துக்குப் பயந்துண்டு போட்டுட்டயாக்கும். சரி, சரி, ஆட்டம் போறும்; அவாவாள் ஆத்துக்குப் போய்ச் சாப்பிட்டுவிட்டு வாருங்கோ!" என்று வெங்கட்ராமய்யர் சொல்லிச் சீட்டுகளை எடுத்துச் சேர்த்தார். கச்சேரி முடிந்தது! ஒவ்வொருவராய் எழுந்து சென்றார்கள்.

1.4

சாவித்திரியின் அலறல்

சாவித்திரிக்குச் சாபங் கொடுத்த குரல் எந்த வீட்டிலிருந்து வந்ததோ, அந்த வீடு நெடுங்கரை அக்கிரகாரத்திலேயே பெரிய வீடாய்க் காணப்பட்டது. அதுதான் சம்பு சாஸ்திரியின் வீடு என்பதை நாம் சுலபமாய் ஊகிக்கலாம்.

அந்த வீட்டின் முன் வாசற்படிக்கு மேலே 'ஸ்ரீராமஜயம்' என்றும் 'நல்வரவு' என்றும் எழுதியிருப்பதைப் பார்த்ததும், நமக்கும் உள்ளே போகலாம் என்ற தைரியம் ஏற்படுகிறது. வீட்டுக்குள்ளிருந்து வரும் புஷ்பங்களின் நறுமணமும் நம்மைக் கவர்ந்து இழுக்கிறது.

உள்ளே சென்றதும், விஸ்தாரமான கூடத்தைப் பார்க்கிறோம். கூடத்தின் சுவரில் படங்கள் மாட்டப் பட்டிருக்கின்றன. ஒரு படத்தில், ஸ்ரீராமன் மகுடாபிஷேகம் செய்து கொள்கிறான். இன்னொரு படத்தில் குழந்தை கிருஷ்ணன் கட்டைவிரலை ருசி பார்த்துக் கொண்டிருக்கிறான். மற்றொரு படத்தில் வேணுகோபாலன் பசுமாட்டின் மீது சாய்ந்து கொண்டு புல்லாங்குழல் வாசிக்கிறான். வேறொரு படத்தில் சீதை மாயமானைப் பிடித்துத் தரும்படி

இராமனைக் கேட்டுக் கொண்டிருக்கிறாள். இன்னொரு படத்தில் ஸ்ரீசுப்பிரமண்ய சுவாமி மயில் வாகனத்தில் வீற்றிருக்கிறார்.

இவற்றை நாம் பார்த்துக் கொண்டிருக்கையில், இனிமை ததும்பும் பெண் குரலில், செஞ்சுருட்டி ராகத்தில்,

'எப்போ வருவாரோ எந்தன் - கலிதீர'

என்ற நந்தன் சரித்திரக் கீர்த்தனை கேட்கிறது. பாட்டு வந்த பக்கம் திரும்பிப் பார்த்தால், கூடத்தின் ஒரு பக்கத்திலுள்ள பூஜை அறையில் ஓர் இளம்பெண் உட்கார்ந்து பூத்தொடுத்துக் கொண்டிருப்பதைக் காண்கிறோம். அந்த அறையின் சுவரோரத்தில் அமைந்த பூஜை மண்டபத்தில் பித்தளைப் பீடம் ஒன்றில் தேவியின் விக்கிரகம் இருக்கிறது. பின்னால் சில படங்களும் இருக்கின்றன. மண்டபத்துக்கு எதிரில் அழகாக இழை கோலம் போட்டிருக்கிறது. குத்துவிளக்கு எரிகிறது.

பாடிக்கொண்டிருந்த பெண்ணுக்கெதிரில் இரண்டு தாம்பாளங்கள் இருக்கின்றன. ஒன்றில் உதிரிப்பூக்களும், இன்னொன்றில் தொடுத்த பூமாலைகளும் இருக்கின்றன. அப்போது அந்தக் குழந்தை-ஆம், குழந்தையென்றுதான் சொல்லவேண்டும்; வயது பதின்மூன்று பதினாலுக்குள் தான் இருக்கும். ஊசியும் நூலும் வைத்துக்கொண்டு சம்பங்கிப் பூக்களை நீளவாக்கில் கோத்துக் கொண்டிருந்தாள். அவளுடைய பால் வடியும் முகத்தில் புன்னகை பூத்திருந்தது.

பின்கட்டிலிருந் , முன்னமேயே நாம் கேட்ட ஸ்திரீயின் குரல், "அடியே சாவித்திரி! நீ நாசமாய்ப் போக! இப்போ உடனே எழுந்து வர்றயா இல்லையா?" என்று உரத்துக் கத்தியது கேட்டது.

"நான் நாசமாய்ப் போய்ட்டா அப்புறம் நீ சௌக்யமா யிருப்பாயா, சித்தி?" என்றாள் சாவித்திரி. இப்படி அவள் மெதுவான குரலில்தான் சொன்னாள். ஆனாலும் அது பின்கட்டுக்கு எட்டியிருக்க வேண்டும். ஏனெனில், அடுத்த கணம், உள்ளே

இன்னொரு வயதான ஸ்திரீயின் குரல், "வாயைப் பார்த்தயோல்லியோ, வாயை!" என்று சொல்வது கேட்டது.

ஒரு நிமிஷத்துக்கெல்லாம், "என்ன சொன்னே?" என்று கேட்டுக் கொண்டு ரௌத்ராகாரமாக ஒரு ஸ்திரீ சமையலுள்ளிருந்து வந்தாள். அவளுக்கு வயது சுமார் இருபத்தைந்து இருக்கும். அவளுக்குப் பின்னால் முதுமைப் பிராயத்து ஸ்திரீ ஒருத்தியும் வந்தாள்.

சாவித்திரி சாந்தமாக, "சித்தி! நான் ஒன்றும் சொல்லிவிடவில்லையே! இப்ப, ஊரிலிருந்து அப்பா வந்துடுவாளே; வந்ததும் பூஜைக்கு எல்லாம் தயாராயிருக்கவேண்டாமா? அதுக்கோசரம் இந்தப் பூவை ஒரு நிமிஷத்திலே தொடுத்து வைச்சுட்டு வரலாம்னு இருந்தேன். அதுக்குள்ளே நீ கோவிச்சுண்டு நூறு கட்டேலே போறதுக்கும், ஆயிரம் நாசமாய்ப் போறதுக்கும் இழுத்துட்டயே" என்றாள்.

"ஆமாண்டி, ஆமாம்! உனக்கு நாலு வயதிலேருந்து வேளா வேளைக்குச் சாதம் போட்டு, தலை பின்னி, எண்ணெய் தேச்சுவிட்டு, எல்லா எழவும் எடுக்கிறதுக்கு எனக்குப் பாத்தியதை உண்டு; ஒரு வார்த்தை சொல்றதுக்கு மட்டும் பாத்தியதை இல்லை! ஆமானே?" என்றாள் மங்களம்.

"இப்ப என்னடி ஆச்சு, பெண்ணே! இன்னும் கல்யாணம், கார்த்தி, தீபாவளி, சங்கராந்தி, திரட்சி, சீமந்தம் எவ்வளவோ பாக்கி இருக்கே! அவ்வளவு எழவும் நீ தானே எடுத்தாகணும்?" என்றாள் மங்களத்தின் தாயார்.

"பாட்டி! எனக்குக் கல்யாணமும் வேண்டாம். கழுத்தறுப்பும் வேண்டாம். சித்திக்கு ஏற்கனவே வையத் தெரியாது! நீங்க வேறே கத்துக் கொடுங்கோ!" என்றாள்.

இதைக் கேட்ட பாட்டி! "பார்த்தாயா? பார்த்தாயா? நான் கத்துக் கொடுக்கிறேனாமே! முளைச்சு முளையாகலே? அதுக்குள்ளே இவ்வளவு அகமா? இந்த வீட்டிலே நான் என்னத்துக்கடி இருக்கேன் இனிமேல்? இதோ போறேன்! நீயாச்சு, உன் பொண்ணாச்சு" என்றாள்.

அதற்கு மங்களம், "நன்னாயிருக்கே? நீ என்னத்துக்குப் போறது? நாளைக்கு வீட்டைவிட்டு ஓடப்போற நாய்க்காக நீ ஏன் போகணும்? பேசாமே இரு. நானும் போனால் போறது, போனால் போறது என்று விட்டு விட்டுத்தான் இப்படிக் கட்டை துளுத்துப்போச்சு, இதோ கரண்டியைக் காய்ச்சிண்டு வந்து இவ முதுகிலே சூடு போடாத போனால், என் பேர் மங்களமில்லை" என்று சொல்லிவிட்டு, அவசரமாகச் சமையற் கட்டுக்குள் போனாள். அவளைத் தொடர்ந்து பாட்டியும் சென்றாள்.

அவர்கள் போன பிறகு, சாவித்திரி சற்று நேரம் மேலே பார்த்த வண்ணம் மௌனமாயிருந்தாள். பிறகு குனிந்து பூவைக் கோக்க ஆரம்பித்தாள். அவள் கண்ணில் துளித்திருந்த ஜலம் முத்து முத்தாகப் பூக்களின் மீது உதிர்ந்தது. கண்ணீரை நிறுத்துவதற்காகவோ என்னவோ அவள் கண்ணை இறுக மூடிக்கொண்டு சற்று நேரம் இருந்தாள். கூடத்தில் காலடிச் சத்தத்தைக் கேட்டுக் கண்ணைத் திறந்து பார்த்தாள்.

மங்களம் சமையலறையிலிருந்து கையில் இரும்புக் கரண்டியுடன் வருவது தெரிந்தது. அந்த இரும்புக் கரண்டியின் அடிப்பாகம் பழுக்கக் காய்ந்து அதிலிருந்து புகை வந்து கொண்டிருந்தது.

"ஐயோ!" என்று அலறிப் புடைத்துக்கொண்டு சாவித்திரி எழுந்தாள். பூஜை அறையிலிருந்து வெளியே முற்றத்தைப் பார்க்க ஓடினாள். மங்களமும் அவளைத் தொடர்ந்து போனாள். முற்றத்திலிருந்து தாழ்வாரத்தில் பாய்ந்து ஏறினாள் சாவித்திரி. மங்களம் அப்படியும் விடவில்லை. அவள் ரொம்ப நெருங்கி

வந்துவிடவே, சாவித்திரி ரேழிக் கதவைத் திறந்து கொண்டு ரேழியில் ஓடினாள்.

அதே சமயத்தில், வாசற்பக்கத்திலிருந்து வாசற்கதவும் திறந்தது.

சம்பு சாஸ்திரி உள்ளே வந்தார்!

1.5

தந்தையும் மகளும்

சம்பு சாஸ்திரி அவ்வாறு உள்ளே பிரவேசித்ததும், சாவித்திரி, மங்களம் இரண்டு பேருமே ஒரு கணம் திகைத்து நின்றுவிட்டார்கள்.

திகைப்பு நீங்கியதும், சாவித்திரி, "அப்பா!" என்று அலறிக்கொண்டு ஓடிப்போய்ச் சம்பு சாஸ்திரியைக் கட்டிக்கொண்டார்கள்.

சாஸ்திரி, "மங்களம்!" என்று சொல்லி அவளை ஒரு தடவை ஏறிட்டுப் பார்த்தார்.

மங்களம் ஒன்றும் பதில் பேசாமல் திரும்பி விடுவிடென்று சமையலறைக்குள் சென்றாள்.

சாஸ்திரி சாவித்திரியைத் தழுவியபடியே அழைத்துக் கொண்டு உள்ளே வந்து தாழ்வாரத்தில் போட்டிருந்த விசுபலகையில் உட்கார்ந்தார். சாவித்திரியையும் தம் அருகில் உட்கார வைத்தார். குழந்தை அவருடைய மடியில் முகத்தை வைத்துப் படுத்தபடி விசிக்கத் தொடங்கினாள்.

சமையலுள்ளில் சற்று உரத்த குரலில், சம்பு சாஸ்திரியின் காதில் விழும்படியாகப் பின்வரும் சம்பாஷணை நடந்தது:

"அடி பெண்ணே! நான் அப்பவே சொன்னேனோ, இல்லையோ! நீ விளையாட்டுக்காக ஒரு காரியத்தைச் செய்யப் போக, அவர் நிஜந்தான்னு நினைச்சுண்டாலும் நினைச்சுக்குவர். வேண்டாம்னு சொன்னாக் கேட்டாத்தானே?"

"நினைச்சுண்டா நினைச்சுக்கட்டுமே! கல்யாணம் ஆகப்போற பொண்ணைக் கரண்டியைக் காய்ச்சிக் சூடறதுக்கு இங்கே யாருக்காவது பைத்தியம் பிடிச்சிருக்கா, என்ன?"

"இல்லேடி, கரைக்கறவர் கரைச்சாக் கல்லுங்கரையும் என்கிறாப்பலே- இந்தப் பொண்ணு இல்லாத்தையும் பொல்லாத்தையும் ஏற்கெனவே சொல்லி வைச்சுண்டிருக்காளே!"

"வேணும்னா, இனிமே அவர் வெளியிலே போற போது, பொண்ணையும் கூட அழைச்சுண்டு போகட்டும். அவ ஹிம்சையை இத்தனை நாளும் பொறுத்துப் பொறுத்துப் பார்த்தாச்சு; இனிமேல் என்னால் பொறுக்க முடியாது."

இதையெல்லாம் கேட்டுக்கொண்டிருந்த சம்பு சாஸ்திரி, சாந்தமான குரலில், "குழந்தை! சித்திக்குக் கோபமூட்டறதுக்கு நீ என்ன பண்ணினே, அம்மா!" என்று கேட்டார்.

சாவித்திரி, விசித்துக் கொண்டே, "நான் ஒண்ணும் பண்ணலை, அப்பா! பூஜைக்குப் பூத்தொடுத்திண்டிருந்தேன். சித்தி, கிணத்துலேயிருந்து ஜலங் கொண்டு வருவதற்குக் கூப்பிட்டாள். காலமேயிருந்து, இருபது குடம் கொண்டு வந்து கொட்டிவிட்டேன், அப்பா! 'இதோ பூவைத் தொடுத்து வைச்சுட்டு வர்றேன்னு' சொன்னேன். அதுக்காகக் கரண்டியைப் பழுக்கப் பழுக்கக் காய்ச்சி எடுத்துண்டு சூடறதற்கு வந்தா அப்பா!" என்று சொல்லி, பலமாக அழத் தொடங்கினாள்.

சம்பு சாஸ்திரிக்கு அப்போது பழைய சம்பவம் ஒன்று ஞாபகத்திற்கு வந்தது. பத்து வருஷத்துக்கு முன்னால் நடந்ததென்றாலும் நேற்றுத்தான் நடந்ததுபோல் அச்சம்பவம் அவர் மனக்கண் முன்னால் தோன்றியது.

சாஸ்திரி மாட்டு கொட்டகையில் இருந்தார். புதுச் சத்திரம் சந்தையிலிருந்து புதிதாக வாங்கிக்கொண்டு வந்திருந்த உயர்ந்த ஜாதி 'உசுலாயத்து' மாடுகளைப் பார்வையிட்டுக் கொண்டிருந்தார். "ரூபாய் இருநூத்தைம்பது கொடுத்தாலும் பொறும், அப்பா!" என்று நல்லானைப் பார்த்துச் சொன்னார். அப்போது, தண்ணீரில் ஏதோ விழுந்ததுபோல் ஒரு சிறு சப்தம் எங்கிருந்தோ கேட்டது. சின்ன சப்தந்தான்; ஆனாலும் அது ஏன் அவருடைய இருதயத்தை அவ்வாறு பேதித்தது? அதன் காரணம் அடுத்த விநாடியே தெரிய வந்தது. "ஐயோ! குழந்தை கிணத்துலே விழுந்துடுத்தே!" என்றது ஒரு தீனமான குரல். அது அவருடைய அத்தைக் கிழவியின் குரல்.

அத்தையின் குரலுக்கு எதிரொலியே போல், சம்பு சாஸ்திரியும், "ஐயோ!" என்றார். உடனே, விரைந்து ஓடவேண்டுமென்று அவர் மனம் துடித்தது! ஆனால், அந்தச் சமயத்தில் அவருடைய கால்கள் சொன்னபடி கேட்டால்தானே? இரண்டு அடி வைப்பதற்கு முன்னால் தடுமாறிக் கீழே விழுந்தார்.

1.6

ஶ்ரீதரன்இ பி.ஏ.

சாவித்திரி, அப்பாவினுடைய பூஜைக்கு வேண்டிய பொருள்களை எடுத்து வைத்துக்கொண்டிருந்தபோது, அவளுடைய மனம் ஶ்ரீதரன் என்னும் உருவம் தெரியாத தெய்வத்தைப் பூஜை செய்ய ஆரம்பித்துவிட்டது.

ஶ்ரீதரன்!-எவ்வளவு அழகான பெயர்! அவர் எப்படி இருப்பாரோ? பி.ஏ. பாஸ் பண்ணியவர் என்றல்லவா அப்பா சொன்னார்? சென்ற வருஷத்தில் நெடுங்கரைக்கு வந்திருந்த பி.ஏ. கணபதி என்பவரின் ஞாபகம் சாவித்திரிக்கு வந்தது. அந்தக் கணபதி அவருடைய பெயருக்கு விரோதமாக உயரமாய் ஒல்லியாய் இருந்தார். தலையில் உச்சிக் குடுமி வைத்திருந்தார். கிராமாந்தரத்தில் அந்தக் காலத்தில் வாலிபர்கள் தலை நிறையக் குடுமி வைத்திருப்பது சாதாரண வழக்கம். பட்டணங்களுக்குப் படிக்கப் போனவர்கள் அந்த வழக்கத்துக்கு விரோதம் செய்தார்கள். சிலர் கிராப் செய்துகொண்டார்கள்; வேறு சிலர் அதற்கு நேர்மாறாக உச்சிக் குடுமி வைத்துக்கொள்ளத் தொடங்கினார்கள். பெரும்பாலும் கலாசாலைப் படிப்பை முடித்தவர்கள்தான் இம்மாதிரி செய்தார்கள். இதனால் அந்தக் காலத்தில் உச்சிக் குடுமிக்கு, 'பி.ஏ. குடுமி' என்று பெயர் ஏற்பட்டிருந்தது. மேற்படி கணபதியின் உச்சிக் குடுமியை, 'பி.ஏ. குடுமி' என்று ஊரில் எல்லாரும் சொன்னார்கள்.

ஆகவே, ஸ்ரீதரன் தலையிலும் உச்சிக் குடுமிதான் இருக்கும் என்று சாவித்திரி நினைத்தாள். மேற்படி கணபதியின் உச்சிக் குடுமி பார்ப்பதற்கு நன்றாயில்லையென்று மற்றக் குட்டிகளுடன் சேர்ந்து தானும் பரிகாசம் பண்ணியதை நினைத்தபோது சாவித்திரிக்குத் தன் பேரிலேயே கோபம் வந்தது!

சீச்சீ! குடுமிதான் பெரிய காரியமாக்கும்! குடுமி எப்படியிருந்தால் என்ன? அவர் முகம் எப்படியிருக்குமோ? ஒரு வேளை மூக்குக்கண்ணாடி போட்டுக் கொண்டிருப்பாரோ? போட்டுக் கொண்டிருந்தால், பார்ப்பதற்கு அழகாய்த்தான் இருக்கும். போட்டுக்கொண்டிராமற் போனால், இன்னும் ரொம்ப நல்லது. முகத்தின் லட்சணம் எங்கே போய் விடும்?-இந்த மாதிரி எண்ணமிட்டுக் கொண்டிருந்தாள் சாவித்திரி.

ஏறக்குறைய அதே சமயத்தில், என்.ஆர்.ஸ்ரீதரன், பி.ஏ. சென்னை தம்பு செட்டித் தெருவில் இருந்த ஒரு ஹோட்டலில் மாடி அறையில் கயிற்றுக் கட்டிலில் படுத்தபடி, தனக்கு வரப்போகும் மனைவி எப்படி இருக்கவேண்டும் என்பது பற்றிப் பகற்கனவு கண்டுகொண்டிருந்தான். அவன் மார்பின்மேல் சார்லஸ் கார்விஸ் நாவல் ஒன்று கிடந்தது.

ஆமாம்; அவன் கண்டது பகற்கனவுதான். ஏனெனில், அவன் கண்கள் மூடியிருந்தனவே தவிர, அவன் உண்மையில் தூங்கவில்லை. மனோராஜ்யந்தான் செய்து கொண்டிருந்தான்.

ஏறக்குறையச் சென்ற ஐந்தாறு மாத காலமாக அதாவது அவன் நரசிங்கபுரத்திலிருந்து உத்தியோகம் தேடும் வியாஜத்துடன் சென்னைக்கு வந்ததிலிருந்து அவனுடைய நேரமெல்லாம் பெரும்பாலும் இத்தகைய மனோராஜ்யத்திலேயே சென்று கொண்டிருந்தது.

இவ்வளவு நாள் யோசனைக்குப் பிறகும் அவன் ஒரு திட்டமான முடிவுக்கு வரவில்லையென்பது உண்மைதான். முக்கியமாக, தனக்கு

வரப்போகும் மனைவியின் முகம் எப்படியிருக்க வேண்டுமென்று அவனால் பூரணமாகக் கற்பனை செய்ய முடியவில்லை. ரொம்ப அழகாயிருக்க வேண்டும்; ரொம்ப ரொம்ப அழகாயிருக்க வேண்டும்; தான் இதுவரையில் பார்த்திருக்கும் அழகான முகங்கள் எல்லாவற்றையும் காட்டிலும் அழகாயிருக்க வேண்டும்! இப்படிப் பொதுவாக நினைக்கத்தான் முடிந்ததே தவிர, அது எப்படியிருக்க வேண்டுமென்று அவன் மனத்தில் பிடிபடவேயில்லை.

ஆனால், வேறு சில அம்சங்களில் தனக்கு வரப்போகும் மனைவி எப்படி இருக்க வேண்டுமென்பதைப் பற்றி, அவனுக்குத் திடமான அபிப்பிராயம் ஏற்பட்டிருந்தது. அவள் படித்த நாகரிகமான பெண்ணாயிருக்க வேண்டும். சந்தேகமில்லை. பதினெட்டு முழப்புடவையைப் பிரிமணை மாதிரி சுற்றிக் கொள்ளும் பட்டிக்காட்டுத் தரித்திரங்கள் முகத்திலும் அவனால் விழிக்க முடியாது. நடை உடை பாவனைகள் எல்லாம் ஜோராக இருக்க வேண்டும்.

கல்கத்தாவிலும் சென்னையிலும் தான் பார்த்திருக்கும் நாகரிகமான பெண்களை அவன் நினைத்துப் பார்த்துக் கொண்டான். அப்போது அவனுடைய சிநேகிதன் நாணாவினுடைய மனைவி ஸுலோசனாவின் ஞாபகம் வந்தது. அதிர்ஷ்டக்காரன் நாணா! ஸுலோசனாதான் என்ன நாகரிகம்! என்ன படிப்பு! அவள் ஆர்மோனியம் வாசித்துக் கொண்டு பாடினால், அப்ஸரஸ் பூமிக்கு வந்து பாடுவது போலல்லவா இருக்கிறது?

தான் நாணாவுக்கு ஒருநாளும் குறைந்து போகக் கூடாது என்று எண்ணமிட்டான் ஸ்ரீதரன். அதைக் காட்டிலும் நாக்கைப் பிடுங்கிக்கொண்டு செத்துப் போகலாம். ஸ்ரீதரன் நரசிங்கபுரத்திலிருந்து சென்னைக்கு வந்ததற்கே முக்கிய காரணம் இதுதான். அங்கே இருந்தால், யாராவது பட்டிக்காட்டுப் பேர்வழிகள் வரன், கிரன் என்று ஜாதகத்தையும் கீதகத்தையும் எடுத்துக் கொண்டு வந்து சேர்வார்கள். அம்மாவும், அப்பாவும் மாற்றி

மாற்றிப் பிராணனை வாங்கி விடுவார்கள்! அந்தத் தொந்தரவே வேண்டாமென்றுதான் அவன் சென்னைக்கு வந்திருந்தான்.

எல்லாம் சரிதான்; ஆனால் அவனுடைய எண்ணம் நிறைவேறுவது எப்படி? தாயார் தகப்பனார் பிரயத்தனம் செய்யவேண்டாமென்றால், பிறகு கல்யாணம் நடப்பது தான் எவ்வாறு? இந்தப் பாழாய்ப்போன தேசத்தில் மனதுக்குப் பிடித்த ஒரு பெண்ணைக் கண்டோ ம், காதலித்தோம், கல்யாணம் செய்துகொண்டோ ம் என்பதற்கெல்லாம் எங்கே இடம் இருக்கிறது?

ஐயோ, தான் ஐ.சி.எஸ். படிப்பதற்காகச் சீமைக்குப் போவதாகச் சொன்னதை அம்மா மட்டும் அப்படிப் பிடிவாதமாய்த் தடுத்திராவிட்டால்! "நீ சீமைக்குப் போனால் நான் உயிரை விட்டுவிடுவேன்!" என்றல்லவா சொல்லித் தடுத்துவிட்டாள், பாவி! ஒரு தாய்க்கு ஒரு பிள்ளையாயிருப்பதில் இது தான் கஷ்டம்.

சீமைக்கு மட்டும் போயிருந்தால்!... ஸ்ரீதரன் அந்த நிமிஷம் மனோராஜ்யத்தில் கப்பல் பிரயாணம் செய்யலானான். கப்பல் மேல்தளத்தில் அவன் குறுக்கும் நெடுக்குமாய் உலாவுகிறான். அப்போது எதிரில் நவநாகரிகத்திற் சிறந்த ஒரு பெண் வருகிறாள். அவள் யாரோ சுதேச ராஜாவின் மகளாகவோ, அல்லது பெரிய வடக்கத்திப் பிரபுவின் மகளாகவோ இருக்க வேண்டும். அவர்களுடைய கண்கள் சந்திக்கின்றன. பிறகு அவர்களுடைய கரங்கள் சந்திக்கின்றன. தங்களுடைய அழியாத காதலுக்கு அறிகுறியாக அவர்கள் தங்கள் கைவிரல்களில் உள்ள மோதிரங்களை மாற்றிக் கொள்ளுகிறார்கள்.

ஆகா! நாணாவும் அந்தக் கப்பலில் இருந்து இந்தக் காட்சியை மட்டும் பார்த்தானானால், என்ன செய்வான்? வயிறெரிந்து கடலில் குதித்து விட மாட்டானா?...

ஸ்ரீதரனுடைய மனோராஜ்யம் இவ்வளவு ரஸமான கட்டத்துக்கு வந்திருந்தபோது, அவனுடைய அறையின் கதவைத் தடதடவென்று

தட்டும் சத்தம் கேட்டது. அதே சமயத்தில் நாணாவின் குரல், "ஏண்டா, இடியட்! உனக்குக் கல்யாணமாமேடா! எந்த மடையண்டா உனக்குப் பெண்ணைக் கொடுக்கப் போகிறான்?" என்று முழங்கிற்று.

1.7

தந்தியும் தபாலும்

ஸ்ரீதரன், "வந்துட்டாயா, அப்பா! வா!" என்று சொல்லிக் கொண்டே, படுக்கையிலிருந்து எழுந்து வந்து கதவைத் திறந்தான்.

நாணா உள்ளே நுழைந்த போது, "ஓகோ! தூக்கம் போலே இருக்கு. தூங்குடா, அப்படி, தூங்கு! அடுத்த வருஷம் இந்த நாளிலே தலைமாட்டிலே ஒரு குழந்தை கால்மாட்டிலே ஒரு குழந்தை கிடந்து 'குவாங்' 'குவாங்' என்று கத்தும். அப்புறம் தூக்கமேது, எழவேது? எல்லாத் தூக்கத்தையும் இப்பவே தூங்கி விடு" என்று சொல்லிக் கொண்டு வந்தான்.

"நாணா அய்யர்வாள்! தங்கள் திருவாயால் என்ன திருப் பிதற்றல் பிதற்றுகிறீர்கள்?" என்று கேட்டான் ஸ்ரீதரன்.

"நானா பிதற்றுகிறேன்? இப்போ என்ன பந்தயம் கட்டறே? முதல்முதல்லே, உனக்கு ரெட்டைப் பிள்ளைதான் பிறக்கப் போகிறது என்கிறேன்..."

"சரி பிறக்கட்டும். அப்புறம்?"

"நானும் பார்த்தாலும் பார்த்தேன். உன்னைப் போலே அமுக்கனைப் பார்த்ததில்லையடா, ஸ்ரீதரா! கல்யாணம் நிச்சயமாச்சுன்னு சமாசாரம் வந்தால் உடனே..."

"கல்யாணமா? யாருக்கு?" என்று கேட்டான் ஸ்ரீதரன்.

"சரியாய்ப் போச்சு! 'அட எழவே! எனக்கா கல்யாணம்?' என்றானாம் ஒருவன்! அந்த மாதிரிதான் இருக்கு கதை!"

"இருந்துட்டுப் போகட்டும்; இப்பவாவது 'வாட் இஸ் தி மாட்டர்'ன்னு சொல்லித் தொலை!"

"என்ன?...நிஜமா உனக்கு ஒண்ணுந் தெரியாதுன்னா சொல்றே?"

"ஆமாம், ஆமாம்; 'நாட் கில்ட்டி'ன்னு தான் அப்பவே பிடிச்சு சொல்லிண்டிருக்கேன்."

"இதென்ன வேடிக்கையான்னா இருக்கு? இந்தத் தந்தியைப் பாரு!" என்று சொல்லி, நாணா தன் சட்டைப் பையிலிருந்து ஒரு தந்தியை எடுத்து ஸ்ரீதரனிடம் கொடுத்தான்.

"ஸ்ரீதரனுக்குக் கல்யாணம் நிச்சயமாகி யிருக்கிறது.
அவனை உடனே அனுப்பி வைக்கவும் - ராஜாராமய்யர்."

இந்தத் தந்தியைப் படித்தவுடனே, ஸ்ரீதரனுக்கு ஒரு கண நேரம், ஏதோ ஒருவித இன்ப உணர்ச்சி உண்டானது போல் இருந்தது. ஆனால் அடுத்த நிமிஷத்தில் ஆத்திரம் பொங்கிக்கொண்டு வந்தது. "எனக்குக் கல்யாணம் நிச்சயம் - ஆனால் என்னை ஒரு வார்த்தை கேட்கவில்லை! சபாஷ்!" என்று மனத்திற்குள் சொல்லிக் கொண்டான். "தந்தி கூட எனக்கு இல்லை!-நாணாவுக்கு!" என்று எண்ணியபோது, அவனுடைய கோபம் அசாத்தியமாயிற்று. ஆனால், உடனே, சற்று முன்னால் தான் மனோராஜ்யத்தில் ஈடுபட்டிருந்த போது தபால்காரன் வந்து, "ஸார்! தபால்!"

என்றதும், தான் அலட்சியமாக, "போட்டு விட்டுப் போ!" என்று சொன்னதும் ஞாபகம் வரவே, திடுக்கிட்டு எழுந்து ஜன்னலண்டை சென்று அங்கே தரையில் கிடந்த கடிதத்தை எடுத்தான். அதில் நாலு மூலையிலும் மஞ்சள் தடவியிருந்தது.

இதையெல்லாம் பார்த்துக் கொண்டிருந்த நாணா, "ஏண்டா, உலக்கை! கல்யாணக் கடுதாசைக்கூடப் பிரிச்சுப் பார்க்காமலா தூங்கிண்டிருந்தாய்!" என்றான்.

ஸ்ரீதரன் நாணாவைச் சிறிதும் பொருட்படுத்தாமல் பரபரப்புடன் உறையை உடைத்து உள்ளிருந்த கடிதத்தைப் பார்த்தான். அவனுடைய தகப்பனார் ராஜா ராமய்யரின் கடிதந்தான். கடிதம் எழுதியிருந்ததோரணையில் அவர் தம் பேரில் அதிகமாகப் பொறுப்பைச் சுமத்திக் கொள்ள இஷ்டப்படவில்லையென்பது தெளிவாயிருந்தது.

"இந்த வருஷம் எப்படியும் உனக்குக் கல்யாணம் செய்துவிடவேண்டுமென்பது உன் தாயாரின் விருப்பம். இனிமேல் தாமதிப்பது உசிதமில்லை யென்பதுதான் என் அபிப்பிராயமும். ஆகவே, கூடிய வரையில் எல்லாவற்றிலும் சிலாக்கியமாகத் தோன்றிய இடத்தில் கல்யாணம் நிச்சயம் செய்திருக்கிறோம். நாலாயிரம் ரூபாய் வரதட்சிணை பேசி ஆயிரம் ரூபாய் அட்வான்ஸு வாங்கியாகிவிட்டது..."

இதைப் படித்ததும் ஸ்ரீதரனுக்குத் தலையில் போட்டுக் கொள்ளலாமென்று தோன்றியது. அப்பாவுக்குக் கூடவா புத்தி இப்படிப் போக வேண்டும்?

மேலே ராஜாராமய்யர், எவ்வளவு ரூபாய்க்குப் பித்தளைப் பாத்திரம், வெள்ளிப் பாத்திரம் வாங்கி வைக்கிறார்கள்; பெண்ணுக்கு நகை என்னென்ன போடுகிறார்கள்; மாப்பிள்ளைக்கு உடுப்புக்கு எவ்வளவு ரூபாய் கொடுக்கிறார்கள்; மேற்கொண்டு என்னென்ன செய்வதாகச் சொல்லியிருக்கிறார்கள்

என்பதையெல்லாம் விவரமாக எழுதியிருந்தார். கடைசியில், "இந்த விவரமெல்லாம் உனக்கு அவசியம் எழுத வேண்டுமென்று உன் தாயார் சொன்னதன் பேரில் எழுதியிருக்கிறேன். அம்மா போய்ப் பெண்ணைப் பார்த்துவிட்டு வந்தாள். மனஸுக்கு ரொம்பவும் பிடித்திருப்பதாகச் சொல்கிறாள். நீ நாளை இரத்திரி வண்டியிலேயே புறப்பட்டு வந்து சேர வேண்டியது" என்று கடிதத்தை முடித்துக் கையெழுத்துப் போட்டிருந்தார்.

'அம்மாவுக்கு மனஸுக்குப் பிடிச்சிருக்காம்! பலே! அம்மாதான் கல்யாணம் பண்ணிக்கப் போறாளாக்கும்!' என்று ஸ்ரீதரன் மனதுக்குள் எரிந்து விழுந்தான். அந்த எரிச்சல், கடிதத்தின் பின் குறிப்பாக எழுதியிருந்ததைப் படித்ததும் பல மடங்கு அதிகமாயிற்று.

"பெண்ணின் பெயர் சாவித்திரி..."

[நல்ல கர்நாடகப் பெயர்! தன் பெயரும் சத்தியவான் என்றிருந்தால், இருண்டு பேரும் நாடகமே ஆடிவிடலாம் என்று ஸ்ரீதரன் எண்ணினான்.]

"...தகப்பனாரின் பெயர் சம்பு சாஸ்திரி. அவர்களுக்குப் புதுச்சத்திரம் ஸ்டேஷனுக்கு அருகிலுள்ள நெடுங்கரை கிராமம். பரம்பரையான வைதிகக் குடும்பம். குலங் கோத்திரத்தில் அப்பழுக்குக் கிடையாது. இதையும் உன் தாயார் எழுதச் சொன்னாள்."

ஸ்ரீதரனுக்கு அழுகையே வந்துவிடும்போல் இருந்தது. பேஷ்! நல்ல இடம் பார்த்தார்கள்! போயும் போயும் கடைசியில் ஒரு பட்டிக்காட்டு சாஸ்திரி பெண்தானா கிடைத்தது? இந்தத் தடியன் நாணாவுக்கு, பிராம்மணார்த்த சாஸ்திரியின் பிள்ளைக்குப் பெரிய வக்கீல் வீட்டிலே கல்யாணம்; தனக்குப் பட்டிக்காட்டு சாஸ்திரி வீட்டில் கல்யாணம். பரம்பரை வைதிகமாம்! சிவ சிவா! அப்பம் வடையிலேயே முழுகியவர்போல் இருக்கு!

கடிதத்தைக் கோபமாகத் தரையில் விட்டெறிந்தான் ஸ்ரீதரன். அவன் அதைப் படித்துக் கொண்டிருந்தபோது சார்லஸ் கார்வியின் நாவலைப் புரட்டிக் கொண்டிருந்த நாணா திடுக்கிட்டு, "என்னடா இது கோபம்?" என்று கேட்டுவிட்டு அந்தக் கடிதத்தை எடுத்துப் படிக்கத் தொடங்கினான்.

நாலாயிரம் ரூபாய் வரதட்சிணை என்ற விஷயத்தைப் படித்ததும், நாணா "பலே அடிச்சேடா பிரைஸ், நாலாயிரம் ரூபாய்!" என்று ஸ்ரீதரன் முதுகில் தட்டிக் கொடுத்தான். பாவம்! நாணாவின் கல்யாணத்தில் வரதட்சணை கிடையாது. லா காலேஜில் சேர்த்துப் படிக்க வைப்பதாக அவனுடைய மாமனார் ஒப்புக் கொண்டு, பணம் கொடுக்காமலே காரியத்தை முடித்து விட்டார். இப்போது அவன் மாமனார் வீட்டிலிருந்துதான் லா காலேஜில் படித்துக் கொண்டிருந்தான். டிராம் சத்தத்துக்கு இரண்டணா வேணுமென்றாலும் மாமனாரைத்தான் அவன் கேட்கவேண்டியதாயிருந்தது. ஆகவே, நாலாயிரம் ரூபாய் வரதட்சணை என்றதும், அவனுக்கு ஸ்ரீதரன் மேல் பொறாமை உண்டாயிற்று. இந்தப் பொறாமை, பின்னால், "சம்பு சாஸ்திரியின் பெண்" என்று படித்ததும் குதூகலமாக மாறியது.

"சபாஷ்! நெடுங்கரை சம்பு சாஸ்திரி பெண்ணா? ஹா! ஹா! ஹா!" என்று நாணா விழுந்து விழுந்து சிரிக்கத் தொடங்கினான்.

ஸ்ரீதரன் தன்னுடைய எரிச்சலையெல்லாம் அடக்கிக் கொண்டு, "ஏன்? அவாளையெல்லாம் உனக்குத் தெரியுமா என்ன?" என்று கேட்டான்.

"பேஷாய்த் தெரியும். நெடுங்கரை சம்பு சாஸ்திரின்னா தஞ்சாவூர் ஜில்லா பூராத் தெரியுமே? நீ கல்கத்தாவில் இருந்தவன்; உனக்குத் தெரியாது. மடிசஞ்சின்னா, ஒண்ணாம் நம்பர் மடிசஞ்சி. போறாத்துக்கு, பஜனை வேறே; 'பாண்டுரங்க விட்டலே' என்று நாமாவளி சொல்லிக்கொண்டு குதிக்க ஆரம்பித்தாரானால் ஊர்

கிடுகிடுத்துப் போயிடும். ஆத்திலே, அம்பாள் உபாசனை! நவராத்திரி ஒன்பது நாளும் பூஜை பிரமாதப்படும்; அதை ஏன் கேட்கிறே, போ!"

ஸ்ரீதரனுக்கு வெட்கம் பிடுங்கித் தின்றது. இருந்தாலும் சமாளித்துக்கொண்டு, "நல்லவேளை! நீ ஆத்திலே ஆம்படையாள் உபாசனை பண்றயே அந்த மாதிரி இல்லையே; நிஜமா, சக்தி உபாசனைதானே பண்றார்? இருக்கட்டும்; அவர் பெண்ணைக்கூட நீ பார்த்திருக்கயா என்ன?" என்றான்.

நாணா திடீரென்று ஆச்சரியம் அடைந்தவனைப் போல், "ஏண்டா, நிஜமா நீ பொண்ணைப் பார்க்கலை? நீ பார்க்காமலேயா கல்யாணம் நிச்சயம் பண்ணியாச்சு! சரிதான், இப்பத்தான் விஷயம் தெரிந்தது. ஸ்ரீதரா! உன் அப்பாவும் அம்மாவுமாச் சேர்ந்து உன்னை நாலாயிரம் ரூபாய்க்கு வித்துட்டா! அவ்வளவுதான்" என்றான்.

"என்னை வித்துடறது அவ்வளவு இலேசில்லை. அது இருக்கட்டும். நீ பொண்ணைப் பார்த்திருக்கிறாயா, சொல்லு!"

"நன்னாப் பார்த்திருக்கேன். ஆனால் பார்த்து இரண்டு வருஷம் ஆச்சு. நான் பார்த்தபோது ஓர் அழுக்குப் பாவாடையைக் கட்டிண்டு மூக்கைச் சிந்திண்டு நின்னுது. ஆனால், நிஜத்தைச் சொல்லணுமோல்யோ? அந்தப் பொண்ணுக்குக் கண் ஒரு மாதிரி. ஒண்ணரைக் கண்ணுன்னு யாராவது சொன்னா, நம்பாதே, ஸ்ரீதரா அப்படியெல்லாம் ஒன்றுமில்லை."

நாணா சொன்னதெல்லாம் ஸ்ரீதரனுக்கு வேம்பாயிருந்தது. ஆனாலும் துணிந்து கடைசிக் கேள்வியைக் கேட்டுவிட்டான். "அந்த ஊரிலே பள்ளிக்கூடம் என்கிற நாம தேயம் கிடையாதே?" என்றான்.

"ஏன் கிடையாது? பொண்ணு படிச்ச பொண்ணான்னு தானே கேக்கறே? இரண்டாங் கிளாஸ் வரையிலும் படிச்சிருக்கா. ப-ட-ம்

படம், கு-ட-ம் குடம் என்றெல்லாம் எழுத்துக் கூட்டிப் படிப்பாள். ஆனால், ஸ்ரீதரா! நான் சொல்றேன், கேளு. படிப்பாவது நாகரிகமாவது! படிப்பையும் நாகரிகத்தையும் நான் கட்டிண்டு அவஸ்தைப் படறது போதும், எங்கேயாவது ஐந்து நிமிஷம் வெளியிலே போனால், வீட்டிலே உத்தரவு கேட்டுண்டு போகவேண்டியிருக்கு. இரண்டு நிமிஷம் தாமதமாய்ப் போனா, 'ஏன் லேட்' என்ற கேள்வி. இந்த வம்பெல்லாம் உனக்கு வேண்டாம். பேசாமல், உன் அப்பா அம்மா தீர்மானிச்சிருக்கிற பொண்ணையே பண்ணிக்கோ-சரி? நான் வரட்டுமா? இன்றைக்கு ஸினிமாவுக்கு அழைச்சிண்டு போறதாச் சொல்லியிருக்கேன். உடனே போகாட்டா, ஸுலோசனா என்னை உசிரோட வைக்கமாட்டாள்."

"நாணா! போகிற வழியிலே, தந்தி ஆபீஸிலே, ஸ்ரீதரன் செத்துப் போய்விட்டான், அவனுக்குக் கல்யாணம் வேண்டாம்' என்று எங்க அப்பாவுக்குத் தந்தி கொடுத்துட்டுப் போய்விடு."

"சீச்சி! என்னடா உளறுகிறே? சம்பு சாஸ்திரியைப் பற்றி நான் என்னமோ சொன்னேனே என்று நினைச்சுக்காதே. அப்படி ஒண்ணும் ரொம்ப மட்டமில்லை. நெடுங்கரையில் அவர்தான் பெரிய மிராசுதார். பொண்ணும் அப்படி அவலட்சணமா இருக்கமாட்டா. ராத்திரியே ஊருக்குக் கிளம்பிப் போ. வேணும்னா, பொண்ணை நேரிலே பார்த்துட்டுத்தான் கல்யாணம் பண்ணிக்குவேன்னு சொல்லு, தெரிகிறதா?"

"பேஷாய்த் தெரிகிறது."

"ஊருக்குப் போனதும் கடுதாசி போடு! ஏண்டா! கல்யாணத்துக்கு நான் வரணுமா, வேண்டமா?"

"கல்யாணம் நடந்தால் கட்டாயம் வரணும். பருப்பில்லாமல் கல்யாணமா?"

"நடந்தால் என்ன? கட்டாயம் நடக்கத்தான் போறது, நானும் பார்க்கத்தான் போறேன். உன் அம்மா பேச்சை மீறி நீ ஒரு காரியம் செய்துட்டா, நான் ஒத்தைக் காலால் நிற்க மாட்டேனா?..."

இப்படிச் சொல்லிக்கொண்டே நாணா வெளியேறினான்.

அத்தனை நேரமும் அடக்கி வைத்திருந்த ஆத்திரம், கோபம் எல்லாம் ஸ்ரீதரனுக்கு அப்போது பொத்துக் கொண்டு வந்தது. காகிதமும் பேனாவும் எடுத்துக் கொண்டு அப்பாவுக்கு வெகு காரமாகக் கடிதம் எழுதத் தொடங்கினான்.

1.8

தங்கம்மாள்

"உன் அம்மா பேச்சை மீறி உன்னால் ஒரு காரியம் செய்ய முடியுமா?" என்று நாணா கடைசியாகக் கேட்டுவிட்டுப் போனதில் ரொம்பவும் உண்மை அடங்கியிருந்தது

உலக சரித்திரத்தில் பிரசித்தி பெற்ற வீரர்கள், மகான்கள் முதலியோரைப் பற்றி, அவர்கள் "அன்னையிடம் அபார பக்தியுள்ளவர்கள்; தாய் சொல்லை மீறாதவர்கள்" என்றெல்லாம் நாம் படித்திருக்கிறோமல்லவா? நம்முடைய ஸ்ரீதரன் ஒரு பெரிய வீரனாகவோ, மகா புருஷனாகவோ ஆவான் என்பதற்கு எவ்வித அறிகுறியும் காணப்படவில்லை என்றாலும், அவனுக்கும் மேற்கூறிய வீரர்கள் - மகா புருஷர்களுக்கும் இந்த விஷயத்தில் ஒற்றுமை இருந்தது. அவனுடைய தாயார் தங்கம்மாளின் பேச்சை மீறி அவனால் ஒன்றும் செய்ய முடிவதேயில்லை.

ஆனால் அவனுடைய இந்த இயல்பு வெளியிலிருந்து பார்ப்பவர்களுக்குச் சாதாரணமாகத் தெரியாது. தாயாருக்கும் பிள்ளைக்கும் ஒற்றுமையே இல்லை என்றுதான் தோன்றும். அப்படி ஓயாமல் அவர்கள் சண்டைபோடுவார்கள். தங்கம்மாள் எது சொன்னாலும் ஸ்ரீதரன் முதலில் அதை மறுத்துத்தான் பேசுவான். "முடியவே முடியாது" என்பான். எரிந்து விழுவான். திட்டுவான், "கழுதை!" "மூடம்!" "இடியட்!" "பிரம்மஹத்தி!" என்றெல்லாம்

அஷ்டோ த்தர அர்ச்சனை செய்வான். சில சமயம், கோபம் தலைக்கு மீறிப் போகும்போது அம்மாவை அடித்துக்கூட இருக்கிறான்.

ஆனால், இவ்வளவு ஆர்ப்பாட்டங்களுக்கும் பிறகு கடைசியில், தங்கம்மாள்தான் வெற்றி பெறுவாள். அவள் சொன்னபடிதான் ஸ்ரீதரன் காரியம் செய்வான்.

இத்தகைய சக்தி தங்கம்மாளுக்கு எப்படி ஏற்பட்டது என்று கேட்டால், ஏன், தாயின் அன்புதான் முதன்மையான காரணம் என்பதில் சந்தேகமில்லை; அடுத்தபடியாக, அவளுடைய மனோபலத்தையும் சொல்லவேண்டும். வசவு திட்டு எல்லாவற்றையும் - அடிகளையும் கூட பொறுத்துக்கொண்டு, கடைசியில் காரியத்தை மட்டும் சாதித்துக் கொள்வாள்.

ஸ்ரீதரன் தங்கம்மாளின் ஒரே பிள்ளை; கடைசிக் குழந்தை. அவனுக்கு முன்னால் மூன்று பெண்கள். அவர்களில் மூத்தவளை நரசிங்கபுரத்திலேயே உறவில் கல்யாணம் செய்து கொடுத்திருந்தது. மற்ற இரண்டு பெண்களின் புருஷர்களும் உத்தியோகஸ்தர்கள். அவர்கள் ஹைதராபாத்திலும், நாகபுரியிலும் இருந்தார்கள். இப்படித் தூர தூரமான இடங்களில் இருந்தும் மூன்று பெண்களின் புக்ககத்தாரும் ஒரு விஷயத்தில் பூரண ஒற்றுமைப்பட்டிருந்தார்கள். ராஜாராமய்யரையும் தங்கம்மாளையும் அவர்கள் படுத்தி வைத்த பாட்டுக்கு அளவேயில்லை. ஒருவரோடு ஒருவர் போட்டி போட்டுக் கொண்டு, "அந்தப் பெண்ணுக்கு மட்டும் அதைச் செய்தாயே? ஏன் எங்க மாட்டுப் பெண்ணுக்கு மட்டும் செய்யவில்லை?" என்றெல்லாம் பலமான சண்டை பிடிப்பார்கள். ராஜாராமய்யர் சம்பாதித்ததெல்லாம், இந்த மூன்று பெண்களுக்குக் கல்யாணம் செய்துகொடுத்ததற்கும், பிறகு அவர்களுக்குச் சீர் செனத்தி செய்ததற்குமே சரியாய்ப் போய்விட்டது என்று சொல்லலாம். அவர்களுடைய இரண்டாவது பெண் ஐந்து குழந்தைகளைப் பெற்ற பிறகு, ஆறாவது பிரசவத்துக்குக் கூடப் பிறந்தகத்துக்குத்தான் வருவாள் என்றால், பார்த்துக் கொள்ளுங்களேன்!

இந்தப் பெண்களும், இவர்களுடைய புருஷர்களும், சம்பந்திகளும் கொடுத்து வந்த தொல்லைகளினாலேயே ராஜாராமய்யர் ஒரு மாதிரி கால் பைத்தியமாகிவிட்டார் என்று சொல்லவேண்டும். அவருக்கு வாழ்க்கையிலேயே வெறுப்பு வந்துவிட்டது. குடும்ப விவகாரங்களையெல்லாம் தங்கம்மாளே பார்த்துக் கொள்ளட்டும் என்று விட்டு விட்டார். தாம் மனோதத்துவ பரிசோதனைகளிலும், ஆவி உலக ஆராய்ச்சிகளிலும் ஈடுபடத் தொடங்கினார். அந்தக் காலத்தில், "மெஸ்மெரிஸம்", "ஹிப்னாடிஸம்", "டெலிபதி" முதலிய மனோதத்துவ ஆராய்ச்சிகளைப் பற்றிய புஸ்தகங்கள் ஏராளமாக வெளியாகிக் கொண்டிருந்தன. இன்னும், மரணத்திற்குப் பிறகு மனுஷர்கள் என்ன ஆகிறார்கள் என்பது பற்றியும், ஆவிகளுடன் பேசும் ஆச்சரிய அநுபவங்களைப் பற்றியும் சொல்லும் புஸ்தங்கள் பிரபலமாயிருந்தன. ராஜா ராமய்யர் இத்தகைய நூலாராய்ச்சியில் தம்முடைய முழுக்கவனத்தையும் செலுத்தினார். இதற்காகவே அவர் தமது உத்தியோகக் காலம் முடிவடைவதற்கு இரண்டு வருஷம் முன்னதாகவே வேலையை விட்டு விலகி நரசிங்கபுரத்துக்கு வந்து சேர்ந்தார்.

ராஜாராமய்யர் இம்மாதிரி 'தாமரை இலைத் தண்ணீர்' என்னும் வாழ்க்கைத் தத்துவத்தைக் கடைப்பிடித்து வந்தபடியால், குடும்ப நிர்வாகம் பெரிதும் தங்கம்மாளின் தலையிலேயே சுமந்தது. மூன்று சம்பந்தி வீட்டுக்காரர்களோடும் மல்லுக்கு நின்று சமாளிக்க வேண்டிய பொறுப்பு முழுவதும் அவளுக்கு ஏற்பட்டது. தங்கம்மாள் எவ்வளவு தான் முதலில் பிடிவாதம் பிடித்தாலும், கடைசியில் பெண்கள் கண்ணைக் கசக்கிக்கொண்டு நிற்பார்களே என்ற எண்ணத்தினால், சம்பந்தி வீட்டுக்காரர்களுக்கே விட்டுக் கொடுக்க வேண்டி நேரிடும். அப்போதெல்லாம், அவள் தன் மனத்திற்குள், "ஆகட்டும், ஆகட்டும். ஸ்ரீதரனுக்குக் கல்யாணம் ஆகட்டும்; இவ்வளவுக்கிவ்வளவு ஆட்டி வைக்காமல் போனால்..." என்று கர்வங் கட்டிக் கொள்வாள்.

சென்ற இரண்டு மூன்று வருஷமாக, ஸ்ரீதரனுக்கு 'நல்ல' இடத்தில் கல்யாணம் ஆக வேண்டுமே என்ற ஒரே கவலை தான் தங்கம்மாளுக்கு. 'நல்ல' இடம் என்றால், தான் 'ஆட்டி வைப்ப'தற்குத் தகுந்த இடம் என்று அர்த்தம். பட்டணங்களில், எங்கேயாவது வக்கீல் பெண் கிக்கீல் பெண் வந்து வாய்த்துவிடப் போகிறதேயென்று தங்கம்மாளுக்கு ஒரே பயம். அந்த மாதிரி இடத்தில் சம்பந்தம் அவளுக்குப் பிடிக்கவில்லை; இரண்டு கோண எழுத்துப் படித்துவிட்டு, 'ஹாட் பூட்' என்று இங்கிலீஸ் பேசிக் கொண்டு, தலையைக் கோணவகிடு பிளந்து கொண்டு நிற்கும் பெண்களையும் அவளுக்குப் பிடிக்கவில்லை. 'இடம் பணக்கார இடமாயிருக்கவேண்டும்; பெண் பதவிசாயிருக்கவேண்டும்' என்பதுதான் அவளுடைய விருப்பம். இந்த நோக்கத்துடந்தான் ராஜாராமய்யர் கிராமாந்தரத்துக்குப் போகலாம் என்று சொன்ன யோசனையை அவள் ஒப்புக் கொண்டது; கிராமாந்தரத்தில், அதுவும் 'நம்ம' பக்கத்தில் பெரிய மிராசுதார் பெண்ணாகப் பார்த்துக் கல்யாணம் செய்ய வேண்டும். அப்போதுதான் பெண்ணும் குடித்தனத்தில் தனக்கு ஒத்தாசையாயிருக்கும், சம்பந்திகளும் தன்னுடைய அதிகாரத்துக்கு உட்படுவார்கள் என்று தங்கம்மாள் தன் மனத்திற்குள் தீர்க்காலோசனை செய்து தீர்மானித்திருந்தாள்.

இந்த நோக்கத்துக்கெல்லாம் சம்பு சாஸ்திரி வீட்டில் சம்பந்தம் ஒத்து வருவதாயிருந்தது. பெண்ணுக்குச் சொந்தத் தாயார் இல்லை; இளைய தாயார் என்பது ஒரு குறைவு. ஆனால் அதுவும் ஒரு நல்லதுதான். பெண்ணுக்கு அம்மா சலுகை இராது. வீட்டில் நாய் மாதிரி படிந்து கிடக்கும். சம்பு சாஸ்திரிக்கு வேறு பெண்ணோ, பிள்ளையோ கிடையாது என்பதும் ஒரு முக்கியமான 'பாயிண்ட்' அல்லவா? அவருக்குப் பிறகு, அந்தச் சொத்தெல்லாம் பெண்ணுக்குத்தானே வந்து சேரும்?

இது எல்லாவற்றையும் யோசித்துத் தங்கம்மாள், இந்தப் பெண்தான் தனக்கு மாட்டுப் பெண்ணாக வர வேண்டுமென்று முடிவு செய்துவிட்டாள். அவள் முடிவு செய்தபிறகு, ஸ்ரீதரன் 'வேண்டாம்' என்று சொன்னால் அதற்காகக் கல்யாணம் நின்று

போய்விடுமா? அவனுடைய கடுதாசை ராஜாராமய்யர் அவளுக்கு வாசித்துக் காண்பித்து, "இப்போது என்னடி சொல்றே? உன் பேச்சைக் கேட்டுப் பணம் வேறே வாங்கியாச்சே! உன் பிள்ளையானா இப்படிச் சொல்றானே?" என்றதும், தங்கம்மாள், "நன்னாயிருக்கு; அவன் அப்படித்தான் சொல்லுவன். பின்னே, இந்தக் காலத்துப் பிள்ளைகளைப் போலே, கல்யாணம் என்றதும், பல்லை இளிப்பன் என்று நினைச்சுண்டயளோ? ராத்திரி போட் மெயிலிலே பட்டணத்துக்குக் கிளம்பலாம், வாருங்கோ. இரண்டு பேருமாய்ப் போய் அவனையும் அழைச்சுண்டு, இன்னும் துணிமணி நகை நட்டு வாங்க வேண்டியதையும் வாங்கிண்டு வந்துடலாம்" என்றாள்.

அந்தச் சமயத்தில், வீட்டு வாசலில் காலடிச் சத்தமும் கனைப்புச் சத்தமும் கேட்டன. "ஐயர்வாள் இருக்காளா?" என்று கேட்டுக் கொண்டே நெடுங்கரைச் சங்கர தீக்ஷிதர உள்ளே வநதார.

1.9

தீக்ஷிதர் விஜயம்

சங்கர தீக்ஷிதரைப் பார்த்ததும், உட்கார்ந்திருந்த தங்கம்மாள் எழுந்திருக்க முயற்சித்தாள். "உட்காருங்கோ, அம்மா! எனக்கோசரம் எழுந்திருக்க வேண்டாம். ஏதோ பூஜை வேளையிலே கரடியை விட்டடிச்சது மாதிரி நான் வந்தேன்னு நினைச்சுக்கப் படாது. எனக்கு நெடுங்கரை. பக்கத்துக் கிராமத்துக் காரியமாக வந்திருந்தேன். நம் ஊருக்குச் சம்பந்தியா வரப்போறவாளாச்சேன்னு உங்களையும் பார்த்துட்டுப் போகலாம்னு..."

"ஓகோ! அப்படிச் சொல்லுங்கணும்? உட்காரும். நெடுங்கரையா உமக்கு? சம்பு சாஸ்திரிக்கு ஏதாவது உறவு, கிறவு உண்டோ ?" என்றாள் தங்கம்மாள்.

"உறவு இல்லை; ஆனால், உறவுக்கு மேலே, பால்யம் முதல் நாங்கள் பிராண சிநேகிதாள். அவன் காரியமெல்லாம் என்னுது, என் காரியமெல்லாம் அவனுது. முந்தா நாள் ஊரிலேயிருந்து கிளம்பி வந்தபோது, ரயிலடியிலே அவனைப் பார்த்தேன். 'கல்யாணம் நிச்சயமாயிடுத்து; இப்படியே ஊருக்குத் திரும்பு. எல்லாக் காரியமும் நீதான் பார்த்துக்கணும்' என்றான். 'அப்பா! இரண்டே நாளைக்குப் பொறுத்துக்கோ! கிளம்பின காரியத்தை முடிச்சிண்டு வந்துடறேன்' என்று சமாதானம் சொல்லிட்டு வந்தேன். 'அப்படின்னா, போறதுதான் போறயே! சம்பந்தியாத்துக்கும் போய்

எட்டிப் பார்த்துட்டு வா!' என்றான். அவன் பேச்சைத் தட்டப்படாதுன்னுதான் இங்கே வந்தேன்."

"சந்தோஷம், நல்ல வெயிலிலே வந்திருக்கீர். ரொம்பக் களைச்சுப் போயிருக்காப்பலே இருக்கே. தாகத்துக்கு ஏதாவது குளிர்ந்த..."

"அதெல்லாம் எனக்காக நீங்க ஸ்பெஷலாக் காப்பி, கீப்பின்னு ஒண்ணும் போட வேண்டாம்! தயாராயிருந்தா..."

"நன்னாயிருக்கு! காப்பிக்கு என்னஙகணும் குறைச்சல்? தயாரா யில்லாட்டா, ஒரு நிமிஷத்திலே ஆயிடறது... அடே குப்புசாமி! சீக்கிரம் காப்பி போட்டுக் கொண்டா!"

"அடாடா! இவ்விடத்திலே காப்பிக்கு என்ன குறைச்சல்? வேறு எதுக்குத்தான் என்ன குறைச்சல்? அதெல்லாம் சம்பு சாஸ்திரியிடம் கேட்டுண்டுட்டேன். 'அடே! நீ ஜன்மாந்தரத்திலே பண்ணின புண்யத்தினால் தாண்டா உனக்கு இப்படிப்பட்ட வரன் கிடச்சுது'ன்னும் சொல்லியாச்சு. 'வரதட்சிணை எவ்வளவுடா'ன்னு கேட்டேன். "நாலாயிரம்"னான். அப்படியே அசந்து போய்ட்டேன். வெறும் வறளியெல்லாம் இந்தக் காலத்திலே ஆறாயிரம், எட்டாயிரம்னு கேக்கறான்கள். இவ்விடத்திலே ரொம்ப தாராள மனசுள்ளவாளாயிருக்கணும்னு அப்பவே தீர்மானிச்சுட்டேன்!"

"ஆமாங்கணும், ஆமாம். போனாப்போறதுன்னு நாலாயிரத்துக்குச் சம்மதிச்சுது! ஆனால், அவ்வளவுக்கும் பின்னாலே பிராமணன் சீர் செனத்தியெல்லாம் சரியாச் செய்வான்னு நினைச்சுண்டிருக்கேன். செய்வாரோல்யோங்கணும்?"

"பேஷாச் செய்வன்னா! யாருக்காகச் செய்றான்னு கேக்கறேன்! இருக்கிறது ஒரு பொண்ணு..."

"அதை உத்தேசிச்சுத்தான் நாங்களும் சம்மதிச்சுது. ஏதோ, குலம், கோத்ரம் நன்னாயிருக்கு. பிராமணரும் சாதுவாயிருக்கார்..."

"அதை ஏன் கேக்கறேள்? சாதுன்னா, பரம சாது! அடிச்சா அழத் தெரியாதுன்னாக்கே! குலம், கோத்திரத்துக்குத்தான் என்ன குறைச்சல்? பரம்பரையா வைதிகம். ஆனால், ஊரில் இறக்கிறவனுக அசூயை பிடிச்சவன்க. ஏதாவது அப்படி இப்படின்னு நொசுக்குச் சொல்வானுக. உங்களுக்குக் கூட ஏதாவது கடுதாசு, கிடுதாசு வந்தாலும் வரும். அவன் தங்கைக்கு ஏதோ கெட்ட பெயர்னா, அதுக்காக இவன் என்ன பண்ணுவன்? நான் தான் கேக்கறேன்?"

தங்கம்மாள் திடுக்கிட்டவளாய், "என்னங்கணும் பெரிய கல்லாய்த் தூக்கிப் போடறீர்? அது என்ன சமாசாரம்?" என்று கேட்டாள்.

இத்தனை நேரமும் சம்பாஷணையில் கலந்து கொள்ளாமல் புன்னகையுடன் பிரம்பு நாற்காலியில் சாய்ந்து கொண்டிருந்த ராஜாராமய்யர், இப்பொழுது நிமிர்ந்து உட்கார்ந்து, "ஏன் தங்கம், அவசரப்படுகிறாய்? அந்தச் சமாசாரத்தைச் சொல்வதற்காகத்தானே, தீக்ஷிதர் மூட்டை கட்டிக் கொண்டு வந்திருக்கார்? தானே சொல்கிறார்!" என்றார்.

தீக்ஷிதர் திடீரென்று தேள் கொட்டினது போல எழுந்திருந்து, ஒரு நிமிஷம் வரையில் வாயைக் கையால் பொத்திக் கொண்டு நின்றார். பிறகு, கையை எடுத்து விட்டு, "அடாடாடா! என்ன காரியம் பண்ணினேன்? என் புத்தியை ஜோட்டாலே அடிக்கணும்! உங்களுக்குச் சமாசாரம் தெரிஞ்சிருக்கும்னே நினைச்சுட்டேன். இல்லாட்டா, என் வாயிலே அந்த வார்த்தை வந்திருக்குமா? ஆயிரம் பொய் சொல்லி ஒரு கல்யாணம் பண்ணி வைன்னு பெரியவா சொல்லியிருக்கா. அப்படியிருக்கிறபோது..." என்றார்.

"அந்தக் கதையெல்லாம் இருக்கட்டுங்கணும். விஷயம் இன்னதென்று சொல்லும்."

"சொல்றேன்; பேஷாய்ச் சொல்றேன்! ஒருவிதத்துக்கு உங்களுக்குத் தெரிஞ்சிருக்கிறதே நல்லது. ஆனால், அந்த அசடு இதை என்னத்துக்காக மறைச்சு வச்சான்னு தான் தெரியலை. எல்லாத்தையும் உடைச்சு முன்னாலேயே சொல்லி விடறதுதான் நல்லதே தவிர..."

"அது தான் நல்லது; சமாசாரத்தைச் சொல்லும்!"

"பிரமாதம் ஒன்றுமில்லை. சம்பு சாஸ்திரிக்குத் தங்கை ஒருத்தி இருந்தாள். மீனாக்ஷின்னு பேரு. அவளுக்குக் கல்யாணம் ஆகி ரொம்ப நாள் வரைக்கும் புருஷனைப் பத்தித் தகவலே கிடையாது. செத்துப் போய்ட்டான்னு சில பேர் சொன்னா; இல்லை, கிறிஸ்தவனாய்ப் போய்ட்டான்னு சிலபேர் சொன்னா. ஊரிலே, இவள் இரண்டுங்கெட்டானாத் தலையிலே மயிரை வச்சிண்டு இருக்காளேன்னு புகாராயிருந்தது. இப்படியிருக்கிறபோது, பாருங்கோ! மாமாங்கத்துக்குப் போறேன்னு சம்பு குடும்பத்தோடே போனான் - பதினைஞ்சு வருஷத்துக் கதை நான் சொல்றது - மாமாங்கத்திலேயிருந்து திரும்பி வந்தபோது தங்கையை அழைச்சுண்டு வர்றலை. செத்துப் போய்ட்டாள்னு ஒரே அடியா அடிச்சுட்டான். ஊரிலே அதை ஒருத்தரும் நம்பலை. பல தினுசா வதந்தி. கிறிஸ்தவனாப் போன ஆம்படையானை அங்கே வரச் சொல்லி, அவனோடே கூட்டி அனுப்பிச்சுட்டான்னு சில பேர் சொன்னா. இல்லை, அவள்தான் இவன் பேச்சை மீறிப் போய்ட்டாள்னும் இரண்டொத்தர் சொன்னா. அப்புறம், இல்லையா? ஊரிலே அசூயை புடிச்சவன்க இன்னும் பல தினுசாகவும் சொல்லிண்டிருந்தானுக..."

"இதென்ன கூத்தான்னா இருக்கு? ஏன்னா, இப்படி ஒண்ணு இருக்குன்னு அந்தப் பிராமணன் ஒரு வார்த்தை கூடச் சொல்லலையே!" என்றாள் தங்கம்மாள்.

பிறகு அந்த மூன்று பேருக்குள்ளும் பின்வரும் சம்பாஷணை நடந்தது:

தீக்ஷிதர்: சொல்லலேன்னா தப்புத்தான். இதை என்னத்துக்காகச் சொல்லாதே இருக்கணும்? இது மறைச்சு வைக்கிற காரியமா? அப்புறம் தெரியாதே போயிடுமா?

ராஜாராமய்யர்: ஆமாங்கணும், தீக்ஷிதரே! கல்யாணம் நிச்சயம் பண்றதுக்காக வந்த மனுஷ்யர், 'என் தங்கை ஓடிப் போய்ட்டாள்'னு முதலிலேயே சுக்லாம்பரதரம் குட்டிக்குவாரா?

தங்கம்மாள்: நீங்க சித்த பேசாம இருங்கோ...ஏங்கணும்! ஊரிலே இந்தப் பிராமணனை அதுக்காக ஜாதியை விட்டுத் தள்ளிக் கிள்ளி வச்சிருந்ததோ?

தீக்ஷிதர்: அந்த மாதிரி பேச்சு வந்தது. நான் தான் குறுக்கே நின்னு, அதெல்லாம் கூடவே கூடாதுன்னு தடுத்தேன்.

தங்க: அப்படின்னா, போனவள் இவ்விடத்துக்குப் போக்குவரத்து ஒண்ணும் வச்சுக்கலையாக்கும்?

தீக்ஷிதர்: அதெல்லாம் பேசப்படாது. அப்படியிருந்தால், நானே உங்ககிட்டே 'இந்த சம்பந்தம் உங்களுக்கு வேண்டாம்'னு சொல்லிவிட மாட்டேனா?

ராஜா: போறது, தங்கம்! இந்த மட்டும் தீக்ஷிதர் தயவு பண்ணிச் சம்மதிச்சுட்டார். ஆனா, பிள்ளையாண்டான் மக்கர் பண்றானே, அதுக்கென்ன செய்யறதுன்னுதான் தெரியலை...ஏங்கணும், பொண்ணு எப்படிங்கணும்?

தீக்ஷிதர்: பொண்ணுக்கென்ன? ஒண்ணும் ஊனம் கிடையாது, ஊமை இல்லை; செவிடு இல்லை.

ராஜா: பேஷாப் போச்சு. ஊமை செவிடு இல்லையா? இவள் என்னமோ பிரமாதமா வர்ணிச்சாளே?

தங்க: ஏங்கணும், தீக்ஷிதரே? அந்தப் பொண்ணுக்கு என்னங்கணும் குறைச்சல்? பாக்கறதுக்கு, மூக்கும் முழியுமா நன்னாத்தானே இருக்கு?

தீக்ஷிதர்: சந்தேகம் என்ன? பட்டிக்காட்டிலே அதை விட என்ன புரட்டிவிடும்னுதான் நானும் கேக்கறேன். பின்னே ரம்பை, ஊர்வசி, மேனகை, திலோத்தமையாயிருக்குமா?

தங்க: குடித்தனத்துப் பெண்ணுக்கு அதைவிட அழகு என்னத்துக்குங்கணும்?

தீக்ஷிதர்: அம்மா! நீங்க சொல்றது ரொம்ப சரி. அதை விடத்தான் அழகு என்னத்துக்கு? அய்யர்வாள்! நீங்களே சொல்லுங்கோ. நாமெல்லாம் கல்யாணம் பண்ணிக்கிறபோது பெண் அழகைப் பார்த்தா பண்ணிண்டோம்?

ராஜா: இல்லை, நாம் பண்ணிக்கலை. அதுதான் தெரிஞ்சிருக்கே! ஆனால் அந்த மாதிரி நம்ம பிள்ளையாண்டான் பண்ணிக்குவானா?

தங்க: எல்லாம் பண்ணிக்குவன் - நீங்க கொஞ்சம் வாயை மூடிண்டு இருந்தாக்கே!

ராஜா: இதோ வாயை மூடிண்டுட்டேன்.

[கையினால் வாயைப் பொத்திக்கொண்டார்.]

தங்க: அவர் கிடக்கார், தீக்ஷிதரே! இப்படித்தான் அவர் விளையாடுவர். நீர் சொல்லும்; சம்பந்திக்கு நிலம் நீச்சு இருக்கிறதெல்லாம் நிஜந்தானே?

திக்ஷிதர்: ஆஹா! அதிலே ஒரு வார்த்தை பிசகில்லை. ஆறரை வேலி நன்செய்யும், மூணு வேலி புன்செய்யும் இருக்கு. பேஷான நிலம். தலை வாய்க்கால் பாய்ச்சல். இளையாளுக்கு மட்டும் பிள்ளை கிள்ளைன்னு பிறந்து வைக்கா திருந்தால், எல்லாம் உங்களைச் சேர வேண்டியதுதான்!

தங்க: இந்தக் காலத்திலே அதை நம்பி இருக்க முடியுமாங்கணும்?

தீக்ஷிதர்: அதெப்படி இருக்க முடியும்? பின்னாலே நடக்கப்போறதை யார் கண்டா? இப்பவே முடிஞ்ச வரையிலே நம்ம குழந்தைக்கு நாம வரப் பத்திக்க வேண்டியதுதான்; மனுஷன் என்னமோ மொத்தத்திலே நல்லவன்...

தங்க: இருந்தாலும், அவர் தங்கை சமாசாரத்தைச் சொல்லாமே மறைச்சுது எனக்குப் புடிக்கவேயில்லை.

தீக்ஷிதர்: அது பிசகுதாம்மா, பிசகுதான்! ஆனால், அதுக்காக, கல்யாணத்தை மாத்திரம் நிறுத்திவிடாதேங்கோ. என்ன அபராதம் வேணுமோ சொல்லுங்கோ, நான் வாங்கித் தர்றேன்.

தங்க: நாங்க கல்யாணத்துக்கு வர்றபோது, நீங்கதான் எங்களையெல்லாம் கவனிச்சுக்கணும்.

தீக்ஷிதர்: நன்னாயிருக்கு; காத்திண்டிருக்கேன். என்னை உங்க மனுஷன்னு நினைச்சுக்குங்கோ, அவ்வளவுதானே? கிட்டி முட்டி விசாரிக்கப் போனால், ஏதாவது உறவு கிறவுன்னு கூட ஏற்பட்டுடும்; திருவிடை மருதூரிலே உங்க தங்கையைப் போஸ்ட் மாஸ்டர் பஞ்சாபகேசய்யருக்குக் கொடுத்திருக்கு இல்லையோ?

தங்க: ஆமாம்; அவருக்கு நீங்க சொந்தமா, என்ன?

தீக்ஷிதர்: அவருடைய தங்கை மாப்பிள்ளைக்கு நான் சாக்ஷாத் சித்தப்பா! கிட்ட வந்தாச்சு, பாத்தயளோல்யோ?

இந்தச் சந்தர்ப்பத்தில் குப்புசாமி காப்பி கொண்டுவந்துவிட்டபடியாலும், தங்கம்மாளும் ராஜாராமய்யரும் பட்டணம் போகக் கிளம்ப வேண்டியிருந்தபடியாலும், சம்பாஷணை இத்துடன் முடிந்தது. தீக்ஷிதர் சூடான காப்பியைச் சாப்பிட்டுவிட்டு, குளிர்ந்த மனத்துடன் கிளம்பிச் சென்றார்.

1.10

எடு அபராதம்!

சம்பு சாஸ்திரி விட்டு வாசலில் பந்தல்கால் முகூர்த்தம் ஆனதிலிருந்து ஊரில் கல்யாணக் களை ஏற்பட்டுவிட்டது. அக்கிரகாரத்தில் சரிபாதியை அடைத்துப் பந்தல் போட்டார்கள். வாழை மரங்களும், திரைச் சீலைகளும் கொண்டு வந்து கட்டினார்கள்.

ஊரில் உள்ள பசங்களுக்கெல்லாம் கல்யாணப் பந்தல்தான் நிரந்தர வாசஸ்தலமாயிற்று. அவர்கள் சதா பந்தல் கால்களைச் சுற்றிச் சுற்றி வந்துகொண்டும், குதித்துக் கொண்டும், கொம்மாளம் போட்டுக் கொண்டும் இருந்தார்கள். அந்தக் கடுங்கோடையில், அவர்கள் விளையாடுவதற்கு இவ்வளவு குளிர்ந்த இடம் வேறு எங்கே கிடைக்கும்?

சம்பு சாஸ்திரி எதிர்பார்த்தபடியே, ஊரிலுள்ளவர்கள் அந்தச் சமயத்தில் விட்டுக் கொடுக்காமல் அவருக்கு ஒத்தாசை செய்ய முன் வந்தார்கள். ஒவ்வொருவரும் ஒவ்வொரு காரியத்தை ஏற்றுக்கொண்டு செய்தார்கள். அவரவர்களும் தங்கள் சொந்தக் காரியத்தையும் கொஞ்சம் சேர்த்துப் பார்த்துக் கொண்டார்கள் என்று சொல்ல வேண்டியதில்லை. கல்யாணச் சாமான் ஜாப்தா போடும் போது சாமாவய்யர் பன்னிரண்டு சீட்டுக் கட்டுப் போட வேண்டுமென்று வற்புறுத்தி அப்படியே வரவழைத்துக் கொண்டார்.

சீனிவாசய்யர் ஒன்பது கட்டுச் சிவபுரி புகையிலை கட்டாயம் வேண்டும் என்று சொன்னார். ஷோக் சுந்தரமய்யர், சந்தனம், ஸெண்டு, ஊதுவத்தி வகையரா மட்டும் ஐம்பது ரூபாய்க்குத் திட்டம் போட்டார். இந்த மாதிரியே கல்யாணம் சிறப்பாக நடக்க வேண்டியதற்கு யோசனைகளை ஒவ்வொருவரும் சொன்னார்கள். உக்கிராணச் சாமான்கள் வாங்கிக்கொண்டு வரப்போன பஞ்சாப கேசய்யர், தம் வீட்டுக்கு ஒரு வருஷத்துக்கு வேண்டிய மளிகைச் சாமான்களையும் சேர்த்து வாங்கிக் கொண்டு வந்துவிட்டார் என்று ராமய்யா வாத்தியார் சத்தியம் பண்ணத் தயாராயிருந்தார்.

சமையலுக்குக் குண்டுக் கிருஷ்ணனை அமர்த்தி அவன் ஒன்பது ஆட்களுடன் வருவதற்கு ஏற்பாடு செய்தார்கள். உள்ளூர்க் கோவில் மேளக்காரனுடன், திருநாகேசுரம் தங்க நாயனத்துக்கும் அச்சாரம் கொடுக்கப்பட்டது. இரண்டு நாள் கதாகாலட்சேபத்துக்குச் சம்புசாஸ்திரியே ஏற்பாடு செய்துவிட்டார்.

கல்யாணத்துக்கு இரண்டு நாளைக்கு முன்பிருந்தே சமையற்காரர்கள் வந்து சமையல் செய்ய ஆரம்பித்து விட்டார்கள். அப்புறம் அக்கிரகாரத்தில் பாட்டியம்மாள்களையும் வியாதிக்காரர்களையும் தவிர, பாக்கி எல்லாருக்கும் கல்யாண வீட்டில்தான் சாப்பாடு.

பஜனை சம்பு சாஸ்திரி என்றால் சுற்று வட்டாரத்தில் வெகு தூரத்துக்குத் தெரிந்திருந்தது. அவருக்கு ஒரே பெண்; அந்தப் பெண்ணுக்குக் கல்யாணம் என்றதும், வைதிகர்கள் வந்து குவிய ஆரம்பித்து விட்டார்கள். எனவே, கல்யாணத்துக்கு முதல் நாள், பந்துக்களும், சிநேகிதர்களும், வைதிகர்களும், கதை கச்சேரி கேட்கலாமென்று வந்தவர்களும், கல்யாணச் சாப்பாட்டை உத்தேசித்தே வந்தவர்களுமாக, ஊர் ஜே ஜே என்று ஆகிவிட்டது.

கடைசியாக, சம்பந்திகளும் வந்து சேர்ந்தார்கள். ஆனால் எதிர்பார்த்ததுபோல் அவர்கள் அவ்வளவு பேர் இல்லை. ரயிலடிக்குப் பத்து வண்டிகள் அனுப்பியிருந்தும், ஆறு

வண்டிக்குத்தான் ஜனங்கள் வந்தார்கள். மாப்பிள்ளையை அழைப்பதற்குமுன், ஊரின் கீழ்க் கோடியிலிருந்த சிவன் கோவிலில் அவர்கள் சற்று நேரம் தங்க ஏற்பாடாகியிருந்தது. அங்கே ஊராரும் வரவழைக்கப்பட்டனர். சம்பந்திகளுக்கும் ஊராருக்கும் அங்கே பரிச்சயம் ஏற்பட்டது. பிறகு, 'ஜான்வாஸ' ஊர்வலம் ஆரம்பமாயிற்று. அதற்காக வந்திருந்த கோச் வண்டியில், மாப்பிள்ளை ஸ்ரீதரன் ஜம்மென்று உட்கார்ந்திருந்தான். விலையுயர்ந்த ட்வீட் துணியில் தைத்த கால்சட்டையும் மேல்சட்டையும், காலரும் நெக்டையும் தரித்து, கிராப் செய்த தலையை அழகாக வாரி விட்டுக் கொண்டு நெற்றியில் சின்னஞ்சிறு சாந்துப் பொட்டுடன் அவன் அலட்சியமாகக் கோச் வண்டியில் உட்கார்ந்திருந்ததைப் பார்த்த நெடுங்கரைவாசிகள், 'இந்தச் சம்பு சாஸ்திரி பெண்ணுக்கு இப்படிப்பட்ட மாப்பிள்ளையா!' என்று மனத்திற்குள் அசூயைப் பட்டார்கள். ஆனால் வெளியில் "மாப்பிள்ளை அவ்வளவு ஆசாரமாயிருக்கமாட்டான் போலே இருக்கு. போகப் போகத் தெரியணும்!" என்றும், "தலையை ஏன் இப்படி விகாரம் பண்ணிண்டிருக்கான்? அழகாகக் கட்டுக் குடுமி வச்சிண்டிருக்கப் படாதோ?" என்றும், "சம்பு சாஸ்திரியின் கர்நாடகத்துக்கும் இந்தப் பிள்ளையின் டவுன் நாகரிகத்துக்கும் எங்கே சரிப்பட்டு வரப்போகிறது?" என்றும் பலவாறு பேசிக்கொண்டார்கள்.

ஊர்வலம் முடிந்ததும் சாப்பிடக் கூப்பிடுவதை எதிர் பார்த்து எல்லாரும் திண்ணையிலும் பந்தலிலுமாக உட்கார்ந்திருந்தார்கள். "இலை அப்போதே போட்டாச்சே; ஏன் தாமசம்?" என்று ஒரு கேள்வி எழுந்தது. "சம்பந்திகளைக் கூப்பிடப் போயிருக்கிறார்கள். அவர்கள் இன்னும் வரவில்லை" என்று ஒருவர் சொன்னார். அப்புறம் கொஞ்ச நேரம் 'கசு முசு' 'கசு முசு' என்று காதோடு காதாகப் பேசிக் கொண்டிருந்தார்கள். "மாப்பிள்ளைப் பிள்ளையாண்டானுக்குப் பெண் பிடிக்கவில்லையாம். கல்யாணம் வேண்டாம். ஊருக்குப் போகணும்கிறானாம்" என்று ஒரு வதந்தி பரவிற்று. "அவன் இன்னும் பெண்ணையே பார்க்கவில்லையே?" என்று சிலர் கேட்டார்கள். "பெண்ணின் அப்பாவைப் பார்த்ததுமே

பையனுக்குப் போரும்னு ஆயிட்டதாம்!" என்று ஒரு ஹாஸ்யப் பிரியர் சொன்னார். "*சீச்சீ!* அதெல்லாம் இல்லேடா! ஊர்கோலத்துக்கு மோட்டார் வைக்கலேன்னுதான் பையனுக்குக் கோபமாம். சுத்த கர்நாடகமா, கோச் வண்டியில் உட்கார்ந்து ஊர்கோலம் வந்தது அவனுக்குப் பிடிக்கலையாம்!" என்றார் இன்னொருவர்.

இப்படி எல்லாரும் தலைக்கு ஒரு விதமாகப் பேசிக் கொண்டிருக்கையில் தீக்ஷிதர் அவசர அவசரமாகச் சம்பு சாஸ்திரி வீட்டுக்கு வந்து அவரைச் சம்பந்திகளின் ஜாகைக்கு அழைத்துக்கொண்டு போனார்.

சம்பந்தி - ஜாகையில் கூடத்திலே ராஜாராமய்யர் ஒரு நாற்காலியில் உட்கார்ந்திருந்தார். தங்கம்மாள் பக்கத்தில் நின்றாள். சாஸ்திரியைக் கண்டதும், தங்கம்மாள் பக்கத்தில் நின்றவர்களை, "நீங்கள்ளாம் போங்கோ!" என்று அதட்டவே, எல்லாரும் விலகிப் போனார்கள்.

"என்னங்கணும், இப்படிப் பெரிய கல்லாத் தூக்கிப் போட்டுட்டீரே!" என்றாள் தங்கம்மாள்.

இந்தப் பேச்சு, சாஸ்திரியின் தலையில் பெரிய கல்லைப் போலவே விழுந்தது. அவர் பிரமித்துப் போய், "என்ன? என்ன?" என்று கேட்டார்.

"என்னவா? உம்ம தங்கை சமாசாரத்தை எங்ககிட்டச் சொல்லாமயே இருந்துட்டீரே? இவாளுக்கு எங்கேடா தெரியப்போறது, ஏமாத்தி விடலாம்னுதானே இருந்தேள்?" என்றாள்.

சாஸ்திரிக்கு ஒருவாறு இது ஆறுதல் அளித்தது. அதே சமயத்தில் துயரமும் பொங்கிக் கொண்டு வந்தது.

"அம்மா! இந்தக் கல்யாண சமயத்திலே அவள் பேச்சை ஏன் எடுக்கறயள்! அவளுக்கு நான் ஸ்நானம் பண்ணி எத்தனையோ வருஷம் ஆச்சே! அவளுக்கும் எனக்கும் யாதொரு சம்பந்தமுமில்லையே!" என்றார். அவருடைய கண்களிலிருந்து அப்போது கண்ணீர் பெருகி வழிந்தது.

"இருந்தாலும், இப்படிக் குடும்பத்திலே ஒரு குத்தம் இருக்குன்னு எங்களுக்குச் சொல்லியிருக்க வேண்டாமோ? இப்படிப்பட்ட இடத்திலே வந்து சம்பந்தம் பண்ணிக்கணும்னு எங்களுக்கு என்னஙகணும் வந்திருக்கு?...ஏன்னா! நீங்க பாட்டுக்குப் பேசாமலிருக்கயளே?" என்று தங்கம்மாள் ராஜாராமய்யரைப் பார்த்துக் கேட்டாள்.

"என்னை என்னத்தைச் சொல்லச் சொல்றே? விஷயந்தான் தெரிஞ்சிருக்கே. உனக்கு ஒரு காரணத்தினாலே பிடிக்கலை. பையனுக்கு இன்னொரு காரணத்தினாலே பிடிக்கலை. அப்புறம் என்ன கல்யாணம் வேண்டியிருக்கு? அவர் கிட்டச் சொல்லிவிட்டு, பேசாமே கிளம்பிப் போக வேண்டியதுதான்" என்றார் ராஜாராமய்யர்.

சம்பு சாஸ்திரிக்கு இடி விழுந்தது போல் இருந்தது. "ஐயர்வாள்! என்ன இப்படிச் சொல்றயளே! எனக்கு ஒண்ணும் புரியலையே?" என்றார்.

இப்போது தீக்ஷிதர் குறுக்கிட்டு, "ஆமாங்கணும்; உமக்கு ஒண்ணும் புரியாது. அப்பவே, நான் ஊர்க்கோலத்துக்கு மோட்டார் கார் வரவழையும்னு சொன்னேனோ, இல்லையோ? மாப்பிள்ளைப் பையனுக்கு அதுதான் கோபமாம்!" என்றார்.

"அவன் ஏற்கனவே பட்டிக்காட்டுப் பெண் வேண்டாம்னு சொல்லிண்டிருந்தான். அதுக்குத் தகுந்தாப்பலே, இந்த ஊரானா, மகா பட்டிக்காடாக இருக்கு. நீரானா, ஓர் ஓட்டைக் கோச்

வண்டியைக் கொண்டு வந்து ஊர்கோலத்துக்கு நிறுத்தியிருக்கீர்" என்றாள் தங்கம்மாள்.

"இந்தச் சின்னக் காரியத்துக்காகக் கோவிச்சுக்கலாமா? மோட்டார் காருக்குத்தான் சொல்லியனுப்பிச்சேன்; சமயத்திலே கிடைக்கலை; நாலாம் நாள் ஊர்கோலத்துக்கு எப்படியாவது மோட்டார் வண்டி கொண்டு வந்துடறேன்..."

"நாலாம் நாள் ஊர்கோலத்துக்கு நீர் என்னஙகணும் ஏற்பாடு செய்யறது? அது அவாளைச் சேர்ந்ததுன்ன?" என்றார் தீக்ஷிதர்.

"இனிமேல் எல்லாம் அவாளைச் சேர்ந்ததுதான். எனக்கு மனுஷ்யாள் கிடையாது. அவாள்தான் எல்லாத்தையும் எடுத்துப் போட்டுண்டு செய்யணும்."

"அதுக்கென்ன, பேஷாய்ச் செய்யறேன். நாளைக்குத் தாலி கழுத்திலே ஏறிடுத்துன்னா, அப்புறம் நீங்க வேறே, நாங்க வேறேயில்லை. அதுவரையிலே தனித் தனிதானே? என்ன இருந்தாலும், நீர் உம்ம தங்கை சமாசாரத்தை மறைச்சு வச்சதுக்கு இப்ப ஒரு வழி பண்ணித்தான் ஆகணும்" என்றால் தங்கம்மாள்.

"அப்படி ஒண்ணும் நான் வேணும்னு மறைச்சு வைக்கலை, அம்மா! சந்தர்ப்பம் ஏற்படலை, சொல்லலை; அவ்வளவுதான். இப்ப நீங்க என்ன சொல்றயளோ, அந்தப்படி கேக்கறேன்" என்றார் சாஸ்திரி.

"அப்படின்னா, நான் முதல்லே கேட்டபடி ரூபாயைக் கொடுத்துடும். முழுசா, ஐயாயிரம் ரூபாயாயிருக்கட்டும். பாக்கி ஆயிரம் ரூபாயையும் இப்பவே அனுப்பிச்சுடும். நான் போய், பிள்ளையாண்டானை அப்பா ஐயான்னு கெஞ்சி, தாவாக் கட்டையைப் பிடிச்சுச் சமாதான் பண்ணியாகணும்" என்றாள் தங்கம்மாள்.

சாஸ்திரி மனதுக்குள், 'அடாடா! இது என்ன பணத்தாசை! அதுவும் இந்த மாதிரி சந்தர்ப்பத்திலா?' என்று எண்ணிக்கொண்டார். ஆனால், வெளிப்படையாக, "அதற்கு என்ன, அம்மா! அப்படியே செய்துவிட்டால் போகிறது! இதோ ஆயிரம் ரூபாயும் அனுப்பிவிடுகிறேன். அதற்காகக் காரியம் தவக்கமாக வேண்டாம். ஊரார் எல்லாரும் சாப்பிடக் காத்துண்டிருக்கா. உங்க மனுஷ்யாளையும் உடனே வரச் சொல்லுங்கோ!" என்று சொல்லிவிட்டுப் போனார்.

1.11

'எனை மணந்த மணவாளன்'

பிறகு கல்யாணம் எவ்விதமான தங்கு தடையாவது, சண்டை சச்சரவாவது இல்லாமல் நடந்தேறியது. சம்பந்திகள் எள்ளு என்று கேட்பதற்குமுன் எண்ணெயாகவே கொடுத்துவிடும்படி சம்பு சாஸ்திரியின் உத்தரவு. ஆகவே, அவர்களுக்கு எவ்வித மனக் குறையும் ஏற்படவில்லை. உண்மையில், இந்தக் கல்யாணத்தில் ஆன வீண் செலவுகளைப் பற்றிச் சம்பந்தியம்மாளே புகார் சொல்லும்படியிருந்தது. "அடாடா! இது என்ன ஊதாரித்தனம்! இப்படியா பணத்தை வாரி இறைப்பார்கள்? நாங்கள் சம்பந்திகள் வந்திருப்பது முப்பது பேர். இங்கே சாப்பாடு நடக்கிறது ஐநூறு பேருக்கு. வருகிறவாள், போகிறவாள் எல்லாரும் இப்படியா வாரிக் கொட்டிக்கொண்டு போகவேண்டும்?" என்று தங்கம்மாள் வயிறு எரிந்தாள். இப்படிச் செலவாகிற பணமெல்லாம் மாட்டுப் பெண் மூலமாகத் தன் பிள்ளைக்கு வந்து சேரவேண்டிய பணம் என்ற ஞாபகமானது அந்த வயிற்றெரிச்சலை அதிகமாக்கியது.

கல்யாணம் அமர்க்களமாகத்தான் நடந்தது. இந்தக் கல்யாணத்தில் எப்போது பார்த்தாலும் அண்டா நிறையக் காப்பி தயாராயிருந்ததையும், நினைத்தவர்கள் நினைத்த போது காப்பி சாப்பிட்டுக் கொண்டிருந்ததையும் பற்றி அந்தப் பிரதேசத்தில் வெகு

நாளைக்குச் சொல்லிக் கொண்டிருந்தார்கள். அக்கிரகாரத்தில் முக்கால்வாசி வீடுகளில் ஆறு மாதத்துக்குக் காப்பிக்கு வேண்டிய சர்க்கரை கல்கண்டு இந்தக் கல்யாணத்தில் சேர்ந்துவிட்டது. குடியானத் தெரு ஜனங்களுக்கும் இந்தக் கல்யாணத்தில் குதூகலந்தான். நாலு நாளும் இராத்திரியில் குடி படைகளுக்குச் சாப்பாடு போட்டுவிட வேண்டுமென்று சாஸ்திரி உத்தரவிட்டிருந்தார். இந்தக் கல்யாணச் சாப்பாட்டை உத்தேசித்து குடியானத் தெருவில் சில வீடுகளுக்கு வெளி ஊர்களிலிருந்து உறவு முறையார் கூட வந்திருந்தார்கள். குடிபடைகளுக்குச் சாப்பாடு போட்டு வெற்றிலை பாக்கு வாங்கிக் கொடுப்பதில் புகாருக்கு இடமில்லாமல் முன்னின்று நடத்தி வைக்கும் பொறுப்பு நல்லானுக்கு ஏற்பட்டது. அவன் இது விஷயத்தில் கொஞ்சமும் பின்வாங்கவில்லை. சாதாரணமாய், சாஸ்திரியாரின் க்ஷேம லாபத்தில் அவன் ரொம்ப அக்கறையுள்ளவனாயிருந்தும், இந்தச் சமயத்தில், 'எங்கெங்கிருந்தோ முன் பின் தெரியாத ஐயமாரெல்லாம் வந்து சாப்பிட்டுட்டுப் போறாங்களே? வருஷமெல்லாம் உழைக்கும் குடியான ஜனங்களும்தான் சாப்பிடட்டுமே! இவங்களுக்கு எஜமானிடம் நன்றி விசுவாசமாவது இருக்கும்' என்று அவன் எண்ணி, மிகவும் தாராளமாகவே வந்தவர்களுக்கெல்லாம் வாரி விட்டுக்கொண்டிருந்தான்.

இந்த மாதிரியெல்லாம் செலவாவதைப் பற்றிச் சம்பந்தியம்மாளைக் காட்டிலும் பத்து மடங்கு வயிறெரிந்து கொண்டிருந்தார்கள், மங்களமும் அவள் தாயாரும். ஆனால், இந்தக் களேபரத்தில் அவர்களால் ஒன்றும் குறுக்கிட்டுச் சொல்ல முடியவில்லை. சொன்னாலும் தங்கள் பேச்சு ஏறாதென்று அவர்களுக்குத் தெரிந்திருந்தது. ஆகவே, தாயாரும் பெண்ணும் கூடிக் கூடிப் பேசிக்கொள்வதுடன் திருப்தி அடைய வேண்டியதாயிற்று. அவர்களுடன் சிலசமயம் மங்களத்தின் தம்பி செவிட்டு வைத்தியும் சேர்ந்து கொண்டான். பாவம்! செவிட்டு வைத்திக்கு, சாவித்திரியைத் தனக்குக் கல்யாணம் செய்து கொடுப்பார்கள் என்ற ஓர் ஆசை மனத்திற்குள் இருந்துகொண்டிருந்தது. அது இப்போது நிராசையாய்ப் போயிற்று.

ஊரில் சிலர் அவனை இது சம்பந்தமாகப் பரிகாசமும் செய்தார்கள். ஆகவே, ஏக்கமும் பொறாமையும் முகத்தில் பொங்கி வழிய அவன் கல்யாண வீட்டில் உள்ளுக்கும் வாசலுக்கும் போய் வந்து கொண்டிருந்தான். அடிக்கடி மங்களம் இருக்குமிடத்துக்குப் போய், "அக்கா! கல்யாண தட்சிணை ஆளுக்கு ஒரு ரூபாயாம்!" என்றும், "ராத்திரி முந்நூறு தேங்காய் கிடந்தது; இப்போ ஒண்ணு கூட இல்லை" என்றும், இந்த மாதிரி ஏதாவது சொல்லிக்கொண்டிருந்தான்.

இப்படியாக அந்தக் கல்யாணத்தை மிகவும் சந்தோஷமாயும் குதூகலத்துடனும் அநுபவித்தவர்கள் பலர்; மனத்துக்குள் எரிந்துகொண்டு வெளியில் காட்டிக்கொள்ளாதிருந்தவர்கள் சிலர். அவர்களுள் எல்லாம் அளவிலாத ஆனந்தத்தில் மூழ்கிச் சொர்க்க வாழ்வையே அடைந்துவிட்டதாக எண்ணிய ஒரு ஜீவனும், சொல்ல முடியாத சோக சாகரத்தில் மூழ்கித் தத்தளித்துக் கொண்டிருந்த ஓர் ஆத்மாவும் இருந்தார்கள். அவர்கள் மணப்பெண்ணாகிய சாவித்திரியும் மணமகனாகிய ஸ்ரீதரனுந்தான்.

"பிள்ளையாண்டானுடைய மோவாய்க் கட்டையைப் பிடித்து அப்பா, ஐயா என்று கெஞ்சியாக வேண்டும்" என்று சம்பந்தியம்மாள் சம்பு சாஸ்திரியிடம் சொன்ன போது உண்மையையே சொன்னாள். ஆனால் அவள் சொன்ன காரணம் மட்டும் சரியல்ல. தங்கம்மாள் சென்னைப் பட்டணத்துக்குப் போய் வழக்கம்போல் தன்னுடைய சக்தி முழுவதையும் பிரயோகித்தாள். மூன்று மணி நேரம், வாக்குவாதம், கோபதாபம், அழுகை புழுகை எல்லாம் ஆனபிறகு கடைசியாக அவள், "இப்பொழுது ஒண்ணும் முழுகிப் போகவில்லை. எல்லாருமாகக் கிளம்பிக் கல்யாணத்துக்குப் போவோம். நீயே பொண்ணைப் பாரு. பொண்ணைப் பார்க்காமயா தாலி கட்டப் போறே? பார்த்த பிறகு உனக்குப் பிடிக்காட்டா, என்கிட்டே சொல்லு. நான் எப்படியாவது கல்யாணத்தை நிறுத்திடறேன். எல்லாருமாத் திரும்பி வந்துடலாம்" என்று சொன்னாள். "அது நன்னாயிருக்குமா?" என்று ஸ்ரீதரன் கேட்டதற்கு, "ஏன் நன்னாயிருக்காது? இப்போது பணம்

அட்வான்ஸ் வாங்கிண்ட அப்புறம் ஒரு காரணமும் இல்லாமல் வாண்டான்னாத்தான் அவமானம். அப்போ உனக்குப் பொண் பிடிக்கலைன்னா ஏதாவது நான் சாக்குச் சொல்லிவிட்டுக் கிளம்பி விடறேன். உனக்கென்ன அதைப்பத்தி?" என்றாள். இதன்மேல், ஸ்ரீதரன் வேண்டா வெறுப்பாகச் சம்மதித்தான். சம்பு சாஸ்திரியின் பெரிய மனுஷத்தன்மையைப் பற்றியும் சாவித்திரியின் அழகைப் பற்றியும் அவள் வர்ணித்ததும் ஒருவாறு அவன் மனத்தை இளகச் செய்திருந்தன.

இப்போது நெடுங்கரைக்கு வந்து அந்தப் பட்டிக்காட்டையும் 'ஜான்வாஸ' ஊர்வலத்தின் அழகையும் பார்த்த பிறகு அவன் மனம் சோர்ந்துவிட்டது. அவனுக்கு மாமனாராக வரவிருந்த சம்பு சாஸ்திரி இன்னாரென்று தெரிந்ததும் அவனுக்குப் பஞ்சப் பிராணனும் போய்விட்டது. கோவிலில் வைத்து உபசாரங்கள் நடந்த போதெல்லாம், சம்பு சாஸ்திரி குறுக்கே நெடுக்கே போய்க் கொண்டிருந்ததைப் பார்த்து, அவர் அந்தக் கோவிலின் குருக்கள் என்று அவன் எண்ணினான். அப்புறம், அவர்தான் சம்பு சாஸ்திரி என்று தெரிந்தபோது, "ஐயோ!" என்று அசந்து போனான். 'இந்தக் கட்டுப்பெட்டிப் பிராமணனா எனக்கு மாமனார்? இவருடைய பெண்ணும் இப்படித்தானே இருக்கும்?' என்று எண்ணியபோது அவனுக்குச் சொரேல் என்றது. தன் சிநேகிதன் நாணா சொன்னதெல்லாம் நிஜந்தான், பரிகாசமல்ல என்று அவனுக்கு நிச்சயம் ஏற்பட்டது. இந்தக் கண்ணராவியையெல்லாம் பார்க்க நாணா கல்யாணத்துக்கு வராமல் போனதே நல்லது என்றும் நினைத்தான்.

ஊர்வலம் முடிந்து, சம்பந்திகளுக்காக ஏற்பட்டிருந்த ஜாகைக்குப் போனதும், அம்மாவைத் தனியாக அழைத்து அழமாட்டாத குரலில், "என்னால் முடியாது; இந்தக் கல்யாணம் எனக்கு வேண்டாம். இப்போதே நான் ஓடிப் போறேன்" என்றான்.

இவர்களுக்குள் வாக்குவாதம் நடந்து கொண்டிருந்தபோதுதான் தீக்ஷிதர் சம்பு சாஸ்திரியை அழைத்துக் கொண்டு வந்து சேர்ந்தார்.

தங்கம்மாள் சாஸ்திரியுடன் பேரம் பேசி, அவர் அதிகப் பணம் கொடுக்கச் சம்மதித்துவிட்டுப் போனதும், மறுபடியும் தன் மகனிடம் வந்தாள். "அப்பா! குழந்தை! நீயுந்தான் இப்படிச் சொல்றேன்னு, நான் அந்தப் பிராமணன் கிட்டே ஏதாவது சாக்குக் காட்டிக் கல்யாணத்தை நிறுத்திவிடலாம்னு பார்த்தேன். அது முடியலையேடாப்பா! இன்னொரு ஆயிரம் ரூபாய் அதிகம் கொடுக்கணும்னேன். உடனே சரீன்னுட்டார். என்ன பண்றதுடாப்பா, குழந்தை! கல்யாணத்தை நடத்தித்தான் ஆகணும்!" என்றாள்.

சம்பு சாஸ்திரியின் தாராள சுபாவத்தை அறிந்ததும், உண்மையிலேயே தங்கம்மாளுக்கு இந்தக் கல்யாணத்தை எப்படியாவது நடத்திவிட வேண்டுமென்று உறுதி ஏற்பட்டிருந்தது.

ஸ்ரீதரனோ அத்தனைக்கத்தனை ஆத்திரம் அடைந்தான். "நீ நாசமாய்ப் போக! பணம், பணம், பணம் என்று அடித்துக்கொள்கிறாயே? பணம் உன்னோடு சுடுகாட்டுக்கு வரப்போறதா?" என்றான்.

இதுதான் சமயமென்று தங்கம்மாள் தன் கைவரிசையை ஆரம்பித்துவிட்டாள். "ஆமாண்டாப்பா! என்னை இந்த ஊரிலேயே சுடுகாட்டிலே வச்சுட்டுப் போயிடு. நான் இதோ கிணத்துலே விழுந்து செத்துப் போறேன். இந்த அவமானத்தோடே என்னாலே ஊருக்குத் திரும்பிப் போக முடியாது" என்று சொல்லி அழத் தொடங்கினாள். இந்த மாதிரி சோக நாடகமெல்லாம் கொஞ்ச நேரம் நடந்த பிறகு, கடைசியில் தங்கம்மாள், 'நான் சொல்றதைக் கேள்டா, குழந்தை! நீ இப்போ மாத்திரம் என் மானத்தைக் காப்பாத்திடு, அப்புறம் உனக்கு வேணும்னா, ஆம்படையாளை அழைச்சு வைச்சுக்கோ! இல்லாட்டா, வேண்டாம். அவ எனக்கு மாட்டுப் பொண்ணா இருந்துட்டுப் போகட்டும்" என்றாள். ஸ்ரீதரன், "அப்படின்னா, நீயே நாளைக்கு எனக்குப் பதிலாகத் தாலி கட்டிவிடு" என்றான்.

ஆனால், மறுநாள் ஸ்ரீதரன் தான் பெரியோர்களால் நிச்சயிக்கப்பட்ட சுபலக்னத்தில் சாவித்திரிக்குத் தாலி கட்டினான். அதற்கு ஒரு மணி நேரத்துக்கு முன்பு முதன் முதலாக, கல்யாணப் பந்தலில் மாலை மாற்றும் சந்தர்ப்பத்தில், ஸ்ரீதரன் சாவித்திரியைப் பார்த்தான். சாவித்திரி அப்போது குனிந்த தலை நிமிராமல் இருந்தாள். கிராமாந்தர வழக்கப்படி, அவளுக்குப் பதினெட்டு முழப் புடவை உடுத்தி, தலையில் பழைய காலத்து நகைகள் எல்லாம் அணிவித்து அலங்காரம் செய்திருந்தார்கள். அதைப் பார்த்த ஸ்ரீதரன், "கர்நாடகம் என்றால் படு கர்நாடகம்" என்று தீர்மானித்துக் கொண்டான். பிறகு, திருமாங்கல்ய தாரணத்துக்கு முன்பு மணமகனும் மணமகளும் மந்திரோச்சாடனத்துடன் ஒருவர் முகத்தை ஒருவர் பார்க்கும் கட்டம் வந்தது. இருவரையும் எதிர் எதிரே உட்காரவைத்து ஒரு பட்டுத் துணியைப் போட்டு மூடினார்கள். மந்திரம் பண்ணிவைத்த சாஸ்திரிகள் "முகத்தைப் பார்த்தாயா?" என்று கேட்டார். ஆம்; ஸ்ரீதரன் சாவித்திரியின் முகத்தைப் பார்த்தான். முதலில் அவளுடைய கண்கள் தான் தெரிந்தன. அந்தக் கண்களின் பார்வையில் இருந்த ஒருவிதப் பரிதாபம் அவன் இருதயத்தை ஒரு கண நேரம் என்னமோ செய்தது. அப்புறம், முகம் தெரிந்தது. வெகு நேரம் ஹோம குண்டத்துக்கு எதிரில் இருந்து சாவித்திரியின் முகம் புகையுண்டிருந்தது. போதாததற்குக் கண்களை அடிக்கடி கசக்கியதனால் கண்ணில் இட்டிருந்த மை கன்னமெல்லாம் வழிந்திருந்தது. மூக்கிலே புல்லாக்குத் தொங்கிற்று. இந்த நிலையிலிருந்த சாவித்திரியின் முகத்தைப் பார்த்ததும், ஸ்ரீதரன், 'இவ்வளவு அவலட்சணமான முகம் இந்த உலகத்திலேயே இருக்க முடியாது' என்று தீர்மானித்து விட்டான்.

அப்புறம் அந்தக் கல்யாணத்தின்போது, சாவித்திரியின் முகத்தை இன்னொரு தடவை பார்க்க ஸ்ரீதரன் முயற்சி செய்யவில்லை. 'ஏதோ தலைவிதியினால் இந்தப் பந்தம் ஏற்பட்டுவிட்டது; ஆனால் இப்போது தாலி கட்டுவதுடன் சரி, அப்புறம் எனக்கும் இவளுக்கும் யாதொரு சம்பந்தமும் கிடையாது' என்று அடிக்கடி அவன் மனத்தில் உறுதி செய்து கொண்டான்.

அந்தப் பெண்ணிடம் அவனுக்கு லவலேசமும் இரக்கம் உண்டாகவில்லை. 'இவள் ஏன் பிறந்தாள்? இவள் பிறந்ததனால் தானே நாம் இந்தச் சங்கடத்தில் அகப்பட்டுக்கொள்ள நேர்ந்தது?' என்று எண்ணி என்னி அவன் ஆத்திரப் பட்டான்.

சாவித்திரியின் மனோ நிலையோ இதற்கு நேர் மாறாக இருந்தது. கல்யாணம் நிச்சயமானதிலிருந்து அவள், 'ஸ்ரீதரன், ஸ்ரீதரன்' என்று மனத்திற்குள் ஜபம் செய்து கொண்டிருந்தாள். காகிதத்தையும் பென்ஸிலையும் எடுத்துக் கொண்டு போய்த் தனியான இடத்தில் உட்கார்ந்து கொண்டு, "ஸ்ரீதரன், பி.ஏ." "ஸ்ரீதரய்யர், பி.ஏ." "மகா-ІΠ-ІΠ-ஸ்ரீ ஸ்ரீதரய்யர் அவர்கள்" என்றெல்லாம் எழுதி எழுதிப் பார்ப்பாள். கல்யாணத் தேதி நெருங்க நெருங்க, ஸ்ரீதரனைப் பார்க்கவேண்டுமென்னும் அவளுடைய ஆவலும் அதிகமாகிக் கொண்டிருந்தது.

கல்யாணத்துக்கு முதல் நாளிரவு அவளுடைய ஆவல் உச்ச நிலையை அடைந்திருந்த சமயத்தில், 'கசு முசு' என்று பலரும் இரகசியம் பேசிக்கொண்டதை அவள் கவனித்தாள். வம்புக்கார ஸ்திரீகள் இரண்டொருவர் அவளிடம் வந்து, "அடியே! சாவித்திரி! 'பொண்ணு பிடிக்கலை, கல்யாணம் வேண்டாங்'கறானாம் உன் ஆம்படையான்!" என்று சொன்னார்கள். இது சாவித்திரி காதில் நாராசமாக விழுந்தது. ஆனாலும் அதை அவள் நம்பவில்லை. சம்பு சாஸ்திரி திரும்பி வந்ததும், "என்ன அப்பா எல்லோரும் கூடிக் கூடிப் பேசிக்கிறாளே," என்று கேட்டாள். "உனக்கு ஒன்றுமில்லை, அம்மா! கல்யாணம்னா அப்படித்தான் இருக்கும். சம்பந்திகள் அது பண்ணலை, இது போறலை என்று சொல்லிக் கொண்டிருப்பா, நாலு பேர் நாலு வம்பு வளப்பா! அதையெல்லாம் நீ காதிலேயே போட்டுக்கப்படாது, அம்மா!" என்றார். சாவித்திரிக்கு இதனால் சமாதானம் உண்டாயிற்று.

மறுநாள் சாவித்திரி, முதன் முதலாக ஸ்ரீதரனைப் பார்த்தபோது, அவள் உடல் முழுதும் மகிழ்ச்சியினால் ஒரு குலுங்குக் குலுங்கிற்று. அவள் எதிர்பார்த்துக் கொண்டிருந்தபடி ஸ்ரீதரன் உச்சிக்

குடுமியுடன் இராமல், நாகரிகமாகக் கிராப் வைத்துக் கொண்டிருப்பதையும், சிவந்த மேனியுடன் சுந்தர புருஷனாய் விளங்குவதையும் கண்டதும், கர்வத்தினால் அவளுடைய உடல் பூரித்தது. திருமாங்கல்ய தாரணத்துக்கு முன்னால், பட்டுத் துணியினால் மறைக்கப்பட்ட சமயம், ஸ்ரீதரனுடைய முகத்தைப் பார்த்தபோது, அவளுக்கு மயிர்க் கூச்சம் எடுத்து, கண்களில் ஜலம் வந்துவிட்டது.

அப்புறம் அவனுடைய அழகிய முகத்தை மறுபடி பார்க்க வேண்டுமென்று அடிக்கடி அவளுக்கு ஆவல் உண்டாயிற்று. சில தடவைகளில் ரொம்பவும் துணிச்சலுடன் நிமிர்ந்து பார்ப்பாள். அப்போதெல்லாம் அவன் தன்னைப் பாராமல் குனிந்து கொண்டிருப்பதையோ அல்லது வேறு பக்கம் நோக்கிக் கொண்டிருப்பதையோ பார்த்ததும் அவளுக்கு அவமானமாய்ப் போய்விடும். 'அவர் எவ்வளவு அடக்கமாக இருக்கிறார்? நமக்கு எவ்வளவு துணிச்சல்' என்றெண்ணித் தன் ஆவலை அடக்கிக் கொண்டாள்.

கல்யாணம் நாலு நாளும் சாவித்திரி இந்த உலகத்திலேயே இருக்கவில்லை. துயரம் என்பதே இல்லாத ஆனந்த கற்பனாலோகத்தில் வசித்து வந்தாள்.

'கோடையிலே யிளைப்பாற்றிக் கொள்ளும்வகை கிடைத்த
        குளிர்தருவே தருநிழலே நிழல்கனிந்த கனியே
ஓடையிலே யூறுகின்ற தீஞ்சுவைத் தண்ணீரே
        உகந்ததண்ணீ ரிடைமலர்ந்த சுகந்தமண மலரே
மேடையிலே வீசுகின்ற மெல்லியபூங் காற்றே
        மென்காற்றில் விளைசுகமே சுகத்திலுறும் பயனே
ஆடையிலே யெனைமணந்த மணவாளா!......'

என்று அவளுடைய குழந்தை உள்ளம் ஓயாமல் பாடிக் கொண்டேயிருந்தது. தனக்குப் புருஷனாக வாய்த்தவர் சாதாரண மனுஷர் அல்ல, தன்னுடைய தகப்பனார் பூஜை செய்யும்

ஸ்வாமிதான் தன்னைச் சிறு தாயாரின் கொடுமையிலிருந்து மீட்பதற்காக இப்படி மனுஷ ரூபத்தில் வந்திருக்கிறார் என்று எண்ணினாள்.

தன்னுடைய துயரங்கள் எல்லாம் தீர்ந்துவிட்டனவென்றும், இனிமேல் தன் வாழ்க்கையில் சந்தோஷத்தைத் தவிர துக்கம் என்பதே கிடையாதென்றும் அவள் நினைத்து நினைத்து மனம் பூரித்தாள். வாழ்க்கையில் தன்னுடைய கஷ்டங்களெல்லாம் உண்மையில் அப்போதுதான் ஆரம்பமாகின்றன என்பது அந்தப் பேதைப் பெண்ணுக்கு எப்படித் தெரியும்?

கடவுளின் கருணை அற்புதமானது; அனந்தமானது. மனுஷ்யர்களுக்கு அவர்களுடைய வருங்காலத்தை அறியும் சக்தி இல்லாமல் பகவான் செய்திருக்கிறார் அல்லவா? இந்த ஒன்றிலேயே இறைவனுடைய கருணைத் திறத்தை நாம் நன்கு அறிகிறோம். வருங்காலத்தில் நிகழப்போவதெல்லாம் மட்டும் மனுஷனுக்குத் தெரிந்திருந்தால், அவன் ஒரு கணமாவது உண்மையான மகிழ்ச்சி அநுபவிக்க முடியுமா?

இரண்டாம் பாகம்

மழை

2.1

வெள்ளம்

'மாரிதான் சிலரை வரைந்து பெய்யுமோ?

காற்றுஞ் சிலரை நீக்கி வீசுமோ?' – கபிலர்

சாவித்திரிக்கும் ஸ்ரீதரனுக்கும் கல்யாணம் நடந்த வருஷத்தில், அந்தப் பிரதேசத்தில் வெகு நாள் வரையில் மழை பெய்யவில்லை.

புரட்டாசிக் காய்ச்சல் அந்த வருஷத்தைப் போல் கொடுமையாக எப்போதும் இருந்ததில்லையென்று ஜனங்கள் சொன்னார்கள். ஐப்பசி பிறந்து பத்துத் தேதி ஆயிற்று. அப்படியும் மழை இருக்கிற இடமே தெரியவில்லை.

குடமுருட்டியிலும் ஜலம் குறைந்துவிட்டபடியால், தண்ணீர் மடைச் சண்டைகள் அதிகமாயின.

"சாமி! இந்த மாதிரி இன்னும் நாலு நாள் காய்ஞ்சால் இந்த வருஷம் பஞ்சந்தான். இப்பவே, விளைச்சல் ஒண்ணுக்குப் பாதிதான் எதிர்பார்க்கலாம்" என்றான் நல்லான்.

"இப்படியே இருந்துவிடாதப்பா! பகவான் கிருபை பண்ணுவர். மழை சீக்கிரம் வரும்" என்றார் சம்பு சாஸ்திரியார்.

"மழை எங்கே வரப் போறதுங்க, இந்த ஐயமாரு பண்ணுகிற அக்கிரமத்திலே!" என்றான் நல்லான். ஊரில் அந்த வருஷம் மிராசுதார்களுக்கும், குடியானவர்களுக்கும் மனைக்கட்டுச் சண்டை ஏற்பட்டு, கோர்ட்டில் கேஸ் நடந்து கொண்டிருந்தது. இந்தக் கோபத்தைத்தான் நல்லான் அப்படி வெளியிட்டான்.

"அப்படிச் சொல்லாதே, நல்லான்! ஔவையார் என்ன சொல்லியிருக்கா? 'நல்லார் ஒருவர் உளரேல் அவர் பொருட்டு எல்லார்க்கும் பெய்யும் மழை' அந்த மாதிரி, நீதான் நல்லானாச்சே, உனக்காகத்தான் மழை பெய்யட்டுமே?"

நல்லான் சிரித்துவிட்டு, "என் பேர்தானுங்க நல்லான். உண்மையிலே நான் ரொம்பப் பொல்லாதவனுங்க. ஒரு வேளை, உங்க தர்ம குணத்துக்காக மழை பேஞ்சால்தான் பேஞ்சது. ஏங்க! மகா பாரதத்திலே விராட பர்வம் வாசிச்சா, மழை வரும் என்கிறார்களே!" என்றான்.

"ஆமாமப்பா, நல்லான்! நம் தேசத்துப் பெரியவர்கள் அப்படி நம்பிக்கை வைத்திருந்தார்கள். இந்த நாளில் அதையெல்லாம் யார் நம்புகிறார்கள்? இருந்தாலும், நான் கூட இன்னிக்கு ராத்திரி விராட பர்வம் வாசிக்கலாம்னு நினைச்சுண்டிருக்கேன்" என்றார் சாஸ்திரியார்.

சம்பு சாஸ்திரியார் அன்றிரவு விராட பர்வம் வாசித்ததனால் தானோ என்னவோ, நமக்குத்தெரியாது; மறுநாள் மாலை கீழ்த் திசையில் இருண்ட மேகங்கள் திரண்டு எழுந்தன. மத்தியானத்திலிருந்தே கம்மென்று மிகவும் இறுக்க மாயிருந்தது. "ஒரு வேளை மழை வந்தாலும் வரும்" என்று ஜனங்கள் பேசிக்கொண்டிருந்தார்கள். கிழக்கே மேகம் திரளுகிறது என்று அறிந்ததும் எல்லோரும் வீதியில் வந்து பார்க்க ஆரம்பித்தார்கள்.

அவர்கள் பார்த்துக் கொண்டிருக்கும் போதே, மேகங்கள் அதிவேகமாகப் பரவி நாலு திசைகளையும் மூடிக்கொண்டன. காது செவிடுபடும்படியாக இடி இடித்தது. மின்னல் ஒரு திசையின் அடிவாரத்தில் கிளம்பி, கண்ணைப் பறிக்கும் ஒளியுடன் வானத்தைக் குறுக்கே கடந்து சென்று, இன்னொரு திசையின் அடிவரையில் சென்று மறைந்தது.

பிறகு மழை பெய்யத் தொடங்கியது. மழை என்றால் எப்பேர்ப்பட்ட மழை! பிரளய காலத்து மழை என்று தான் சொல்ல வேண்டும். ஆரம்பத்தில் படபடவென்று பெரிய பெரிய மழைத்துளிகள் விழுந்தன. சில நிமிஷத்துக்கெல்லாம் வானத்துக்கும் பூமிக்கும் ஒரே தாரையாகிவிட்டது. பாபநாசம் சிவசமுத்திரம் முதலிய இடங்களில் மலையிலிருந்து அருவி விழுவதைப் பார்த்திருக்கிறீர்களா? அந்த மாதிரியாக, மேகமாகிய மலை முகட்டிலிருந்து ஒரு பெரிய - பிரம்மாண்டமான - கண்ணுக்கெட்டிய தூரம் பரவிய அருவி விழுவது போலவே தோன்றியது. அன்றிரவெல்லாம் இடைவிடாமல் அப்படிப் பெய்து கொண்டிருந்தது. தாலுகா கச்சேரியில் வைத்திருந்த மழை அளக்கும் கருவி, அன்று ராத்திரி எட்டங்குல மழை காட்டியதாகப் பிற்பாடு தெரிய வந்தது.

2.2

பஜனை

அக்கிரகாரத்தின் மேலண்டைப்புறத்தில், பெரிய தெருவையும் சின்னத் தெருவையும் சேர்க்கும் பாதை ஒன்று இருந்தது. அந்தப் பாதைக்கு மேற்கே விசாலமான படித்துறைக்குளம் காணப்பட்டது. குளத்தின் வட கரையில் பாதையை யொட்டி பஜனை மடம் இருந்தது.

இந்தப் பஜனை மடத்தில் அன்று இரவு ஏழு மணிக்கு ஜனங்கள் வந்து கூட ஆரம்பித்தார்கள். சங்கரநாராயண தீக்ஷிதர், சாமா ஐயர், ரமணி ஐயர், ராமய்யா வாத்தியார், முத்துசாமி ஐயர் எல்லாரும் வந்தார்கள். குழந்தைகளும், ஸ்திரீகளுங்கூடச் சிலர் வந்து சேர்ந்தார்கள்.

சங்கர தீக்ஷிதர் வந்ததும், கையில் ஓர் ஓட்டை விசிறியுடன் சம்பு சாஸ்திரியிடம் வந்து, "எங்கணும், சாஸ்திரி! ரொம்ப இறுக்கமாயிருக்கே! வேர்க்கிறதோ இல்லையோ?" என்று கிறுதக்காகச் சொல்லிக்கொண்டு, சாஸ்திரியின் மேல் விசிறினார். இந்த மாதிரி விளையாட்டுக்கெல்லாம் சாஸ்திரியின் பதில் புன்னகைதான். அந்தப் பதிலையே இப்போதும் அளித்தார். உடனே தீக்ஷிதர், "ஓய், இன்னிக்குத் திவ்ய நாம சங்கீர்த்தனம் எல்லாம் வைத்துக் கொள்ள வேண்டாம். சீக்கிரமாய் உட்கார்ந்தபடியே நாலு பாட்டுச் சொல்லிப் பஜனையை முடிச்சுடும். மழை பலமாய்ப்

பிடிச்சுக்கறதுக்கு முன்னாலே, அவாவாள் வீட்டுக்குப் போய்ச் சேரலாம்" என்றார்.

"அப்படித்தான் உத்தேசம் பண்ணியிருக்கேன். இந்த மழையிலே நீங்கள்ளாம் வந்தேளே, அதுவே பெரிய காரியம்!" என்றார் சாஸ்திரியார்.

ஆனால், சங்கர தீக்ஷிதரின் எண்ணம் பலிக்காமற் போவதற்கே தானோ என்னவோ, பஜனை ஆரம்பித்த சற்று நேரத்துக்கெல்லாம் மறுபடியும் மழை பலமாய்ப் பிடித்துக் கொண்டது.

பஜனை மடத்தின் சுவர்களின் மீதும் கதவுகளின் மீதும் மழையும் புயலும் தாக்கியபோது உண்டான சப்தம் பஜனையின் சப்தத்தையும் மூழ்க அடிப்பதாயிருந்தது. இடையிடையே கதவுகள் படீர் படீர் என்ற சப்தத்துடன் திறப்பதும் மூடுவதுமாயிருந்தன.

அதே சமயத்தில் சம்பு சாஸ்திரியின் வீடும் அல்லோல கல்லோலப் பட்டுக் கொண்டிருந்தது. அடிக்கடி திறந்து கொண்ட ஜன்னல் கதவுகளின் வழியாகக் காற்றும் மழையும் புகுந்து அடித்தன. அந்த வருஷம், கல்யாணச் சந்தடி காரணமாக சாஸ்திரியாரின் வீடு ஓடு மாற்றப்படவில்லை. இதனால் சில இடங்களில் ஏற்கெனவே சொட்டுச் சொட்டென்று சொட்டிக் கொண்டிருந்தது. இப்போது அடித்த பெருங்காற்றிலும் மழையிலும் ஓடுகள் இடம் பெயர்ந்தபடியால், சில இடங்களில் தண்ணீர் தாரையாகக் கொட்டிற்று.

பாவம்! சாவித்திரி, சுண்டல் எடுத்துக்கொண்டு போவதற்காக வந்தவள், வீட்டுச் சாமான்கள் நனையாமல் காப்பாற்றுவதற்குப் பெருமுயற்சி செய்தாள். முகத்தில் வந்து அடித்த மழையைப் பொருட்படுத்தாமல் ஜன்னல் கதவுகளைச் சாத்தினாள். அப்பாவின் புஸ்தகங்கள், கணக்கு நோட்டுகள் முதலியவற்றை எடுத்துப் பத்திரப்படுத்தினாள். ஜலம் தாரையாகக் கொட்டிய இடங்களில் அண்டா, தவலை முதலிய பெரிய பாத்திரங்களைக் கொண்டு

வைத்தாள். தரையில் தேங்கியிருந்த ஜலத்தை விளக்குமாற்றால் பெருக்கித் தள்ள முயன்றாள்.

அந்தச் சமயத்தில் அவளுடைய மனம், 'தீவாளிக்கு இவாள் வர்றபோது இப்படியே மழை கொட்டிண்டிருந்தா என்ன பண்றது? இந்த வீட்டைப் பார்த்துட்டுப் பரிகாசம் பண்ணுவாளே? அதற்குள்ளே மழை நின்று போகணுமே, ஸ்வாமி!' என்று வேண்டிக் கொண்டிருந்தது.

அந்தச் சமயம், மங்களம் சமையலறையிலிருந்து கையில் ஒரு கிழிசல் குடையுடன் வந்து, 'ஏண்டி, சாவித்திரி! உங்க அப்பாகிட்டச் சொல்லி இந்தக் குடையை ரிப்பேர் பண்ணி வைக்கறதற்குக்கூட விதியில்லையா? பாக்கிக்கெல்லாம் மட்டும் வாய் கிழியறதே!" என்று சொல்லிக் குடையைத் தொப்பென்று கீழே எறிந்தாள்.

பகவானுடைய பக்தியில் ஈடுபட்டவர்கள் தங்களுடைய குடும்ப காரியங்களைச் சரியாகக் கவனிப்பதில்லையென்பது நமது நாட்டில் தொன்றுதொட்ட சம்பிரதாயமாயிருந்து வந்திருக்கிறது. அந்தப் பரம்பரையில் வந்த சம்பு சாஸ்திரி மட்டும் இந்த வழக்கத்துக்கு விரோதமாயிருக்க முடியுமா? ஆகவே, மங்களம் அவர்மேல் எரிந்து விழுவதற்குக் காரணம் இல்லாமற் போகவில்லை.

2.3

உடைப்பு

இரவு சுமார் எட்டு மணிக்கு, நல்லான் தன்னுடைய வீட்டில் கோரைப் பாயை விரித்து அதில் படுத்துக் கொண்டான். தூக்கம் என்னவோ வரவில்லை. பஜனை மடத்துக்குப் போய்ப் பஜனை கேட்கலாமாவென்று ஒரு கணம் நினைத்தான். அப்புறம், 'இந்த மழையிலே யார் போறது?' என்று எண்ணினான். இரவு பூராவும் இப்படியே மழை பெய்தால், வயல்களில் எல்லாம் ரொம்ப ஜலம் கட்டி நிற்கும், அதிகாலையில் எழுந்து போய் வடிய விட வேண்டும் என்று தீர்மானித்துக் கொண்டான். ஆனால், வாய்க்கால்களில் ஜலம் ததும்பப் போய்க் கொண்டிருந்தால், எப்படி வடிய விடுகிறது என்று யோசனை உண்டாயிற்று. விராட பர்வம் படித்தால் மழை வரும் என்பது போல், மழையை நிறுத்துவதற்கும் ஏதாவது வழி இருக்கிறதா என்று சாஸ்திரியாரைக் கேட்க வேண்டுமென எண்ணினான்.

அப்போது நல்லானுடைய பாம்புச் செவியில் மழையின் 'சோ' என்ற சத்தத்தையும், காற்றின் 'விர்' என்ற சப்தத்தையும் தவிர, வேறு ஏதோ ஒரு சப்தம் கேட்டது.

அது, ஜலம் கரையை உடைத்துக் கொண்டு பாயும் சப்தம் என்று அவனுக்குத் தெரிந்து போயிற்று. உடனே குடமுருட்டியின் குத்தல் ஞாபகம் வந்தது. அவ்வளவுதான்; போர்த்திக் கொண்டிருந்த

துப்பட்டியை எடுத்து விசிறி விட்டு, அவசரமாக எழுந்தான். ஓலைக் குடலையை எடுத்துத் தலையில் மாட்டிக் கொண்டு அந்தக் கொட்டுகிற மழையில் மின்னல் வெளிச்சத்தின் உதவியினால் சேரியை நோக்கி விரைந்து சென்றான்.

நல்லான் தட்டுத் தடுமாறி, இரண்டு மூன்று இடத்தில் தடுக்கி விழுந்து எழுந்திருந்து கடைசியாக சேரியை அடைந்தபோது, சேரி அல்லோலகல்லோலப்பட்டுக் கொண்டிருந்தது. காலையில் மண்ணை வெட்டி வரப்புப் போட்டுக் கொண்டிருந்தார்களல்லவா? அந்த வரப்பெல்லாம் போய்விட்டது. ஒரே வெள்ளமாக ஜலம் சேரியில் புகுந்து கொண்டிருந்தது. மழை, காற்று, பாய்கின்ற ஜலம் இவற்றின் 'ஹோ' என்ற இரைச்சலுக்கு இடையிடையே, "ஐயோ! கொழந்தையைக் காணமே!" "ஏ குட்டி! எங்கடி போய்ட்டே!" "ஆயா! ஆயா! ஐயோ! ஆயா போய்ட்டாளே!" "அடே கருப்பா! மாட்டை அவிழ்த்துவிடுறா!" "ஐயோ! என் ஆடு போயிடுச்சே!" என்று இந்த மாதிரி பரிதாபமான அலறும் குரல்கள் தீன ஸ்வரத்தில் கேட்டன.

மின்னல் வெளிச்சத்தில் நல்லானைப் பார்த்ததும், சேரி ஜனங்கள் வந்து, அவனைச் சூழ்ந்து கொண்டார்கள். "ஐயோ! சாமி! குடிமுழுகிப் போச்சுங்களே! குடமுருட்டி உடைப்பு எடுத்துக்கிட்டதே! நாங்க என்ன செய்வோம்? எப்படிப் பிழைப்போம்?" என்று கத்தினார்கள்.

நல்லான் உரத்த குரலில், "அடே! நீங்கள் எல்லாரும் ஆம்புளைகள் தானாடா! உடைப்பு எடுத்தா, ஓடிப்போய் மண்ணைக் கிண்ணைக் கொட்டி அடைக்கிறதுக்குப் பார்க்காமே, பொம்புளை மாதிரி அழுதுகிட்டு நிக்கறீங்களேடா?" என்றான்.

"உடைப்பையாவது, அடைக்கவாவதுங்க! கிட்ட ஆள் அண்ட முடியாதுங்க. அவ்வளவு பெரிய உடைப்பு சாமி!" என்றான் தலையாரி வீரன்.

"குடிசையெல்லாம் விழுந்து எல்லாம் பாழாய்ப் போச்சுங்க. இனிமே உடைப்பை அடைச்சுத்தான் என்ன பிரயோஜனம்? புள்ளை குட்டிங்களைக் காப்பாத்தறதுக்கு ஒரு வழி சொல்லுங்க!" என்றான் இன்னொருவன்.

"புள்ளை குட்டி போனாலும் பரவாயில்லை. ஆடு மாடெல்லாம் இருந்த இடந்தெரியலைங்களே!" என்றான் மூன்றாவது ஆள்.

அப்போது இடி முழக்கத்துடன் பளீரென்று மின்னிய மின்னலின் வெளிச்சத்தில் நல்லானுக்கு முன்னால் ஒரு கணப் பொழுது தோன்றிய காட்சி அவனுடைய நெஞ்சைப் பிளப்பதாயிருந்தது. கொஞ்ச தூரத்தில் குடமுருட்டியின் கரை உடைத்துக்கொண்டு, ஜலம் ஒரே நுரை மயமாகப் பாய்ந்து கொண்டிருப்பதையும், சேரியெல்லாம் ஜலம் புகுந்திருப்பதையும், குடிசைகள் இடிந்து விழுந்து கொண்டிருப்பதையும், பெண் பிள்ளைகளும், பிள்ளை குட்டிகளும் அலறுவதையும் அவன் அந்த ஒரு க்ஷண நேரக் காட்சியில் கண்டான்.

உடனே, அவன் ஆவேசம் வந்தவனைப் போல், "அட பாவிகளா! தடிப்பசங்கள் மாதிரி சும்மா நிக்கறீங்களேடா? இன்னும் கொஞ்சம் நாழி போனா அத்தனை பேரும் வெள்ளத்திலே போயிடுவாங்களே! ஓடுங்க! ஓடுங்க! பொம்புளைகளை யெல்லாம் சேர்த்து, பிள்ளை குட்டிகளோடு அக்கிரகாரத்துக்கு ஓடச் சொல்லுங்க!" என்றான்.

2.4

அடைக்கலம்

அன்றிரவு சுமார் நடுநிசிக்கு, சம்பு சாஸ்திரியாரின் மாட்டுக் கொட்டகையில் ஒரே கலகலப்பாயிருந்தது. அந்தக் கொட்டகை நாலு பக்கமும் தாழ்வாரமும், நடுவில் பெரிய முற்றமுமாக அமைந்தது. ஒரு தாழ்வாரத்தில் நெல் குதிர்கள் வைத்திருந்தன. மற்ற மூன்று தாழ்வாரங்களில் எப்போதும் மாடு கட்டியிருப்பது வழக்கம். இன்று மேலண்டைத் தாழ்வாரத்திலேயே கொண்டு வந்து நெருக்கியடித்துக் கட்டியிருந்தார்கள். மாடுகளுக்கும் பாஷை உண்டு, அவை ஒன்றோடுடொன்று பேசிக்கொள்ளும் என்று சொல்வது உண்மையானால், சம்பு சாஸ்திரியாரின் மாடுகள் அப்போது பின்வருமாறுதான் பேசிக் கொண்டிருந்திருக்க வேண்டும்.

"ஹம்மா! இந்த மனுஷப் பிராணிகளைப் போலச் சுயநலம் பிடித்த பிராணிகளை நான் பார்த்ததேயில்லை."

"ஏற்கெனவே மழையிலும் குளிரிலும் அவஸ்தைப்படுகிறோம். பாதி நிசிக்கு வந்து நம்மைத் தூக்கத்திலிருந்து எழுப்பித் தொந்தரவு செய்கிறார்களே?"

"முற்றத்தின் வழியாக வந்தபோது மேலே மழை பெய்ததில் சொட்ட நனைந்து போனேன்."

"உனக்கென்ன கேடு! என் குழந்தைக்கு உடம்பு குளிரினால் நடுங்குகிறது, பார்!"

"உங்கள் கஷ்டத்தையே நீங்கள் சொல்கிறீர்களே தவிர, அந்த மனுஷர்களின் அவஸ்தையைப் பார்க்கவில்லை. முற்றத்தில் சற்று நனைந்ததற்கு இப்படிப் புகார் செய்கிறீர்களே? இவர்கள் ஆற்றங்கரை மேட்டிலிருந்து நனைந்து கொண்டே வந்திருக்கிறார்களே?"

"ஹாமாம்! இவர்கள் எதற்காக அங்கிருந்து ஓடி வந்திருக்கிறார்கள்?"

"இது தெரியாதா? இவர்கள் இருந்த கூரைக் குச்செல்லாம் மழையிலே விழுந்திருக்கும். நம்மைப் போல இந்த ஜனங்களுக்கு ஓடு போட்ட வீடு இருக்கிறதா, என்ன?"

"அதற்காக, பிச்சைக்காரன் குடிசையிலே சனீசுவரன் புகுந்தாற் போல், இவர்கள் நம்முடைய இடத்தைப் பங்கு போட்டுக் கொள்ள வந்து விட்டார்களாக்கும்?"

"காலையிலே எஜமான் வரட்டும். அவரிடம் நான் புகார் சொல்கிறேனா இல்லையா, பார்!"

"இவர்களாக ஒன்றும் வந்திருக்க மாட்டார்கள். எஜமான் சொல்லித்தான் வந்திருப்பார்கள்."

"போகட்டும்; இவர்கள் வந்ததுதான் வந்தார்கள். நம்முடைய இடத்தையும் பிடுங்கிக் கொண்டார்கள். எதற்காக இப்படிக் கூச்சல் போடுகிறார்கள்? இரையாமலிருந்து தொலைந்தால் நாம் தூங்கலாமல்லவா?"

"ஹொஹ்ஹோ! உனக்கு அது தெரியாதா? மனுஷ ஜாதியினிடத்தில் அதுதான் பெரிய குறை. அவர்களுக்குச் சத்தம் போடாமல் பேசவே தெரியாது. அவர்கள் மேல் குற்றம் இல்லை. சுவாமி அப்படி அவர்களைப் படைத்துவிட்டார்!"

மேற்கண்டவாறு மாடுகள் நிஜமாகவே பேசிக் கொண்டனவா என்று நமக்குத் தெரியாது. ஆனால் அப்போது உண்மையில் கீழண்டைத் தாழ்வாரத்தில் மட்டும் கூச்சல் பலமாகத்தான் இருந்தது. சேரி ஜனங்கள், ஆண்கள், பெண்கள், குழந்தைகள் - அவ்வளவு பேரும் அங்கே இருந்தார்கள். சிலர் துணிகளை உலர்த்திக் கொண்டிருந்தார்கள். சிலர் பசியினால் கத்திய குழந்தைகளைச் சமாதானப்படுத்திக் கொண்டிருந்தார்கள்.

பட்டிக்கார நல்லானும் அங்கே காணப்பட்டான். அவன் ஒரு குதிரின் இடுக்கிலிருந்து பெரிய சாக்குச் சுருள் ஒன்றை எடுத்துக் கொண்டு வந்து, "ஏ பிள்ளைகளா! கொழந்தைகளைக் கொன்னுடாதீங்க. தலைக்கு ஒரு சாக்கை விரிச்சுப் போடுங்க!" என்றான்.

2.5

தீக்ஷிதர் சபதம்

நல்லான் எதிர்பார்த்தது வீண் போகவில்லை. மறுநாள் காலையில் சுமார் பத்து மணிக்கு, கொஞ்சம் தூற்றல் நின்று வானம் வெளி வாங்கியிருந்த போது வம்பும் தும்பும் கும்பலாகச் சேரந்து சம்பு சாஸ்திரியின் வீட்டு வாசலைத் தேடிக் கொண்டு வந்தன. சங்கர நாராயண தீக்ஷிதரை முன்னிட்டுக்கொண்டு, முத்துசாமி அய்யர், சாமாவய்யர், ரமணி அய்யர், பஞ்சவய்யர், ராமய்யா வாத்தியார், பென்ஷன் ஸப் ரிஜிஸ்ட்ரார் சினிவாச அய்யங்கார், பஞ்சாங்கம் பசுபதி ஜோசியர், குமாரசாமி குருக்கள், நாராயண கனபாடிகள், அர்ச்சகர் வரதய்யங்கார் எல்லாரும் வந்து சேர்ந்தார்கள்.

அப்போது வாசலில் நின்ற செவிட்டு வைத்தியைப் பார்த்து, தீக்ஷிதர், "அடே! உன் அத்திம்பேரைக் கூப்பிடு!" என்று வாயாலும் கத்தி, கையாலும் ஜாடை காட்டினார். செவிட்டு வைத்தி, அவ்வளவு பேரும் கும்பலாய் வருவதைப் பார்த்து ஏற்கெனவே மிரண்டு போயிருந்தான். இப்போது, நெஞ்சு படக் படக்கென்று அடித்துக் கொள்ள உள்ளே சென்று, பூஜை அறையில் இருந்த சாஸ்திரியிடம், "எல்லாரும் வந்திருக்கா; உங்களைக் கூப்பிடறா!" என்றான். பிறகு, சமையலறைப் பக்கம் சென்று, "அக்கா! அக்கா! ஊரிலே எல்லாருமாகச் சேர்ந்து அத்திம்பேரை அடிக்க வரா! நாம் இங்கே இருக்க வேண்டாம், ஊருக்குப் போய்விடுவோம், வா!" என்றான். ஆனால் மங்களம் அப்போது கொல்லையில் குளித்துக்

கொண்டிருந்தபடியால், அவள் காதில் அவன் சொன்னது விழவில்லை. அதற்குப் பதிலாக அம்மியில் ஏதோ அரைத்துக் கொண்டிருந்த சாவித்திரியின் காதில் விழுந்தது. அவள் உடனே எழுந்து பரபரப்புடன் கையை அலம்பினாள்.

இதற்குள் சாஸ்திரி வாசற்பக்கம் வந்து, கும்பலாக வந்திருப்பவர்களைப் பார்த்து, "என்ன விசேஷம்? எல்லாருமா வந்திருக்கயளே! பூஜை பண்ணுகிறதற்கு உட்கார்ந்தேன்" என்றார்.

"உம்ம பூஜையைக் கொண்டு போய்க் குடமுருட்டி உடைப்பிலே போடுங்காணும்; உமக்குப் பூஜை வேறே வேண்டியிருக்கா, பூஜை!" என்றார் தீக்ஷிதர்.

"என்ன தீக்ஷிதர்வாள், கோவிச்சுக்கறயளே? நான் என்ன தப்பு செய்துட்டேன், தெரியலையே?"

"என்ன தப்பு செய்துட்டீரா? நீர் ஒரு தப்பும் செய்யலைங்காணும்! தப்பு எங்க பேரிலேதான்!" என்றார் சாமாவய்யர்.

"அவ்வளவு நெஞ்சு ஆண்மையாங்காணும் உமக்கு? அந்த நெஞ்சிலே உப்பை வச்சு நெரடினா என்னன்னு கேக்கறேன்?" என்றார் முத்துசாமி அய்யர்.

"இதென்ன பாவமான்னா இருக்கு!" என்றார் சாஸ்திரி.

"ஆமாம், பாவந்தான்! பாவத்தையும் புண்ணியத்தையும் ரொம்பக் கண்டவரோல்லியோ, நீர்?"

சம்பு சாஸ்திரி வாயை மூடிக்கொண்டு மௌனமாயிருந்தார்.

"என்னங்காணும் ஊமைக் கோட்டான் மாதிரி சும்மா இருக்கீர்? சொல்லுமேங்காணும்?"

"என்ன சொல்லச் சொல்றயள்; அதுதான் தெரியலை?"

"தெரியலையா? உமக்கு ஏன் தெரியப் போறது? பாவம்! பச்சைக் குழந்தை! வாயிலே விரலை வைச்சாக் கடிக்கக் கூடத் தெரியாது."

"போருங்காணும், வேஷம்! பதில் சொல்லுங்காணும்! தீண்டாதவங்களை எப்படிங்காணும் அக்கிரகாரத்திற்குள் விட்டீர்?"

2.6

ஸ்ரீதரன் சங்கடம்

நெடுங்கரையில் சாவித்திரி, 'தீபாவளி சமயத்தில் தானா இப்படியெல்லாம் வரவேணும்?' என்று சங்கடப்பட்டுக் கொண்டிருக்கையில், கல்கத்தாவில் ஸ்ரீதரனும் தீபாவளியை நினைத்துப் பெரிதும் சங்கடப்பட்டுக் கொண்டிருந்தான்.

கல்யாணம் ஆன இரண்டு மாதத்துக்கெல்லாம் ஸ்ரீதரனுக்குக் கல்கத்தாவில் பெரிய உத்தியோகம் ஆனபோது, தன்னுடைய அபாரமான புத்திசாலித்தனத்துக்காகத்தான் மேற்படி வேலை தனக்குக் கிடைத்தது என்று அவன் நினைத்தான்.

சாவித்திரியைக் கல்யாணம் பண்ணின முகூர்த்தந்தான் ஸ்ரீதரனுக்கு வேலை கிடைத்தது என்றும், அவளுடைய அதிர்ஷ்டந்தான் காரணமென்றும் தங்கம்மாள் சொன்னாள்.

ராஜாராமய்யர் ஒன்றும் நினைக்கவும் இல்லை, சொல்லவும் இல்லை. ஏனெனில், உத்தியோகம் எப்படிக் கிடைத்ததென்பது அவருக்கு நன்றாய்த் தெரியும். கல்கத்தாவில் ராஜாராமய்யர் உத்தியோகம் பார்த்தபோது அவருக்கு மேலதிகாரியாயிருந்த ஆங்கில துரை அவரிடம் மிகவும் விசுவாசம் வைத்திருந்தார். ஆனால், அவருடைய மனோதத்துவ சோதனைகள், ஆவி உலக ஆராய்ச்சிகள் இவற்றைப் பரிகாசம் செய்து வந்தார். ராஜாராமய்யர்

உத்தியோகத்திலிருந்து விலகி ஊருக்கு வந்த பிறகு, மேற்படி துரையின் அருமை மனைவி இறந்து போனாள். இதன் காரணமாக, துரைக்கும் ஆவி உலக ஆராய்ச்சிகளில் சிரத்தை உண்டாயிற்று. ஒரு வேளை ராஜாராமய்யரின் நம்பிக்கையில் உண்மையிருக்குமோ, சாத்தியமாயிருக்குமோ என்றெல்லாம் அவருக்குச் சபலம் உண்டாயிற்று. ராஜாராமய்யருடன் கடிதப் போக்குவரவு தொடங்கினார். பிறகு, ராஜாராமய்யர் கல்கத்தாவுக்கே வந்துவிட்டால் தான் அந்த ஆராய்ச்சிகளை நன்கு நடத்த முடியுமென்று தோன்றியது. எனவே, ராஜாராமய்யரைக் கல்கத்தாவுக்கு வரப் பண்ணுவதற்காக, துரை அவருடைய பிள்ளை ஸ்ரீதரனுக்கு கே அண்டு ஓ பாங்க் என்னும் பிரசித்திபெற்ற இங்கிலீஷ் பாங்கின் கல்கத்தா கிளை ஆபீஸில் உதவி மானேஜர் வேலை செய்து வைத்தார்.

ஆகவே, ஆனி மாதத்திலேயே ராஜாராமய்யருடைய குடும்பம் கல்கத்தாவுக்குப் போக வேண்டியதாயிற்று. கல்கத்தாவில் தென்னிந்தியர் வசித்த பகுதியில் ஒரு தனி வீடு எடுத்துக் கொண்டு குடித்தனம் தொடங்கினார்கள். ஸ்ரீதரன் அப்படி ஒன்றும் அசடு இல்லையாதலால், உத்தியோகத்தைத் திறமையாகப் பார்த்து, துரைக்குத் திருப்தியளித்து வந்தான்.

தங்கம்மாளுக்கு மட்டும் ஒரு மனக்குறை இருந்து கொண்டுதான் இருந்தது. ஆடி, ஆறாம் மாதம், ஆவணியவிட்டம் இவற்றுக்கெல்லாம் நெடுங்கரைக்குப் போய் அதிகாரம் பண்ணிச் சீர்செனத்தி கொண்டு வரவில்லையேயென்பது தான் அந்தக் குறை. ஆனால், எல்லாவற்றுக்கும் சேர்த்து வைத்து, தலை தீபாவளிக்குப் போய்க் கொண்டு வந்துவிடலாமென்று அவள் ஆசைப்பட்டுக் கொண்டிருந்தாள். தீபாவளிக்கு ஒரு மாதத்துக்கு முன்னாலிருந்தே பிள்ளைக்கு அவள் உரையேற்ற ஆரம்பித்து விட்டாள்.

ஸ்ரீதரனுக்கோ இது கொஞ்சங்கூட இஷ்டமில்லை. ஏற்கனவே, அவனுக்கு இந்தக் கல்யாணம் பிடிக்கவில்லை; சாவித்திரியை நினைத்தால் அவனுக்கு அருவருப்பாயிருந்தது;

நெடுங்கரையையும், சம்பு சாஸ்திரியையும் எண்ணினால் அவனுடைய உடல் குன்றியது. இவ்வளவுடன் இப்போது ஒரு புதிய காரணமும் சேர்ந்திருந்தது.

ஸ்ரீதரன் உத்தியோகம் பார்த்த பாங்கில் டைப் அடிக்கும் வேலைக்கு ஆங்கிலோ-இந்தியப் பெண்கள் அமர்த்தப்பட்டிருந்தார்கள். ஸ்ரீதரன் வேலைக்குப் போன அன்று, அவர்களில் ஒருத்தி அவனுடைய அறைக்குள் வந்தாள். "ஆர் யூ மிஸ்டர் ஸ்ரீதர்?" என்று கேட்டாள். அந்தக் குரல் ஸ்ரீதரனுக்கு தேவகானம் போல் இருந்தது. கண்கொட்டாமல் அவளைப் பார்த்தபடி, ஆம் என்பதற்கு அறிகுறியாகத் தலையை அசைத்தான் ஸ்ரீதரன். "வாட் எ லவ்லி நேம்!" என்றாள் அந்தப் பெண். ஸ்ரீதரனுக்கு அப்போது தன் பெற்றோர்கள் மீது மிகவும் நன்றி உண்டாயிற்று. தனக்கு எத்தனையோ விதத்தில் அவர்கள் கெடுதல் செய்திருந்தாலும், இவ்வளவு அழகான பெயரைக் கொடுத்தார்களே என்று எண்ணினான். பிறகு, அந்தப் பெண், ஸ்ரீதரனுடைய கடிதங்களை டைப் அடிப்பதற்குத் தன்னை நியமித்திருப்பதாகவும், அவன் கூப்பிடும்போது வருவதாகவும் சொல்லிவிட்டுப் போய்விட்டாள்.

2.7

சாதிப் பிரஷ்டம்

நெடுங்கரையில் பெருமழை நின்றது. ஆனால் மழை அடியோடு நிற்கவில்லை. சில நாள் காலையிலும் சில நாள் மாலையிலும், இன்னும் சில நாள் இரவிலுமாக விட்டு விட்டுப் பெய்து கொண்டிருந்தது.

குடமுருட்டியில் வெள்ளமும் குறைந்து, அதிகாரிகளும் பெரு முயற்சி செய்ததன் பேரில் ஒரு வாரத்தில் அடைப்பு அடைபட்டது.

சம்பு சாஸ்திரியின் மாட்டுக் கொட்டகையில் அடைக்கலம் பெற்ற சேரி ஜனங்கள் இரண்டு நாளைக்குள் களத்துத் திடலில் கொட்டகை போட்டுக் கொண்டு அங்கே போய்விட்டார்கள். உடைப்பு அடைபட்டதும், சேரியில் மறுபடியும் குடிசைகள் போடத் தொடங்கினார்கள். இதற்கு வேண்டிய மூங்கிற் கழி, கீத்து எல்லாம் பெரும்பாலும் சாஸ்திரியார்தான் அவர்களுக்குக் கொடுத்தார்.

உடைப்பினால் சேரி ஜனங்களுக்கு மிகவும் துன்பம் ஏற்பட்டதாயினும், அந்தத் துன்பத்தின் மூலமாகக் கடவுள் அவர்களுக்கு ஒரு நன்மையையும் அளித்தார். சேரியின் ஒரு பக்கத்தில் உடைப்பு வெள்ளம் பாய்ந்த வேகத்தினால், ஒரு பெரிய பள்ளம் ஏற்பட்டு அதில் ஜலம் தேங்கி நின்றது. அந்தப் பள்ளம்

ஒரு பெரிய மூங்கில் கழி ஆழம் இருந்தபடியால், சேரி ஜனங்களுக்கு என்றும் ஜலம் வற்றாத ஒரு குளம் ஏற்பட்டது.

இதனாலும், பழைய குடிசைகளுக்குப் பதில் புதிய குடிசைகள் கிடைத்தபடியாலும் சேரி ஜனங்களுக்கு மொத்தத்தில் உடைப்பினால் நன்மை ஏற்பட்டதென்றே சொல்லலாம். இரண்டு மூன்று நாள் பட்ட கஷ்டங்களையெல்லாம் அவர்கள் அடியோடு மறந்து, வாழ்க்கையைப் புதிய குதூகலத்துடன் தொடங்கினார்கள்.

குடமுருட்டி உடைப்பு சேரி ஜனங்களுக்குக் குளம் பறித்துத் தந்ததல்லவா? அப்படிப் பறித்தெடுத்த மண்ணையெல்லாம் வெள்ளம் என்ன செய்தது என்று கேட்டால், சேரிக்கு அருகிலிருந்த சம்பு சாஸ்திரியின் வயல்களில் கொண்டு போய்த் தள்ளிற்று. சாஸ்திரியின் நன்செய் நிலத்தில் ரொம்பவும் உயர்தரமான இரண்டு வேலி நிலம் இதனால் பாழாய்ப் போயிற்று!

ஊரிலே வேறு யாருக்கும் இவ்வளவு அதிக சேதம் கிடையாது. சாஸ்திரிக்கு மட்டும் இம்மாதிரி நேரவே ஊரார், "பார்! இவன் செய்த காரியம் பகவானுக்கே பொறுக்கவில்லை. வாயிலே மண்ணைப் போட்டு விட்டார்!" என்றார்கள்.

இந்த உலகத்தில் பகவான் தம்முடைய அத்தியந்த பக்தர்களைத்தான் அதிகமாய்ச் சோதிப்பதைக் காண்கிறோம். இது ஓர் அதிசயம் என்றால், இதைவிடப் பெரிய அதிசயம் இன்னொன்று இருக்கிறது. உலகில் ரொம்பவும் நல்ல மனிதர்களுக்கே கொடுமையான விரோதிகள் ஏற்படுகிறார்கள்! சம்பு சாஸ்திரியின் நிலைமை இப்படித்தான் இருந்தது. அந்தப் பரம பக்தரைப் பகவான் பலவிதத்திலும் சோதனை செய்தார். அந்த நல்ல மனுஷருக்குத்தான் ஊரில் விரோதிகளும் அதிகமாயிருந்தார்கள். அவருடைய நல்ல குணமும், தயாள சுபாவமுமே அக்கிரகாரத்தில் ரொம்பப் பேரை அவருக்கு விரோதிகள் ஆக்கியிருந்தன. இந்த வருஷத்தில் குடியானவர்கள் தகராறு காரணமாக அந்த விரோதம் முற்றிப் போயிருந்தது. ஆகவே, வெள்ளத்தின்போது சேரி

ஜனங்களுக்கு மாட்டுக் கொட்டகையில் இடங்கொடுத்ததை வியாஜமாக வைத்துக் கொண்டு, ஊரார் அவரைச் சாதிப் பிரஷ்டம் செய்தார்கள். அவர் வீட்டுக்கு நீர் நெருப்புக் கொடுக்கக் கூடாதென்றும், அவர் வீட்டில் நடக்கும் சுபாசுப காரியங்களுக்குப் போகக் கூடாதென்றும் கட்டுப்பாடு செய்தார்கள்.

அக்கிரகாரத்தில் எல்லாருமே இந்த நடவடிக்கைகளை விரும்பினார்கள் என்பதில்லை. பாதிப்பேருக்கு மனத்திற்குள் சம்பு சாஸ்திரியின் பேரில் அன்பும் அநுதாபமும் உண்டு. ஆனால் அப்படிப்பட்டவர்கள் சாதுக்களாயும், பயந்த சுபாவமுடையவர்களாயும் இருந்தார்கள். தீக்ஷிதர், சாமாவய்யர், முத்துசாமி அய்யர் முதலியவர்களை எதிர்த்து நின்று சண்டை போட அவர்களுக்குத் தைரியமில்லை. "ஊரோடு ஒக்க" என்று அவர்கள் வாயை மூடிக் கொண்டு பேசாதிருந்தார்கள்.

2.8

பிரயாணம் நின்றது

ராஜாராமய்யரின் ஆவி உலகச் சோதனைகள் தீவிரமாக நடைபெற்றுக் கொண்டிருந்தன. அவரும், மிஸ்டர் பீடர்ஸன் துரையும், "ஸ்பிரிட் ஒர்ல்ட்" பத்திரிகாசிரியர் சியாம் பாபுவும், இன்னும் நாலைந்து பேரும் வாரத்தில் ஒரு நாள் இரவில் சந்தித்து, இறந்தவர்களுடைய ஆவிகளை வரவழைத்துப் பேச முயன்று கொண்டிருந்தார்கள். ஒரு நீளமான மேஜையை சுற்றி இவர்கள் உட்காருவார்கள். விளக்கை அணைத்து விடுவார்கள். பிறகு, ஒவ்வொருவரும் தமது இறந்து போன உறவினர் யாரையேனும் மனத்தில் நினைத்து, 'அவருடைய ஆவி வரவேண்டும்' என்று தியானிப்பார்கள்.

ஆவி உலகம் சம்பந்தமாக அப்போது வெளியாகியிருந்த புத்தகங்களில் மேற்கண்ட முறைதான் கூறப்பட்டிருந்தது. இந்த மாதிரி தொடர்ந்து செய்து வந்தால், சில நாளைக்கெல்லாம் குறிப்பிட்ட ஆவி, அல்லது ஆவிகள் அருவமாக அந்த அறைக்குள் வரும். வந்து, தியானம் செய்பவர்கள் தொட்டுக் கொண்டிருக்கும் மேஜையை மெள்ள மெள்ள உயரத் தூக்கும். அப்புறம் சில விசேஷ சப்தங்கள் எல்லாம் உண்டாகும். நாளடைவில், ஆவி, புகை போன்ற உருவம் எடுத்துக் கண்ணுக்குப் புலனாகத் தொடங்கும். கடைசியாக, அது பேசத் தொடங்கி, கேட்ட

கேள்விகளுக்குப் பதில் சொல்லும் - இம்மாதிரி மேற்படி புஸ்தகங்களில் சொல்லப்பட்டிருந்தது.

இப்போது ராஜாராமய்யரும், அவருடைய சகாக்களும் செய்த சோதனையில், மேஜையானது உயரக் கிளம்ப ஆரம்பித்திருந்தது. முதலில் ஓர் அங்குலம், அப்புறம் இரண்டு அங்குலம் - இப்படியாக அபிவிருத்தியடைந்து இப்போது ஒரு முழ உயரம் வரை கிளம்பிக் கொண்டிருந்தது. உண்மையில், அங்கே தியானத்தில் அமர்ந்தவர்கள் ஒவ்வொருவரும், ஆவிகளுக்கு ஒத்தாசை செய்யும் நோக்கத்துடன் கொஞ்சம் கொஞ்சம் இலேசாக மேஜையைத் தூக்கிவிட்டுக் கொண்டிருந்தார்கள். ஆனால் ஒருவருக்காவது மற்றவர்களும் அப்படிச் செய்கிறார்கள் என்பது தெரியாதாகையால், அருவமான ஆவிகள் தான் வந்து மேஜையைத் தூக்குகின்றன என்று மனப்பூர்வமாக நம்பினார்கள்.

அம்மாதிரி பரிபூரண நம்பிக்கை கொண்டிருந்தவர்களில் ராஜாராமய்யரும் ஒருவர். தமது வாழ்நாளெல்லாம் கனவு கண்டு கொண்டிருந்த காரியம் இப்போது உண்மையிலேயே நிறைவேறப் போகிறதென்று எண்ணி அவர் அளவிலாத உற்சாகத்தில் ஆழ்ந்திருந்தார். உலக விஷயங்கள் ஒன்றுமே அவருக்கு இலட்சியமாயில்லை. தீபாவளிக்குத் தம் மனைவியும் பிள்ளையும் நெடுங்கரைக்குப் போகும் விஷயம் அவருக்கு மிகவும் திருப்தியளித்தது. 'அப்பா! ஒரு பத்து நாளைக்காவது இவர்களுடைய தொல்லையில்லாமல் இருக்கலாம்' என்று அவர் எண்ணினார். அத்துடன், இப்போது அவர்கள் சோதனை நடத்திக்கொண்டிருந்த இடம் அவ்வளவு வசதியில்லாமலிருந்தபடியால், தங்கம்மாளும் ஸ்ரீதரனும் ஊருக்குப் போனால் தமது வீட்டிலேயே ஒரு நாள் நடத்திப் பார்க்கலாம் என்ற எண்ணமும் அவருக்கு இருந்தது. சோதனை நடக்கும் போது நம்பிக்கையற்றவர்கள் யாரும் அருகில் இருக்கக் கூடாதாதலால், தங்கம்மாளும் ஸ்ரீதரனும் இருக்கும்போது வீட்டில் அந்தச் சோதனை நடத்த அவர் விரும்பவில்லை.

இப்படியாக ராஜாராமய்யர் தம் மனைவியும் புதல்வனும் தீபாவளிக்கு ஊருக்குப் போவதை ஆவலுடன் எதிர்பார்த்துக் கொண்டிருந்த சமயத்தில், நெடுங்கரையிலிருந்து அவர் பேருக்கு ஒரு தபால் வந்தது. அதைப் பிரித்துப் படித்துப் பார்த்ததும் அவர் ஒரே கலவரமடைந்து போனார். அப்போது அவர் 'ஸ்பிரிட் ஒர்ல்ட்' பத்திரிகைக்குத் தமது ஆவி உலக அநுபவங்களைப் பற்றி ஒரு கட்டுரை எழுதிக் கொண்டிருந்தாராயினும், அதை அப்படியே விட்டு விட்டுத் தங்கம்மாளைத் தேடிக் கொண்டு போனார்.

அன்று இரவுதான் நெடுங்கரைக்குப் பயணப்படுவதாக உத்தேசித்திருந்தபடியால், தங்கம்மாள் பெட்டியில் சாமான்களை எடுத்து வைத்துக் கொண்டும், வேலைக்காரனைப் படுக்கை கட்டச் சொல்லிக் கொண்டும் இருந்தாள். அப்போது, ராஜாராமய்யர், கையில் பிரித்த கடிதத்துடன், "தங்கம்! தங்கம்! கேட்டாயா சமாசாரம்?" என்று கேட்டுக் கொண்டு வந்தார்.

"என்ன பிரமாதமான சமாசாரம்? எள்ளுக்குள் எண்ணெய் இருக்குன்னு எனக்குத் தெரியுமே?" என்றாள் தங்கம்.

"இல்லேடி! உன் பிள்ளையாண்டான், தீபாவளிக்கு மாமனார் ஆத்துக்குப் போக மாட்டேன்னு மூக்கால் அழுதுண்டிருந்தானோல்லியோ? அங்கேயும் அதுக்குத் தகுந்தாப்பலே ஒரே ரகளையா இருக்கு. சம்பு சாஸ்திரிக்குத் திடீர்னு பைத்தியம் புடிச்சுடுத்தாம்..."

"இது என்ன கூத்து?"

"பைத்தியம்னா, நிஜப் பைத்தியமில்லை! ஒரு நாளைக்குத் தீண்டாதவன்களையெல்லாம் அக்கிரகாரத்துக்குள்ளே அழைச்சுண்டு வந்துட்டாராம். அதுக்காக, ஊரார் அவரை 'பாய்காட்' பண்ணி வச்சிருக்காளாம்..."

"அடபாவிப் பிரமாணா! இப்படிப் பெரிய கல்லாத் தூக்கிப் போட்டுட்டாரே! ஆடி, ஆறாம் மாதம் ஒண்ணுக்குந்தான் போகலை - தீபாவளிக்காவது போய்த் துணிமணி, பாத்திரம் பண்டம் வாங்கி நகத்திண்டு வரலாம்னு ஆசைப்பட்டுண்டு இருந்தேனே? - ஏன்னா? நெஜமாத்தான் அப்படி எழுதியிருக்கா? நீங்களா வெறுமனைக்கோசரம் சொல்றயளா?"

"சரியாப் போச்சு! எனக்கு வேறே வேலை கிடையாதாக்கும்! தீக்ஷிதரும், இன்னும் நாலைஞ்சு பேரும் கையெழுத்துப் போட்டுக் கடுதாசி எழுதியிருக்கா. ஒரு நாளைக்குப் பலமா மழை பேஞ்சபோது, சேரியிலே வெள்ளம் புகுந்துடுத்துன்னு, சேரி ஜனங்கள் எல்லாரையும் அக்கிரகாரத்துக்கு அழைச்சுண்டு வந்து இரண்டு நாள் வச்சிருந்தாராம். ஊரார், வேண்டாம்னு எவ்வளவோ சொல்லியும் கேக்கலையாம். ரொம்ப ரஸாபாஸமாய்ப் போச்சாம். அதுக்கு மேலேதான் அவாதத்துக்கு யாரும் போகக்கூடாது; நீர் நெருப்புக் கொடுக்கக் கூடாதுன்னு கட்டுப்பாடு பண்ணியிருக்காளாம். இந்தச் சமயத்தில் நாம் அங்கே தீபாவளிக்கு வரக்கூடாதுன்னு ஊரார் கேட்டுக்கறாளாம். 'அப்புறம் உங்க இஷ்டம்; நாங்க இதுக்கு மேலே சொல்றதுக்கில்லை'ன்னு லெட்டர் முடியறது. நீ என்ன சொல்றே!"

"நான் என்னத்தைச் சொல்றது? பார்த்தா, வைதிகமா, விபூதியும் துளசி மாலையுமா இருக்காரேன்னு நினைச்சேன். உங்களைப் போலேயெல்லாம் கிராப்புத் தலையும், பாழும் நெத்தியுமா இல்லையேன்னு சந்தோஷப்பட்டுண்டு இருந்தேன். இப்படிப் பைத்தியம் பிடிச்சுப் பாயைப் புரண்டப் போறார்னு நான் கண்டேனா?"

"அதைக் கேக்கலை, நான் இப்போ! தீபாவளிக்கு போறயா, இல்லையான்னுதான் கேக்கறேன்."

"அது எப்படிப் போறது? நன்னாயிருக்கே! இன்னிக்கு நாம்ப புடவைக்கும் வேஷ்டிக்கும் ஆசைப்பட்டுண்டு போய்ட்டா,

நாளைக்கு நம்ப பொண்களைக் கொடுத்திருக்கிற இடத்திலே சும்மா இருப்பாளா? - அதெல்லாம் யோசனை பண்ணித்தான் செய்யணும்."

ராஜாராமய்யரும் தங்கம்மாளும் இப்படிப் பேசிக் கொண்டிருந்த போது, வாசலில் வண்டி நின்ற சத்தமும், ஸ்ரீதரனும் அவனுடைய 'தோழ'னும், இறங்கி உள்ளே வந்த சத்தமும் அவர்கள் காதில் விழவில்லை. அடுத்த அறையில் வாசற்படிக்கு அருகில் நின்றபடி ஸ்ரீதரன் அவர்களுடைய சம்பாஷணையைச் சற்று நேரம் ஒட்டுக் கேட்டுக் கொண்டிருந்தான். 'பெரிய சங்கடத்தில் மாட்டிக் கொண்டு விட்டோமே? எப்படியாவது இந்தப் பிரயாணம் தடைப்பட்டு விடக்கூடாதா?' என்று எண்ணிக் கொண்டிருந்தவனுக்கு, "அது எப்படிப் போறது?" என்று தங்கம்மாள் சொன்னதைக் கேட்டதும் அளவிலாத குதூகலம் உண்டாயிற்று. ஆனால், அதைச் சிறிதும் வெளியில் காட்டிக் கொள்ளாமல், முகத்தைக் கடுகடுப்பாக வைத்துக் கொண்டே அப்பாவும் அம்மாவும் இருந்த அறைக்குள் வந்தான். ஒரு வார்த்தையும் பேசாமல், அப்பாவையும் அம்மாவையும் வெறிக்கப் பார்த்துவிட்டு, "ஒரு பிள்ளைக்கு அவன் தாயார் தகப்பனாரே சத்துருக்களாயிருந்தால், என்னதான் செய்கிறது?" என்றான்.

ராஜாராமய்யர், "என்னடா உளர்றே? நான் என்னடா பண்ணினேன் உனக்கு?" என்றார்.

"ஆமாம், அப்பா! நீங்க ஒண்ணும் பண்ணலை! இந்தக் கல்யாணமே வேண்டாம்னு நான் அப்பவே அடிச்சுண்டேனா, இல்லையா? கல்யாணத்தன்னிக்குக் காலம்பரக்கூட, இந்தப் பட்டிக்காட்டுச் சம்பந்தம் வேண்டாம், புறப்பட்டுப் போயிடுவோம்னு முட்டிண்டேன். இரண்டு பேருமாச் சேர்ந்து பணத்துக்கு ஆசை பட்டுண்டு பலவந்தமாப் பண்ணி வச்சயள்."

"அடே, என்னைப் பார்த்துச் சொல்லு! கல்யாண விஷயமாய் ஒரு வார்த்தையாவது உங்கிட்ட நான் சொன்னேனாடா?

அம்மாவாச்சு பிள்ளையாச்சு, எப்படியாவது செய்துக்குங்கோன்னு நான் தான் பேசாமலிருந்துட்டேனே?"

"அம்மாதான் இருக்காளே, அம்மா! என்னைக் கெடுக்கறதுக்குன்னு பிறந்திருக்காளே!" என்றான் ஸ்ரீதரன்.

ஏற்கனவே, தங்கம்மாளுக்குத் தீபாவளிக்குப் போக முடியவில்லையேயென்று துக்கம் அடைத்துக் கொண்டு வந்தது. இப்போது, பிள்ளையாண்டான் மனம் வெறுத்துப் பேசினதைக் கேட்டதும், அவள் விசித்துக் கொண்டே, "அப்படி ஏண்டா சொல்றே, குழந்தை! உனக்கு என்னடா இப்போ வந்துடுத்து? நாளைக்கே நினைச்சா இன்னொரு கல்யாணம் என் குழந்தைக்கு நான் பண்ணிவைக்க மாட்டேனா? எத்தனையோ பேர் 'நான் நீ' என்று பெண் கொடுக்கக் காத்துண்டிருப்பாளே?" என்றாள்.

அதற்கு, ஸ்ரீதரன், "என்ன? இன்னொரு கல்யாணமா? சபாஷ்! ஒரு தடவை மரப்பாச்சியைக் கல்யாணம் பண்ணி வச்சாச்சு! இன்னொரு புதுச்சேரிப் பொம்மையையும் கல்யாணம் பண்ணி வச்சுட்டா, ரொம்ப பேஷாய்ப் போய்விடும். அது வேறே நினைச்சுண்டிருக்கயா, நீ" என்றான்.

ராஜாராமய்யர், "சரிதாண்டா, சரிதான். வேறே வேலை இருந்தாப் பாரு! ஊருக்குப் போகலை, லீவு வேண்டாம்னு துரைக்கு உடனே எழுதிப் போட்டுடு" என்று சொல்லிவிட்டு, தமது அறைக்குச் சென்றார்.

"அப்பாவுக்கு என்ன, சுலபமாய்ச் சொல்லிவிட்டுப் போயிடறார். என் சிநேகிதனை அழைச்சுண்டு வந்திருக்கேனே, அதுக்கு என்ன பண்ணறது? அவா வீட்டிலே போய் ஏன் போகலேன்னு 'எக்ஸ்ப்ளெயின்' பண்ணியாகணும்" என்றான் ஸ்ரீதரன்.

அதே சமயத்தில், அவனுடைய 'சிநேகிதன்' உள்ளே வரவே, தங்கம்மாள் அவனை ஏற இறங்கப் பார்த்து விட்டு, "ஏண்டாப்பா?

இவன் என்ன சாதிப் பையன்? முகத்தைப் பார்த்தால் களையாயிருக்கு. தமிழ் பேசத் தெரியுமா?" என்றாள்.

"அவனுக்குத் தமிழ் பேசத் தெரியாது. இங்கிலீஷும் பெங்காலியுந்தான் தெரியும். இந்த ஊர்க்காரன் தான். ஆத்திலேயெல்லாம் சொல்லிண்டு வந்துட்டான். இப்போ எப்படிம்மா அவனைத் திரும்பிப் போகச் சொல்றது?"

"போகச் சொல்வானேன்? தீபாவளிக்கு நம்ம ஆத்திலேயே வேணா இருந்திட்டுப் போகட்டுமே? உனக்கும் துணை வேணுமோல்லியோ?" என்றாள் தங்கம்மாள்.

"ரைட்டோ , அம்மா! ரொம்ப தாங்க்ஸ்!" என்று சொல்லிவிட்டு, அவனுடைய சிநேகிதனைக் கையைப் பிடித்து இழுத்துக் கொண்டு மேல் மாடிக்குப் போனான். அங்கே, ஸூஸிக்கு நல்ல வார்த்தைச் சொல்லிச் சமாதானப்படுத்துவதற்குள் அவன் ரொம்பவும் சிரமப்பட்டுப் போனான் என்று சொல்ல வேண்டுமா?

2.9

நாளை தீபாவளி

தீபாவளிக்கு முதல் நாள் காலையில் சாவித்திரி தூக்கத்திலிருந்து எழுந்திருக்கும்போதே, 'நாளைப் பொழுது விடிந்தால் தீபாவளி' என்று எண்ணிக்கொண்டு எழுந்தாள். 'இன்னிக்கு ராத்திரி இவாள் வரப்போறா!' என்ற எண்ணமும் கூட வந்து, அவளுக்கு என்றும் இல்லாத உற்சாகத்தையும் சுறுசுறுப்பையும் அளித்தது. இரண்டு நாளாகக் கடும் மழை விட்டுச் சற்று நேரம் இளம் வெயில் எரிப்பதும் சற்று நேரம் சிறு தூற்றல் போடுவதுமாக இருந்தது. தீபாவளிக்கு மாப்பிள்ளை வரப் போவதை உத்தேசித்துத்தான் இப்படி இருப்பதாகச் சாவித்திரி எண்ணிக் கொண்டாள். ஆனால், மழை பலமாகப் பெய்தாலும் அவளுக்கு இப்போது பயம் கிடையாது. ஏனென்றால் அப்பாவினிடம் அடிக்கடி சொல்லி, பெருமழையின் போது ஒழுகிய இடத்தையெல்லாம் ஓடுமாற்றிச் செப்பனிடும்படி செய்துவிட்டாள்.

அன்று காலை நேரமெல்லாம் சாவித்திரி, வீட்டின் மூலை முடுக்குகளையெல்லாம் சுத்தம் செய்வதிலும், அழகுபடுத்துவதிலும் ஈடுபட்டிருந்தாள். சுவரில் மாட்டியிருந்த படங்களை இங்கிருந்து அங்கும், அங்கிருந்து இங்குமாக மாற்றிக் கொண்டிருந்தாள். இன்னும், கோட் ஸ்டாண்டுகள், நிலைக் கண்ணாடிகள் - இவையெல்லாம் எங்கெங்கேயிருந்தால் நன்றாயிருக்குமென்று பார்த்துப் பார்த்து மாட்டினாள். சுவர் மூலையில் எங்கேயாவது

கொஞ்சம் ஒட்டடை காணப்பட்டால், உடனே அதை எடுத்துக் கொல்லையில் தூரக் கொண்டுபோய்ப் போட்டுவிட்டு வந்தாள். அலமாரியில் புத்தகங்களை ஒழுங்காக எடுத்துத் தட்டி அடுக்கி வைத்தாள். இடையிடையே, முற்றத்தில் காக்காய் கத்தும் சத்தம் கேட்டால், ஓடிப் போய்க் காக்காயைப் பார்த்து, "ஓகோ! இன்னிக்கு மாப்பிள்ளை வரப்போறார்னு உனக்குத்தான் அதிசயமாய்த் தெரியுமோ? எனக்குத் தெரியாதோ?" என்று அதனுடன் பேசிவிட்டு வந்தாள். குறுக்கே நெடுக்கே செவிட்டு வைத்தி போனால், அவனைப் பார்த்து, "அடே! இரண்டு நாளைக்கு கண்ட இடத்தில் எல்லாம் மூக்கைச் சிந்திப் போடாமலிரு! உனக்குப் புண்ணியமாய்ப் போகட்டும்!" என்றாள்.

ஆயிற்று; சூரியன் உச்சி வானத்தைக் கடந்து மேற்புறம் சாயத் தொடங்கிற்றோ, இல்லையோ, சாவித்திரியின் பரபரப்பும் பதின்மடங்கு அதிகமாயிற்று. சம்பு சாஸ்திரியிடம் போய், "அப்பா! ஸ்டேஷனுக்கு வண்டி அனுப்ப வேண்டாமா?" என்று கேட்டாள். அவர், "நீ கவலைப்படாதே, அம்மா! எனக்குத் தெரியாதா? நானே ஸ்டேஷனுக்குப் போய் மாப்பிள்ளையை அழைச்சுண்டு வர்றேன்!" என்றார். ஆனாலும் இன்னும் அரை மணி ஆனதும், சாவித்திரி மறுபடியும் அவரிடம் வந்து, "ஏனப்பா! வண்டி ஓட்டிண்டு போறதுக்கு நல்லான் இன்னும் வர்றலையே?" என்று கேட்டாள்.

"வந்தாச்சு, அம்மா! வண்டி பூட்டிண்டு வர்றதுக்குத் தான் போயிருக்கான்" என்றார் சாஸ்திரியார்.

சுமார் மூன்று மணிக்குச் சம்பு சாஸ்திரியார் வண்டியில் ஏறிக்கொண்டு புதுச்சத்திரம் ஸ்டேஷனுக்குக் கிளம்பிய பிறகுதான் சாவித்திரியின் மனம் கொஞ்சம் நிம்மதி அடைந்தது. வண்டி தெருக்கோடி வரையில் சென்று மறைந்த பிறகு சாவித்திரி உள்ளே வந்து, அவசர அவசரமாகத் தன்னை அழகுபடுத்திக் கொள்ளத் தொடங்கினாள்.

கல்யாணத்தின்போது, "பெண் ரொம்பப் பட்டிக்காடு; அதனால் மாப்பிள்ளைக்குப் பிடிக்கவில்லை" என்ற பேச்சு சாவித்திரியின் காதில் விழுந்ததென்று சொன்னோமல்லவா? "அதெல்லாம் ஒன்றுமில்லை" என்று அப்போது சாஸ்திரி சொன்னதை அவள் பூரணமாய் நம்பினாள். ஆனால், கல்யாணத்திற்குப் பிறகும் ஊரில் சிலர் இம்மாதிரி பேசிக் கொண்டுதான் இருந்தார்கள். ஆகையால், இந்த ஞாபகம் அடிக்கடி சாவித்திரிக்கு வந்து கொண்டிருந்தது. நினைத்துப் பார்க்கப் பார்க்க, ஊரார் சொல்வது வாஸ்தவந்தானே என்றும் தோன்றிற்று. மாப்பிள்ளையின் நாகரிகத்தையும், தன்னுடைய பட்டிக்காட்டு நடை உடை பாவனைகளையும் அவள் ஒப்பிட்டுப் பார்த்துப் பார்த்து வெட்கம் அடைந்தாள். கல்யாணமாகி நாலாம் நாள் அன்று ஸ்ரீதரன் 'புல் ஸூட்' அணிந்திருந்த போது எடுத்த போட்டோ படம் ஒன்று வீட்டில் இருந்தது. அதை எடுத்து வைத்துக் கொண்டு சாவித்திரி அடிக்கடி பார்ப்பாள். கல்யாணத்தின்போது தனக்குச் செய்திருந்த கர்நாடக அலங்காரத்தை நினைத்தால் அவளுக்குக் கோபம் கோபமாய் வந்தது. 'அவாளுடைய நாகரிகம் எங்கே? இந்தப் பட்டிக்காட்டுக் கர்நாடகம் எங்கே? என்னைப் பட்டிக்காடு என்பதாக அவாள் வெறுத்தால்தான் எப்படிப் பிசகு ஆகும்?' என்று எண்ணுவாள். அதே புருஷனுக்குத் தகுந்த மனைவியாக வேண்டுமென்றும் தீர்மானித்துக் கொள்வாள்.

2.10

வண்டி வந்தது!

சமையலறையில் மங்களமும், சொர்ணம்மாளும் குஞ்சாலாடு பிடித்துக் கொண்டிருந்தார்கள். அவர்களுக்குப் பக்கத்தில் செவிட்டு வைத்தி, புதுவேஷ்டி - புதுப்புடவைப் பொட்டணங்களைப் பிரித்து வைத்துக் கொண்டு உட்கார்ந்திருந்தான். புது வேஷ்டி - புதுப்புடவைகளை அவன் கையால் தடவித் தடவிப் பார்த்து அவற்றின் மிருதுத் தன்மையை அநுபவித்துக் கொண்டிருந்தான்.

சொர்ணம்மாள், "நான் சொன்னபடியே ஆச்சா, இல்லையா, பார்த்துக்கோ! பொண்ணுக்கு அறுபது ரூபாய்க்குப் புடவை, உனக்குப் பன்னிரண்டு ரூபாயிலே புடவை, மாப்பிள்ளைக்கு முப்பத்தைந்து ரூபாயிலே வேஷ்டி; மச்சினனுக்கு ஒண்ணரை ரூபாயிலே வேஷ்டி. இதென்னடி வெட்கக் கேடு! உடம்புக்குப் பால் குடிக்காட்டாலும், ஊருக்காவது குடிக்க வேண்டாமா? நீயும் பேசாம இருக்கயே?" என்றாள்.

அதற்கு மங்களம், எரிச்சலாக, "என்னை என்னடி அம்மா பண்ணச்சொல்றே! அப்பவே கிணத்துலே குளத்திலே என்னைப் பிடிச்சுத் தள்ளி விடறதுதானே? இந்த அழகான மாப்பிள்ளையைப் பார்த்து நீதானே என்னைக் கொண்டு வந்து கொடுத்தே?" என்றாள்.

"நான் எல்லாம் சரியாத்தான் பார்த்துக் கொடுத்தேன். எதிலே குறைவாய்ப் போச்சு? சொத்தில்லையா, பணமில்லையா, வயது தான் அப்படி ரொம்ப ஜாஸ்தியா? உன்னைப் போலே இளையவளா வாழ்க்கைப்பட்டவாளெல்லாம் ராஜாத்தி மாதிரி இருக்கலையா? நீ எல்லாத்துக்கும் வாயை மூடிண்டு இருந்து இருந்துதான் இப்படி இடங்கொடுத்துப் போச்சு. இல்லாட்டா, ஒரு பொண் கல்யாணத்துக்கு யாராவது பத்தாயிரம் ரூபாய் செலவழிப்பாளோ?"

"அதோடே போனாத் தேவலையே? இப்போ, அவா கல்கத்தாவிலேயிருந்து தீபாவளிக்கு வந்துட்டுப் போற செலவெல்லாம் உன் மாப்பிள்ளைதான் கொடுக்கப் போறாராம்!"

"ஐயையோ! நெஜந்தானாடி? இதென்ன அநியாயம்? இந்தக் குடித்தனம் உருப்படறதா, இல்லையா, தெரியலையே? இன்னும், திரட்சி, வளைகாப்பு, சீமந்தம்னு நெடுக வந்துண்டே யிருக்குமே?"

"கல்யாணத்திலே பத்தாயிரம் ரூபாய் கடன். நிலத்திலே இரண்டு வேலி மண்ணடிச்சுப் போயிடுத்து. ஐயாயிரம் ரூபாய் செலவழிச்சாத்தான் மறுபடி நிலமாகுமாம். எப்படிக் கடனடைக்கப் போகிறாரோ, பாக்கி என்ன மிஞ்சப் போறதே, ஸ்வாமிக்குத்தான் தெரியும்"

"நான் சொல்றேன் கேளு, மங்களம்! இத்தனை நாளும் போனதெல்லாம் போகட்டும். இனிமே, பொட்டிச் சாவியை நீ வாங்கி வைச்சுக்கோ. ஒரு காலணாச் செலவழிக்கிறதாயிருந்தாலும், உன்னைக் கேட்டுண்டுதான் செலவழிக்கணும்னு சொல்லிடு. இல்லாட்டா எல்லாருமாச் சந்தியிலே நிக்க வேண்டியதுதான்"

இப்படி இவர்கள் பேசிக் கொண்டிருக்கையில், செவிட்டு வைத்தி புடவைகளையும், வேஷ்டிகளையும் ஒவ்வொன்றாய்ப் பிரித்துப் பார்த்துக் கொண்டிருந்தான். நடுவில் நடுவில், "அக்கா! இது யாருக்கு? இது உனக்கா? இதுதான் மாப்பிள்ளைக்கா?" என்று கேட்டுக் கொண்டிருந்தான். மாப்பிள்ளைக்கு வாங்கியிருந்த சேலம்

மயில்கண் வேஷ்டியைப் பார்க்கப் பார்க்க, அதைத் தான் உடுத்திக்கொண்டால் எப்படியிருக்குமென்று அவனுக்கு யோசனை தோன்றி விட்டது. வேஷ்டியை ஒவ்வொரு மடிப்பாகப் பிரித்து, கடைசியில் இரட்டை மடிப்புக்கு வந்ததும், எழுந்து நின்று அதைக் கட்டிக் கொள்ள முயன்றான்.

இந்தச் சமயத்தில், ஆலாத்திக்கு மஞ்சள் நீர் கரைத்து வைத்திருக்கிறதா என்று விசாரிப்பதற்காகச் சாவித்திரி அங்கே வந்து சேர்ந்தாள். "ஏன், சித்தி! வண்டி வரலாச்சே..." என்று சொல்லிக் கொண்டே வந்தவள் மாப்பிள்ளைக்கு வாங்கியிருந்த வேஷ்டியைச் செவிட்டு வைத்தி கட்டிக்கொள்வதைப் பார்த்ததும், மற்றதையெல்லாம் மறந்துவிட்டாள்; இரண்டே எட்டில் செவிட்டு வைத்தி அருகில் சென்று, "சீ" என்று ஓர் அதட்டல் போட்டு, அவன் உடுத்திக்கொள்ள முயன்ற வேஷ்டியைப் பிடுங்கினாள்.

இதையெல்லாம் பார்த்துக் கொண்டிருந்த சொர்ணம்மாளுக்கு வயிற்றெரிச்சல் பொங்கிக்கொண்டு வந்தது. "ஏண்டி சாவித்திரி! உனக்கு என்னடி வந்துடுத்து இவ்வளவு ராங்கி! அந்த வேஷ்டியை அவன் பார்த்தா ஊசியா போயிடும்? இல்லாட்டா, அவன் தொட்டாத் தீட்டுப்பட்டுப் போயிடுமா? அவனைச் சாதியை விட்டுத் தள்ளி வச்சிருக்கா?" என்றாள்.

அத்தியாயங்கள் 1, 2 முடிந்தது

மூன்றாம் பாகம்

பனி

3.1

நல்ல சேதி

'புல் நுனிமேல் நீர்போல் நிலையாமை என்றெண்ணி

இன்னினியே செய்க அறவினை' - நாலடியார்

தலை தீபாவளிக்குப் பிறகு இன்னும் இரண்டு தீபாவளிகள் வந்துவிட்டுப் போயின. கார்த்திகை முடிந்து, மார்கழி மாதம் பிறந்தது.

பருவ காலங்கள் எந்தப் பஞ்சாங்கம் அல்லது காலெண்டரை வைத்துக் கொண்டு தேதி பார்க்கின்றனவோ, தெரியவில்லை. அதிலும் மற்றப் பருவங்கள் கொஞ்சம் முன் பின்னாக வந்தாலும் வரும். பனிக்காலம் மட்டும் தேதி தவறி வருவது கிடையாது. கார்த்திகை எப்போது முடியப் போகிறது, மார்கழி எப்போது பிறக்கப் போகிறது என்று பார்த்துக் கொண்டேயிருந்து மார்கழி பிறந்ததும், பனியும் தொடங்கிவிடுகிறது. ஜனங்களும், கம்பளிச் சொக்காய், பனிக் குல்லாய் காஷ்மீர்ச் சால்வை, கோரைப் பாய் ஆகியவற்றைத் தேடத் தொடங்குகிறார்கள்.

அந்த மாதங்களில் அதிகாலையில் எழுந்திருப்பதற்குச் சாதாரணமாய் யாருக்கும் மனம் வருவதில்லை. பட்சிகளின் உதய

கீதத்தைக் கேட்டதும் போர்வையை இழுத்துப் போர்த்திக் கொள்ளத்தான் தோன்றும். ஆனால், மார்கழி மாதம் மதி நிறைந்த நன்னாள் என்பதை நினைத்து அதிகாலையில் பஜனை செய்ய விரும்பும் பக்தர்களும், குடுகுடுப்பாண்டிகளும் மட்டும் பனியையும் குளிரையும் இலட்சியம் செய்யாமல் எழுந்து விடுவார்கள்.

ஒரு நாள் அதிகாலையில் சம்பு சாஸ்திரி வழக்கம் போல் விழித்துக் கொண்டார். ஆனால், உடனே படுக்கையிலிருந்து எழுந்திருக்கவில்லை. அவசரமாய் எழுந்து என்ன ஆகவேண்டுமென்று தோன்றியது. மூன்று வருஷத்துக்கு முன்பு வரையில் மார்கழி மாதம் என்றால், நெடுங்கரை கிராமத்தில் பிரமாதமாயிருக்கும். அதிகாலையில் வீதி பஜனை நடக்கும். பிறகு சம்பு சாஸ்திரியின் வீட்டில் பூஜை, ஹாரத்தி, பொங்கல் பிரஸாத விநியோகம் எல்லாம் உண்டு. அதெல்லாம் இப்போது பழைய ஞாபகமாகி விட்டது. சாஸ்திரியைச் சாதிப் பிரஷ்டம் செய்த வருஷத்தில், வீதி பஜனை நின்று போயிற்று. காலை வேளையில் பொங்கல் பிரஸாதத்துக்காகவும் அவர் வீட்டுக்கு யாரும் போகவில்லை. 'ஊரார் சாதிப்பிரஷ்டம் பண்ணியது இந்த ஒரு காரியத்துக்கு நல்லதாய்ப் போயிற்று' என்று மங்களம் மனத்திற்குள் எண்ணிக் கொண்டாள்.

அடுத்த வருஷத்தில் சாதிக் கட்டுப்பாடு தளர்ந்து விட்டது. ஊரில் தீக்ஷிதருடைய கிருத்திரிமங்களைப் பொறுக்க முடியாத சிலர் பகிரங்கமாகவே சம்பு சாஸ்திரியின் கட்சி பேசத் தொடங்கினார்கள். பிறகு, பெயருக்கு ஏதோ பிராயச்சித்தம் என்று நடந்தது. இப்போது அக்கிரகாரத்தில் அநேகர் சாஸ்திரி வீட்டுக்கு வந்து போய்க் கொண்டிருந்தார்கள்.

ஆனால், முன்னைப் போல் சம்பு சாஸ்திரிக்கு வாழ்க்கையில் உற்சாகம் இல்லை; முன் மாதிரி பணச் செலவு செய்வதற்கு வேண்டிய வசதிகளும் இல்லை. சாவித்திரி, புருஷன் வீட்டுக்குப் போகாமலிருந்தது அவருடைய உள்ளத்தில் ஒரு பெரிய பாரமாய்

இருந்து கொண்டிருந்தது. ஆகவே, ஏகாதசி பஜனை, மார்கழி பஜனை எல்லாம் நின்று போயின.

ஆனால் சாஸ்திரி அதிகாலையில் எழுந்திருப்பது மட்டும் நிற்கவில்லை. தாம் எழுந்திருக்கும்போது சாவித்திரியையும் எழுப்பி விட்டு விட்டுத் தடாகத்துக்குப் போவார். பனிக் காலத்தில், அதிகாலையில் வெத வெத என்று சூடாயிருக்கும் குளத்து ஜலத்தில் ஸ்நானம் செய்வது ஓர் ஆனந்தமாயிருக்கும். பிறகு, சூரியோதயம் வரை காத்திருந்து சூரிய நமஸ்காரம் செய்வார். பனிக் காலத்தில், சூரியன் கிளம்பிக் கொஞ்ச நேரம் வரையில் பனிப் படலம் சூரியனை மறைத்துக் கொண்டிருக்கும். 'இப்படித்தானே மாயையாகிற பனி ஆத்ம சூரியனை ஜீவனுடைய கண்ணுக்குப் புலப்படாமல் மறைத்துக் கொண்டிருக்கிறது?' என்று வேதாந்த விசாரணை செய்வார்.

அவர் வீட்டுக்குத் திரும்பி வருவதற்குள், சாவித்திரி எழுந்திருந்து, படங்களுக்கு அலங்காரம் செய்து, விளக்கேற்றி வைத்து, பூஜைக்கு எல்லாம் எடுத்து வைத்திருப்பாள். சாஸ்திரி வந்ததும் பூஜை செய்துவிட்டு வேறு காரியங்களைப் பார்ப்பார்.

3.2

சதியாலோசனை

ராஜாராமய்யரும் அவருடைய நண்பர்களும் நடத்திய ஆவி உலகச் சோதனை அகால மரணத்துக்கு உள்ளான விஷயத்தை நாம் துயரத்துடன் தெரிவிக்க வேண்டியதாயிருக்கிறது. மேஜை ஒரு முழ உயரம் கிளம்பியதற்கு மேல் அவர்களுடைய சோதனையில் வேறு எவ்விதப் பலனும் ஏற்படவில்லை. ஆகவே, எல்லோரும் ஒருவாறு சலிப்பு அடையும் தருணத்தில், இங்கிலாந்திலிருந்து மிஸ் மேரியா ஹாரிஸன் என்னும் பெண்மணி வந்து சேர்ந்தாள். இவள் ஒரு பிரசித்தி பெற்ற 'மீடியம்'; அதாவது, ஆவி உலகவாசிகளைத் தன்னுடைய தேகத்தின் மீது ஆவிர்ப்பவிக்கச் செய்யக்கூடிய சக்தி வாய்ந்தவள். ராஜாராமய்யர் - பீடர்ஸன் சங்கத்தார் இந்த 'மீடியம்' அம்மாளுக்கு வரவேற்பு அளித்தார்கள். இவர்களுடைய ஆராய்ச்சியில் அந்த அம்மாள் மிகவும் சிரத்தை காட்டி, தானே அவர்களுக்கு உதவி செய்வதாகவும் சொன்னாள்.

பலநாள் முயற்சிக்குப் பிறகு ஒரு நாளைக்கு அந்த அம்மாள் தன்னுடைய வாக்குறுதியை நிறைவேற்றக்கூடிய நிலைமை ஏற்பட்டது. அதாவது, அவள் பேரில் ஆவிகள் ஆவிர்ப்பவித்து, கேட்ட கேள்விக்குப் பதில் சொல்லலாயின. ஆனால், பதில் வாயினால் சொல்லவில்லை; 'மீடிய'த்தின் கையைப் பிடித்துப் பதில்களை எழுதிக் காட்டின.

முதலில், மிஸ்ஸஸ் பீடர்ஸனுடைய ஆவி ஆவிர்ப்பவமாயிற்று. பீடர்ஸன் துரை பூலோகத்தில் தங்களுடைய வாழ்க்கையைப்பற்றிக் கேட்டதற்கு, "அதெல்லாம் எனக்கு மறந்து போய்விட்டது; இந்த உலகத்துக்கு வந்த பிறகு பூலோக விஷயங்கள் ஒன்றும் ஞாபகம் இருப்பதில்லை" என்று ஆவி சொல்லிற்று. பிறகு, தான் இருக்கும் உலகம் அற்புதமான அழகு வாய்ந்தது என்றும், எங்கே பார்த்தாலும் புஷ்பக் காட்சியாயிருக்கிறது என்றும், வானவில்லின் வர்ணங்கள் எங்கும் காணப்படுகின்றன என்றும், எப்போதும் சுகந்தம் வீசுகிறது என்றும், இப்படிப்பட்ட ஆச்சரிய உலகத்துக்குப் பீடர்ஸன் துரையும் சீக்கிரத்தில் வந்து சேரவேண்டுமென்றும் எழுதித் தெரிவித்தது.

இந்த எழுத்து ஒருவாறு தம் மனைவியின் கையெழுத்தைப் போல் இருக்கிறதென்று பீடர்ஸன் துரை சொன்னார்.

பிறகு, ராஜாராமய்யருடைய தகப்பனார், 'மீடியம்' அம்மாளின் மீது ஆவிர்ப்பவித்தார். அவர் எழுதிய கையெழுத்து மிஸ்ஸஸ் பீடர்ஸனின் எழுத்துக்கு முற்றும் மாறாக, ஆண்பிள்ளைக் கையெழுத்தைப் போல் இருந்தது. இதைப் பார்த்ததுமே அங்கே கூடியிருந்தவர்களெல்லாம் அதிசயப்பட்டுப் போனார்கள். ஆனால் ராஜாராமய்யருக்கு அதைவிட ஆச்சரியம் அளித்தது என்னவென்றால், தம்முடைய தகப்பனார் ஓர் அட்சரங்கூட இங்கிலீஷ் தெரியாதவராயிருந்தும், இப்போது இவ்வளவு சுத்தமான இங்கிலீஷ் எப்படி எழுதுகிறார் என்பது தான். மேலும் வைத்தீசுவரய்யர் தாம் வசிக்கும் உலகத்தைப் பற்றி வர்ணித்ததும், மிஸ்ஸஸ் பீடர்ஸன் வர்ணித்ததும், ஏறக்குறைய ஒரே மாதிரியாகத்தான் இருந்தது. மேலும் அவர், "இந்த உலகத்தில் சாதி, மத வித்தியாசம் ஒன்றும் கிடையாது. கிறிஸ்தவர்களும், ஹிந்துக்களும் ஒன்றுதான். எல்லாரும் பர மண்டலத்திலுள்ள ஏசு பிதாவைத்தான் வணங்குகிறோம்" என்றார். தம் தகப்பனார் உயிர் வாழ்ந்த போது, அவர் கிறிஸ்தவர்களைப் பற்றி எவ்வளவு கேவலமாக நினைத்தார் என்பது ராஜாராமய்யருக்கு ஞாபகம் வந்தபோது, பரலோகத்தில் அவருடைய மாறுதல்

ஆச்சரியமாய்த்தான் இருந்தது. ஆனால் இது எல்லாவற்றையும் விட, அவரை அதிசயத்தினால் திகைக்கப் பண்ணிய விஷயம் வேறொன்று: "வருஷாவருஷம் நான் தங்களை உத்தேசித்து சிராத்தம் பண்ணுகிறேனே, அன்று தாங்கள் பூலோகத்துக்கு வருவதுண்டா?" என்று ராஜாராமய்யர் கேட்டதற்கு, வைத்தீசுவரய்யரின் ஆவி எழுதிய பதிலாவது:-"ஆமாம்; வருஷம் ஒரு தடவை நான் என்னுடைய கல்லறைக்கு வருகிறேன். அங்கே நீ போட்டிருக்கும் புஷ்பங்களின் சுகந்தத்தை உட்கொண்டு விட்டுத் திரும்புகிறேன்!"

3.3

சாவித்திரியின் பயணம்

மேலே சொன்ன தங்கம்மாளின் கடிதத்தைப் படித்தவுடனே தான், சாஸ்திரியார் அவ்வளவு சந்தோஷத்துடன் வந்து, "சாவித்திரி! உன் கலி தீர்ந்துவிட்டது, அம்மா!" என்றார்.

சாவித்திரிக்கு மயிர்க்கூச்சல் எடுத்தது. திடுக்கிட்டு எழுந்திருந்து, "ஏதாவது கடுதாசி வந்திருக்கா, அப்பா!" என்று கேட்டுக் கொண்டு வந்தாள்.

"ஆமாம்மா! சம்பந்தியம்மாள் நரசிங்கபுரத்துக்குப் பொண்ணைப் பார்க்கிறதுக்கு வர்றாளாம். திரும்பிப் போறபோது கல்கத்தாவுக்கு உன்னைக் கூட்டிண்டு போறாளாம்" என்றார்.

சாவித்திரி நம்ப முடியாத சந்தோஷத்துடன், "நிஜமாகவா, அப்பா!" என்று கூவினாள்.

இந்தச் சம்பாஷணையை ஒட்டுக் கேட்டுக் கொண்டிருந்துவிட்டுச் சமையலறைக்குப் போனாள் மங்களம்.

"அடி அம்மா! இந்தப் பொண்ணுக்கு விமோசனம் பிறந்துட்டாப்பலேயிருக்குடி!" என்றாள்.

"விமோசனம் பிறந்திருக்கா? அது என்ன?" என்றாள் சொர்ணம்மாள்.

"சம்பந்தியம்மாள் நரசிங்கபுரத்துக்கு வர்றாளாம். இவளைக் கூட்டிண்டு வந்து விடச் சொல்லி எழுதியிருக்காளாம்."

"அந்தப் பெரிய மனுஷிக்கு இங்கே வந்து அழைச்சுண்டு போக முடியலையாக்கும்! உன்னையும் என்னையும் பார்க்க
வேண்டியிருக்கலையாக்கும்."

"அது போனால் போகட்டுண்டு, அம்மா! இந்தப் பொண்ணு எப்படியாவது புக்காத்துக்குப் போய்ச் சௌக்கியமாயிருந்தால் சரி! அரசமரத்துப் பிள்ளையாரே! சாவித்திரி புக்காத்துக்குப் போனா, உனக்கு 108 கொழக்கட்டை பண்ணி நைவேத்யம் பண்றேன்" என்றாள் மங்களம்.

"அடி அசடே! புக்காத்துக்குப் போய்த் திரும்பி வராதிருந்தா நைவேத்யம் பண்றேன்னு வேண்டிக்கோ. இது வாயையும் கையையும் வச்சிண்டு, அங்கே போய் வாழணுமே! உன் சம்பந்தி இலேசுப்பட்டவள்னு நெனச்சுக்காதே. என்னத்துக்குத் தான் வராமே இவரைக்
கூட்டிண்டு வந்து விடச் சொல்லியிருக்கா, தெரியுமா? அப்பத்தானே இந்தப் பிராமணனை இன்னும் நன்னா மொட்டையடிக்கலாம்!..."

இந்தச் சமயத்தில், செவிட்டு வைத்தி, "அக்கா! அம்மா என்ன சொல்றா?" என்று கேட்டான்.

மங்களம் ஜாடை காட்டிக் கொண்டே, "சாவித்திரி புக்காத்துக்குப் போகப் போறாளாண்டா!" என்றாள்.

"சாவித்திரிதானே? ஆமாம்; கதவைச் சாத்திண்டு ஆம்படையானுக்குக் கடுதாசி எழுதறா, எழுதறா, அப்படியே எழுதறா!"

சொர்ணம்மாள், தாலி கட்டுவதுபோல் ஜாடை காட்டிக் கொண்டு, "இல்லேடா! அவள் ஆம்படையானாத்துக்குப் போகப் போறா!" என்றாள்.

"அதான் நானும் சொல்றேன். அப்பவே எனக்குக் கல்யாணம் பண்ணிக் கொடுத்திருந்தா, ராஜாத்தியாட்டமா வச்சிண்டிருப்பனே!"

"சீச்சீ! வாயை மூடிக்கோ!" என்றாள் மங்களம்.

3.4

பனி மறைந்தது

சாவித்திரிக்குச் சம்பு சாஸ்திரி எழுதிய கடிதத்தில் நாகப்பட்டினத்தில் தமக்குக் காரியம் இருப்பதாக எழுதியிருந்ததைப் படித்து, "அது என்ன அவ்வளவு முக்கியமான காரியம்?" என்று சாவித்திரி எண்ணினாளல்லவா? உண்மையிலேயே அவருக்கு மிகவும் முக்கியமான காரியம்?" என்று சாவித்திரி எண்ணினாளல்லவா? உண்மையிலேயே அவருக்கு மிகவும் முக்கியமான காரியம் நாகப்பட்டினத்தில் இருந்தது.

சாஸ்திரியார், சாவித்திரியின் கல்யாணத்துக்காக வாங்கிய கடன் ரூபாய் பத்தாயிரம் வட்டியுடன் சேர்ந்து இப்போது ரூ.13,500 ஆகியிருந்தது. குடமுருட்டி உடைப்பு, அதன் பயனாக ஏற்பட்ட மகசூல் நஷ்டம், மற்ற உபத்திரவங்கள் காரணமாக, வருஷா வருஷம் வட்டி கூடக் கொடுக்க முடியவில்லை. இத்துடன், சாஸ்திரியின் நிலத்திலும் இரண்டு வேலி மண்ணடித்துப் போய்விட்டதென்பது தெரிந்த பிறகு, கடன்காரன் பணத்துக்கு நிர்ப்பந்தப்படுத்த ஆரம்பித்தான். அது ஒன்றும் பயன்படாமல் போகவே, நாகப்பட்டினம் கோர்ட்டில் தாவா செய்து விட்டான்.

மகசூலை விற்றுக் கடனை அடைக்கலாம் என்ற நம்பிக்கை சாஸ்திரிக்கு இப்போது கிடையாது. 'நிலத்தை விற்க வேண்டியதுதான், வேறு வழியில்லை' என்று அவர் எண்ணிக்

கொண்டிருந்த சமயம், சம்பந்தியம்மாளை நரசிங்கபுரத்தில் போய்ப் பார்க்கும்படி கல்கத்தாவிலிருந்து கடிதம் வந்தது. அந்தப்படியே சாஸ்திரி நரசிங்கபுரம் போய், சம்பந்தியம்மாளைப் பார்த்தார். அந்த அம்மாள் சாஸ்திரியார் செய்திருக்கும் குற்றங்களுக்கெல்லாம் ஜாபிதா கொடுத்து, அவரைத் திணற அடித்த பிறகு, "என்ன இருந்தாலும், இனிமேல் அவள் எங்காத்துப் பெண். நான் அழைச்சுண்டு போறேன். ஆனால், ஆடி ஆறா மாதம் தீபாவளி முதல் சாந்திக் கல்யாணம் வரையில் செய்ய வேண்டியதுக்கெல்லாம் சேர்த்து, மூவாயிரம் ரூபாய் கையில் கொடுத்துடணும். இல்லாட்டா பெண் உங்காத்திலேயே இருக்க வேண்டியதுதான்" என்று கண்டிப்பாய்ச் சொன்னாள்.

நிலம் விற்பதைப் பற்றி சாஸ்திரிக்கு இருந்த சிறிது சந்தேகமும் இப்போது நிவர்த்தியாகி விட்டது. வேறு வழியில் ரூ.3,000 சம்பாதிக்க முடியாது. மேலும், குழந்தை சாவித்திரி மட்டும் புருஷன் வீட்டுக்குப் போய் விட்டாளானால், அப்புறம் நிலம், நீச்சு, வீடு வாசல் எல்லாம் யாருக்கு வேணும்? தமக்கும் மங்களத்துக்கும் அரை வயிற்றுச் சாப்பாட்டுக்குப் பகவான் படி அளக்காமல் போகிறாரா?

இவ்வாறு எண்ணி சாஸ்திரி நரசிங்கபுரத்திலிருந்து நேரே நாகப்பட்டினத்துக்குப் போனார். கடன் கொடுத்த முதலாளியையும், முதலாளியின் வக்கீலையும் கண்டு பேசினார். கோர்ட்டில் கேஸ் நடத்தி ஏகப்பட்ட பணச் செலவு செய்து கட்டிக்கப் போகிற நிலத்தை இப்போதே கட்டிக் கொள்ளும்படி கேட்டுக் கொண்டார். அதிர்ஷ்டவசமாக, அந்த முதலாளியும் வக்கீலும் ஏற்கெனவே சம்பு சாஸ்திரியிடம் மதிப்பு வைத்திருந்தவர்கள். ஆகவே, சம்பு சாஸ்திரி, அடியோடு அழிந்து போவது அவர்களுக்கும் திருப்தியளிப்பதாயில்லை. கடைசியில், சாஸ்திரிக்கு இன்னொரு ரூ.3,000 ரொக்கம் கொடுத்து, வீட்டையும் முக்கால் வேலி நிலத்தையும் ஒதுக்கி விட்டு, பாக்கியையெல்லாம் கடனுக்கு ஈடாக வாங்கிக் கொள்வதென்று முடிவாயிற்று. அந்தப்படியே பத்திரமும் எழுதி முடிந்து, சாஸ்திரியார் ரொக்கம் ரூ.3000-த்துடன்

நெடுங்கரைக்குத் திரும்பினார். நாகப்பட்டினத்தில் அவருக்கிருந்த முக்கியமான காரியம் இதுதான்.

ஆனால் இந்த விவரம் எதுவும் சாவித்திரிக்குத் தெரியாது. வீட்டில் வேறு யாருக்கும் தெரியாது. சாஸ்திரியார் "இதைச் சொல்வதற்கு இப்போது என்ன அவசரம்? எப்படியாவது குழந்தை முதலில் சந்தோஷமாய்ப் புக்ககத்துக்குப் போகட்டும், பிறகு பார்த்துக் கொள்ளலாம்" என்று இருந்தார். ஆகவே, நரசிங்கபுரத்தில், சம்பந்தியம்மாளிடம் சாஸ்திரி ஒரு கவரைக் கொடுத்து. "அம்மா! ரூபாய் மூவாயிரம் மூணு நோட்டாயிருக்கு. பத்திரம்! ஜாக்கிரதையாய் எண்ணி எடுத்து வச்சுக்குங்கோ!" என்று சொன்னபோது சாவித்திரிக்குப்

பகீர் என்றது. அப்பா பணம் என்னத்திற்குக் கொடுக்கிறார் என்பதே அவளுக்கு முதலில் புரியவில்லை. "ஏற்கெனவே அப்பாவுக்குக் கடன் உபத்திரவமாயிற்றே! இப்போது இது வேறு சேர்ந்ததா? ஆனால் என்னத்திற்காகப் பணம்?" என்று திகைத்தாள். பிறகு நடந்த சம்பாஷணையின் போது ஒருவாறு அவளுக்கு விஷயம் புரிந்தது.

3.5

நல்லானின் கோபம்

சாவித்திரியை ரயிலேற்றி அனுப்பி விட்டுச் சம்பு சாஸ்திரி நெடுங்கரைக்குத் திரும்பி வந்தபோது, அவருடைய வீடு ரகளைப்பட்டுக் கொண்டிருந்தது.

அவர் வருவதற்குச் சற்று முன்னால்தான் நல்லான் வியர்க்க விருவிருக்க விரைவாக நடந்து வந்து அவருடைய வீட்டுக்குள் நுழைந்தான். அப்போது கூடத்தில் உட்கர்ந்து ஏதோ காரியம் செய்து கொண்டிருந்தாள் மங்களம்.

"இது என்ன அம்மா அக்கிரமம்? வயத்தைப் பத்திக்கிட்டு எரியுதே?" என்று நல்லான் அலறினான்.

மங்களத்துக்கு ஒன்றும் புரியவில்லை. நல்லான் எப்போதும் எஜமானுக்கும் குழந்தைக்கும் பரிந்து பேசுவதுதான் வழக்கம். மங்களத்திடம் சில சமயம் அவன் சண்டை பிடிப்பதும் உண்டு. 'பெரியம்மா'வை அதாவது மங்களத்தின் தாயாரை அவனுக்குக் கட்டோ டே பிடிக்காது. 'சொர்ணம்மாள்' என்பதற்குப் பதிலாக 'சொரணை கெட்ட அம்மாள்' என்பான். அவள் வீட்டில் இருக்கும்போது, தாகத்துக்கு மோர்த் தண்ணி கூடக் கேட்க மாட்டான். அப்படிப்பட்டவன் இப்போது வந்து இப்படி அலறியதும்,

மங்களம் தன்னுடைய தாயார் பேரில் ஏதோ புகார் சொல்லத்தான் வந்திருக்கிறான் என்று எண்ணினாள்.

முகத்தைக் கடுகடுப்பாய் வைத்துக் கொண்டு "என்னடா அக்கிரமம் நடந்து போச்சு! யார் குடியை யார் கெடுத்திட்டா?" என்று கேட்டாள்.

"குடி கெட்டுத்தானுங்க போச்சு! உங்க குடியும் போச்சு; என் குடியும் போச்சு! நன்செய் புன்செய் பத்து வேலியையும் சாஸனம் பண்ண

எப்படித்தான் ஐயாவுக்கு மனசு வந்ததோ தெரியலைங்களே!" என்றான்.

இதைக் கேட்டுக் கொண்டே சொர்ணம்மாள் கையிலே வைத்திருந்த தயிர்ச்சட்டியுடன் அங்கு வந்து, "ஐயையோ! பொண்ணே இதென்னடி அநியாயம்?" என்று ஒரு பெரிய சத்தம் போட்டாள். அவள் கையிலிருந்த தயிர்ச் சட்டி தொப்பென்று கீழே விழுந்து சுக்கு நூறாய் உடைந்தது.

மங்களத்துக்குத் தலையில் இடி விழுந்தது போலிருந்தது. "என்னடா, நல்லான்? என்ன சொல்கிறாய்?" என்று திகைப்புடன் கேட்டாள்.

"ஆமாங்க; எசமான் நிலத்தையெல்லாம் வித்துட்டாராம்! இனிமேல், அந்த வயல்வெளிப் பக்கம் நான் எப்படிப் போவேனுங்க?" என்று நல்லான் மறுபடி அலறினான்.

சொர்ணம்மாள், "ஐயையோ! குடி முழுகித்தா? - கிளியை வளர்த்துப் பூனை கையிலே கொடுப்பதுபோலே, இந்தப் பிராமணனுக்கு உன்னைக் கொடுத்தேனே? வேறே ஒண்ணும் இல்லாட்டாலும், சோத்துக்குத் துணிக்காவது பஞ்சமில்லைன்னு நினைச்சுண்டிருந்தேனே! - அதுவும் போச்சே! - இப்படியாகும்னு நான் நினைக்கலையே! - மோசம் பண்ணிட்டானே பிராமணன்!"

என்று சொல்லிக் கொண்டே, ஒவ்வொரு பேச்சுக்கும் ஒரு தடவை வயிற்றில் அடித்துக் கொண்டாள்.

இதைப் பார்த்ததும் நல்லானுக்கு, "இதென்னடா சனியன்? இவர்களிடம் வந்து சொல்லப் போனோமே?" என்று தோன்றிவிட்டது.

இந்தச் சமயத்தில், ஏற்கெனவே பாதி திறந்திருந்த வாசற் கதவு நன்றாய்த் திறந்தது. சம்பு சாஸ்திரி வாசற்படியண்டை நின்றார்.

"நல்லான்! இது என்ன இது?" என்று உரத்த குரலில் கேட்டார்.

3.6

கிரகப் பிரவேசம்

ராஜாராமய்யர் மிகவும் கோபமாயிருந்தார். இது என்ன உலகம், இது என்ன வாழ்க்கையென்று அவருக்கு ரொம்பவும் வெறுப்பு ஏற்பட்டிருந்தது. அவருடைய மனோவசிய சக்தியானது ஸ்ரீதரன் விஷயத்தில் சிறிதும் பயன்படாமற் போனதுதான் அவருடைய கோபத்திற்குக் காரணம்.

மாட்டுப் பொண்ணை அழைத்து வருகிறேன் என்று தங்கம்மாள் ஊருக்குப் புறப்பட்டுச் சென்றதிலிருந்து ராஜாராமய்யருக்கு ஸ்ரீதரனைப் பற்றிய கவலை அதிகமாயிற்று. 'அவள் பாட்டுக்கு அந்தப் பட்டிக்காட்டுப் பெண்ணை அழைத்துக் கொண்டு வந்து நிற்கப் போகிறாள்! இவனானால் இந்தச் சட்டைக்காரியை இழுத்துக்கொண்டு அலைகிறானே!' என்பதாக அவருடைய மனம் சஞ்சலத்தில் ஆழ்ந்தது. மாட்டுப் பெண் வருவதற்குள் இவனைச் சீர்திருத்தி விடவேண்டும் என்று தீர்மானித்தார்.

ஆகவே, ஒரு நாள் ஸ்ரீதரனை அழைத்துத் தம் எதிரில் நிறுத்திக் கொண்டு, தம்முடைய காந்தக் கண்களின் சக்தியை அவன் பேரில் பிரயோகிக்கத் தொடங்கினார். அவனை விழித்துப் பார்த்த வண்ணம், "ஸ்ரீதரா! உனக்கு இப்போது நல்ல புத்தி வந்து கொண்டிருக்கிறது!..." என்று அவர் ஆரம்பித்ததும், ஸ்ரீதரன் குறுக்கே பேச ஆரம்பித்தான்.

"ஆமாம் அப்பா! எனக்கு புத்தி வந்து கொண்டிருக்கிறது. ஆனால், உங்களுக்குத்தான் புத்தி கெட்டுப் போய் கொண்டிருக்கிறது. நீங்கள் முழிக்கிறதைப் பார்த்தால் பயமாயிருக்கிறது. நான் சொல்றதைக் கேளுங்கள். ஸ்பிரிட் மீடியம், மெஸ்மெரிஸம், ஹிப்னாடிஸம் இந்த கண்றாவியையெல்லாம் விட்டுவிடுங்கள். இந்த மாதிரி மெஸ்மரிஸம், ஹிப்னாடிஸம் என்று ஆரம்பித்தவர்கள் கடைசியில் எங்கே போய்ச் சேர்கிறார்கள் தெரியுமா? லூனடிக் அஸைலத்தில்தான். இந்த ஊர் பைத்தியக்கார ஆஸ்பத்திரியில் முக்கால்வாசிப்பேர் ஹிப்னாடிஸம், அப்பியாசம் செய்தவர்கள் தானாம். ஜாக்ரதை!" என்று ஒரு பிரசங்கம் செய்துவிட்டு, ராஜாராமய்யர் பிரமித்து போய் நின்று கொண்டிருக்கையிலேயே வெளியேறினான்.

அதற்குப் பிறகு ராஜாராமய்யர் இரண்டு, மூன்று தடவை ஸ்ரீதரனுக்குத் தர்மோபதேசம் செய்யலாமென்று முயன்றார். ஒன்றும் பயன்படவில்லை. அவன் நின்று காது கொடுத்துக் கேட்டால்தானே?

இதனாலெல்லாம் ராஜாராமய்யரின் மனது ரொம்பவும் குழம்பிப் போய் இருந்தது. அவருக்குக் கோபம் கோபமாய் வந்தது. அந்தக் கோபத்தை யார் மேல் காட்டுவது என்றும் தெரியவில்லை. கடைசியில் ஹிந்து சமூகத்தின் மேல் காட்டத் தீர்மானித்தார். ஹிந்து சமூகத்திலுள்ள பால்ய விவாகம், வரதக்ஷணை முதலிய வழக்கங்களைப் பலமாகக் கண்டித்துப் பத்திரிகைகளுக்குக் கட்டுரைகள் எழுத வேண்டுமென்று முடிவு செய்தார்.

ராஜாராமய்யர் இத்தகைய மனோ நிலையில் இருந்த போதுதான் ஒரு நாள் திடீரென்று தங்கம்மாள் சாவித்திரியை அழைத்துக் கொண்டு வந்து சேர்ந்தாள். அவர்களைப் பார்த்ததும் ராஜாராமய்யர், "என்ன தங்கம் வருகிறதைப் பத்தித் தகவலே கொடுக்கலையே! ஒரு கடுதாசி போடக் கூடாதா?" என்றார்.

இதற்குள் சாவித்திரி மாமனாரின் அருகில் வந்து நமஸ்காரம் செய்தாள்.

அதைப் பார்த்த ராஜாராமய்யர், "வாடி அம்மா, வா! இந்த வீட்டுக்கு நீ ஒருத்தி தான் பாக்கியாயிருந்தது. வந்துட்டயோல்யோ? எங்களையெல்லாம் பைத்தியமா அடிச்சுட்டான்; உன்னை என்ன பண்ணப் போறானோ!" என்றார்.

தங்கம்மாள், "சரிதான்; வரத்துக்கு முன்னாலேயே அவளை காபரா பண்ணாதேங்கோ! அவர் கிடக்கார்; நீ மேலே மாடிக்குப் போடி, அம்மா!" என்றார்.

தன்னுடைய மாமனார் பெரிய தமாஷ்காரர் என்றும் எப்போதும் வேடிக்கையும் பரிகாசமுமாய்ப் பேசுவார் என்றும் சாவித்திரி கேள்விப்பட்டிருந்தாள். ராஜாராமய்யர் சொன்னதை அந்த மாதிரி பரிகாசம் என்று அவள் நினைத்தாள். வாய்க்குள் சிரித்துக் கொண்டே அவள் மாடிப்படி ஏறிச் சென்றாள்.

3.7

அக்னயே ஸ்வாஹா!

சாவித்திரி புக்ககம் போன பிறகு நடுவில் ஒரு பனிக் காலம் வந்து போய்விட்டது. மறுபடியும் மாரிக் காலம் சென்று இன்னொரு பனிக் காலம் வந்தது.

கடந்த நாலு வருஷத்தில், சோழ நாட்டிலுள்ள எல்லாக் கிராமங்களையும் போல் நெடுங்கரையும் பெரிதும் க்ஷீணமடைந்திருந்தது. நெல் விலை மளமளவென்று குறைந்து போகவே, ஊரில் அநேகம் பேர், 'இனிமேல் கிராமத்தில் உட்கார்ந்திருந்தால் சரிப்படாது' என்று பிழைப்புத் தேடிப் பட்டணங்களுக்குப் புறப்பட்டார்கள்.

இங்கிலீஷ் படித்து விட்டுச் சும்மா இருந்த வாலிபர்கள் உத்தியோகம் தேடுவதற்காகப் போனார்கள். இங்கிலீஷ் படிக்காதவர்கள், ஏதாவது வெற்றிலைப் பாக்குக் கடையாவது வைக்கலாம், இல்லாவிட்டால் காப்பி ஹோட்டலிலாவது வேலை பார்க்கலாம் என்று எண்ணிச் சென்றார்கள்.

இப்படிப் போகாமல் ஊரிலே இருந்தவர்களின் வீடுகளில் தரித்திரம் தாண்டவமாடத் தொடங்கிற்று.

இந்த மாறுதல் சம்பு சாஸ்திரியின் வீட்டிலேதான் மிகவும் ஸ்பஷ்டமாகத் தெரிந்தது. எப்போதும் நெல் நிறைந்திருக்கும் களஞ்சியத்திலும் குதிர்களிலும், இப்போது அடியில் கிடந்த நெல்லைச் சுரண்டி எடுக்க வேண்டியதாயிருந்தது.

மாட்டுக் கொட்டகை நிறைய மாடுகள் கட்டியிருந்த இடத்தில் இப்போது ஒரு கிழ எருமையும், ஒரு நோஞ்சான் பசுவும் மட்டும் காணப்பட்டன.

தென்னை மரம் உயரம் பிரம்மாண்டமான வைக்கோற் போர் போட்டிருந்த இடத்தில் இப்போது ஓர் ஆள் உயரத்திற்கு நாலு திரை வைக்கோல் கிடந்தது.

நெல் சேர் கட்டுவதற்காக அமைத்திருந்த செங்கல் தளங்களில், இப்போது புல் முளைத்திருந்தது.

ஆனால், குறைவு ஒன்றுமில்லாமல் நிறைந்திருந்த இடம் ஒன்று நெடுங்கரையில் அப்போதும் இல்லாமற் போகவில்லை. அந்த இடம் சம்பு சாஸ்திரியின் உள்ளந்தான். தமது வாழ்க்கையில் ஏற்பட்ட மாறுதலைக் குறித்துச் சாஸ்திரி சிறிதும் சிந்திக்கவில்லை. முன்னை விட இப்போது அவருடைய உள்ளத்தில் அதிக அமைதி குடி கொண்டிருந்தது. பகவத் பக்தியில் முன்னைவிட அதிகமாக அவர் மனம் ஈடுபட்டது.

குழந்தை சாவித்ரியைப் பற்றி இடையிடையே நினைவு வரும்போது மட்டும் அவருடைய உள்ளம் சிறிது கலங்கும். ஆனால் உடனே, "குழந்தை புருஷன் வீட்டில் சௌக்கியமாயிருக்கிறாள். நாம் ஏன் கவலைப்படுகிறோம்?" என்று மனத்தைத் தேற்றிக்கொள்வார்.

சாவித்திரி கல்கத்தாவுக்குப்போய் ஐந்தாறு மாதம் வரையில் அடிக்கடி அவளிடமிருந்து கடிதம் வந்து கொண்டிருந்தது.

அப்புறம், இரண்டு மாதத்துக்கொரு தரம் வந்தது. இப்போது சில மாதமாய்க் கடிதமே கிடையாது. அதனால் என்ன? கடிதம் வராத வரையில் க்ஷேமமாயிருக்கிறாள் என்றுதானே நினைக்க வேண்டும்? மேலும் இனிமேல் சாவித்திரிக்கும் நமக்கும் என்ன சம்பந்தம்? அவளுக்கு நாம் என்ன செய்யப் போகிறோம்? நமக்குத் தான் அவளால் என்ன ஆகவேண்டும்? "இனி உனக்கு மாதா பிதா தெய்வம் எல்லாம் புருஷன் தான்" என்று நாம் தானே உபதேசம் செய்து அனுப்பினோம்? எப்படியாவது குழந்தை சந்தோஷமாயிருந்தால் சரி. கடிதம் போடாமல் போனால் என்ன? - இப்படி எண்ணியிருந்தார் சம்பு சாஸ்திரி.

அன்று தை வெள்ளிக்கிழமை. சாஸ்திரி அம்பிகையின் பூஜைக்குப் புஷ்பம் சேகரித்து வைத்துவிட்டு ஸ்நானம் செய்யக் குளத்துக்குப் போயிருந்தார்.

வாசலில் "தபால்" என்ற சத்தம் கேட்டது. சமையலுள்ளில் கைவேலையாயிருந்த சொர்ணம்மாள், "மங்களம்! மங்களம்! சுருக்கப் போய்த் தபாலை வாங்கிண்டு வா!" என்றாள்.

மங்களம் போய்த் தபாலை வாங்கிக் கொண்டு வந்தாள். வரும்போது வாசற்கதவைத் தாழ்ப்பாள் போட்டுக்கொண்டு வந்தாள்.

3.8

கோட்டை இடிந்தது

கல்கத்தாவில் ஸ்ரீதரனுடைய வீட்டில் ராஜாராமய்யர் தம்முடைய வீட்டில் உட்கார்ந்து பத்திரிகை படித்துக் கொண்டிருந்தார். வீட்டின் பின்புறத்திலிருந்து 'லொக்கு லொக்கு' என்று இருமுகிற சத்தம் கேட்டுக் கொண்டிருந்தது, ராஜாராமய்யரின் கவனம் பத்திரிகையில் செல்லவில்லை. "தங்கம்; தங்கம்!" என்று கூப்பிட்டார்.

"ஏன் கூப்பிட்டேள்?" என்று கேட்டுக் கொண்டே தங்கம் அறைக்குள் வந்தாள்.

"ஏண்டி! இந்தப் பொண்ணு இப்படி வாய் ஓயாமல் இருமிண்டிருக்கே! பிள்ளைத்தாச்சிப் பொண்ணை இப்படிக் கவனிக்காம வச்சுண்டிருந்தா, ஏதாவது இசை கேடா முடியப்போறதேடி!" என்றார் ராஜாராமய்யர்.

"இதுக்கு நான் என்ன பண்ணுவேன்? அந்த எழவு, சம்பந்திப் பிராம்மணன் வந்து பொண்ணை அழைச்சுண்டு போனான்னா தேவலை? உலகத்திலே ஒரு தகப்பனும் இப்படி இருக்கமாட்டான். இந்தப் பொண்ணு பத்து நாளைக்கு ஒரு கடுதாசி போடறதிலே குறைச்சலில்லை. ஒண்ணுக்காவது பதில் கிடையாதாம்.

"அங்கே அவருக்கு என்ன தொல்லையோ, என்னமோ?"

"என்ன தொல்லை வந்துடுத்து, உலகத்திலே இல்லாத தொல்லை? பணச்செலவுக்குச் சோம்பிண்டுதான் இப்படி வாயை மூடிண்டு இருக்கார்! வீட்டிலே இரண்டு லங்கிணிகள் இருக்காளே, அவா போதனையாயிருந்தாலும் இருக்கும்."

"சரி, அதுக்காக நாம் என்ன பண்றதுங்கறே?"

"நாக்பூர்லேருந்து செல்லத்தை வேறே இங்கே பிரசவத்துக்கு அனுப்பப் போறாளாம்! இரண்டு பிள்ளைத்தாச்சிகளை வைச்சிண்டு நான் என்ன பண்றது? சாஸ்திரத்துக்கும் விரோதம். இந்தப் பொண்ணானா, என்னை ரயிலேத்தி விட்டுடுங்கோ, நான் ஊருக்குப் போறேன்னு சொல்லிண்டிருக்கா, அனுப்பிச்சுடலாமான்னு பார்க்கறேன்."

"என்னடி இது? நிஜமா தானே போறேன்னு சொல்றாளா?"

"நிஜமா வேறே, அப்புறம் பொய்யா வேறயா? உங்களோட எழவு, பொய் சொல்லி இப்ப எனக்கு என்ன ஆகணும்?"

"கோவிச்சுக்காதேடி! அந்தப் பொண்ணு தைரியமாய்ப் போறேன்னு சொன்னா, திவ்யமாப் போகச் சொல்லு, அது ரொம்பத் தேவலை. இங்கே இருந்தா நீங்க ரெண்டு பேருமாச் சேர்ந்து அவளைக் கொன்னே விடுவயள். குரங்கு கையிலே பூமாலையாட்டமா, உன் கையிலும், உன் பிள்ளை கையிலும் ஆப்புட்டுண்டாளே பாவம்! பெண்டாட்டியாம், பிள்ளையாம்! தூத்தேரி!" என்று சொல்லிக் கொண்டே ராஜாராமய்யர் எழுந்திருந்து கையிலிருந்த பத்திரிகையைத் துண்டு துண்டாகக் கிழித்துப் போட்டுவிட்டு வெளிக் கிளம்பிச் சென்றார்.

தங்கம்மாள் அங்கிருந்து நேரே பின்கட்டுக்குப் போனாள். அங்கே அடிக்கடி இருமிக் கொண்டே, இரும்பு உரலில் மிளகாய்ப் பொடி இடித்துக் கொண்டிருந்தாள் சாவித்திரி.

"ஏண்டி அம்மா, என்னத்திற்காக இப்படி வாய் ஓயாமே இருமறே? வேணும்னு இருமறாப்பலேன்னா இருக்கு?" என்றாள் தங்கம்மாள்.

"இல்லேம்மா! ஏற்கனவே, இருமிண்டிருக்கோன்னோ? ஏன் மிளகாய்ப் பொடி இடிக்கலைன்னு கேட்டேளேன்னு இடிச்சேன். மிளகாய்க் காரத்தினாலே ஜாஸ்தியா இருமறது."

3.9

அநாதைக் கடிதம்

இந்த இரண்டு வருஷ காலத்தில் சாவித்திரியின் விஷயமாக ஸ்ரீதரனுடைய மனோபாவம் இரண்டு மூன்று தடவை மாறுதல் அடைந்துவிட்டது.

ஆரம்பத்தில் கொஞ்ச நாள், தன்னைக் கேட்காமல் தங்கம்மாள் அவளை அழைத்துக் கொண்டு வந்த காரணத்தினால் அவனுக்கு வெறுப்பும் கோபமுமாயிருந்தது. போகப் போக, "சரிதான்; இந்தப் பிராரப்தத்தைக் கட்டிக் கொண்டுதான் மாரடித்தாக வேண்டும் போல் இருக்கிறது. ஆனால் நமக்கென்ன கஷ்டம் வந்தது? அவள் பாட்டுக்கு வீட்டில் அம்மாவுக்கு ஒத்தாசையாயிருந்து விட்டுப் போகிறாள்" என்று ஒரு மாதிரி முடிவுக்கு வந்திருந்தான்.

சில நாளைக்கெல்லாம் சாவித்திரியிடம் அவனுக்கு கொஞ்சம் சிரத்தை உண்டாகத் தொடங்கிற்று. சிரத்தை உண்டானதும், அவளைத் தன் தாயார் படுத்துகிற கஷ்டத்தைப் பார்த்து இரக்கமும் ஏற்பட்டது. ஸ்ரீதரனுடைய இரக்கம் சாவித்திரிக்கு ஆபத்தாய் முடிந்தது.

ஒரு தடவை சாவித்திரி கஷ்டமான காரியம் செய்வதைப் பார்த்து, ஸ்ரீதரன் அம்மாவிடம், "ஏனம்மா இந்த வேலையெல்லாம் அவளைச் செய்யச் சொல்கிறாய்?" என்றான். தங்கம்மாளுக்கு

ஆத்திரம் வந்துவிட்டது. "ஆமாண்டாப்பா, உன் ஆம்படையாள் காரியம் செய்யலாமோ? தேஞ்சுன்னா போயிடுவள்? நீ வேணா பூட்டி வைச்சுட்டுப்போ! இல்லாட்டா, பின்னோட அழைச்சுண்டு போயிடு" என்று கத்தினாள். அவன் வெளியே போன பிறகு, சாவித்திரியிடம், "ஏண்டி பொண்ணே! ஆம்படையானிடம் கோழி சொல்ல ஆரம்பிச்சுட்டயோல்லியோ? நீ காரியம் செய்யலாமோடி? மிராசுதார் பொண்ணாச்சே! போய் மெத்தையை விரிச்சுப் போட்டுண்டு படுத்துக்கோ! நான் தான் ஒத்தி இருக்கேனே இந்த வீட்டிலே காரியம் செய்யறதற்கு!..." என்று சரமாரியாய்ப் பொழியத் தொடங்கினாள்.

இம்மாதிரி சாவித்திரிக்கு ஸ்ரீதரன் பரிந்து பேசிய ஒவ்வொரு தடவையும் அவளுக்கு அதனால் கஷ்டமே நேர்ந்தது. ஒரு நாள் சாவித்திரி மாவு இடித்துக் கொண்டிருந்தபோது ஸ்ரீதரன் பார்த்துவிட்டான். "உன்னை யார் மாவு இடிக்கச் சொன்னது? வீட்டிலே வேலைக்காரியில்லையா?" என்று ஸ்ரீதரன் கோபமாய்க் கேட்டான். சாவித்திரி, அவனுடைய கோபத்தைத் தணிக்கும் நோக்கத்துடன், "அம்மாதான் இடிக்கச் சொன்னார்" என்று சொல்லி விட்டாள். ஸ்ரீதரன் அம்மாவிடம் போய், "இதென்ன அம்மா நான்ஸென்ஸ்? இவளை என்னத்துக்காக மாவு இடிக்கச் சொன்னாய்?" என்று கேட்டான். "அப்படிச் சொல்லு தகடிகை!" என்றாள் தங்கம்மாள். "நான் என்னடா அப்பா சொன்னேன்! கொஞ்ச நாள் போனா, ஆம்படையானும் பொண்டாட்டியும் ஒண்ணாப் போயிடுவயள்; நான் தான் நான்ஸென்ஸாப் போயிடுவேன்னு சொன்னேனோ இல்லையோ? என் வாக்குப் பலிச்சுதா?" என்று கூச்சலிட்டாள். பிறகு, சாவித்திரியைக் கூப்பிட்டு, "ஏண்டி பொண்ணே! நானாடி உன்னை மாவு இடிக்கச் சொன்னேன்; என் மூஞ்சியைப் பார்த்துச் சொல்லடி!" என்று கேட்டாள். சாவித்திரி பயந்துபோய்ப் பேசாமல் இருந்தாள். பார்த்தயோல்லியோடா கள்ள முழி முழிக்கிறதை!" என்றாள் தங்கம்மாள். ஸ்ரீதரனுக்கு ரொம்பக் கோபம் வந்து விட்டது. "ஏண்டி! பொய்யா சொன்னே?" என்று சாவித்திரியின் கன்னத்தில் ஓர் அறை அறைந்துவிட்டுப் போய்விட்டான்.

சாவித்திரி அழுதுகொண்டே மாவு இடிக்கத் தொடங்கினாள். தங்கம்மாள், "என் பிள்ளைக்கும் எனக்கும் ஆகாமலடிக்க வந்துட்டயாடி அம்மா, மகராஜி! என்ன சொக்குப் பொடி போட்டிருக்கயோ, என்ன மருந்து இட்டிருக்கயோ, நான் என்னத்தைக் கண்டேன்!" என்று புலம்பத் தொடங்கினாள்.

இந்த நாளில் சாவித்திரி சரியான வழியில் முயற்சி செய்திருந்தால் ஒருவேளை ஸ்ரீதரனுடைய அன்பைக் கூடப் பெற்றிருக்கலாம். ஆனால், அந்தச் சரியான வழி அவளுக்குத் தெரிந்திருக்கவில்லை. மாமியாரைத் திருப்தி செய்வது தான் கணவனைத் திருப்தி செய்யும் வழி என்று அவள் நினைத்தாள். அவன் பகலில் எப்போது வீட்டுக்கு வந்தாலும் அவள் அடுப்பங்கரையில் ஏதாவது காரியம் செய்து கொண்டிருப்பாள். இரவில் அவன் வரும் போது அவள் ஒன்று, பகலெல்லாம் உழைத்த அலுப்பினால் படுத்துத் தூங்கிப் போய் விடுவாள்; அல்லது மாமியார் சொன்னது எதையாவது நினைத்து அழுது கொண்டிருப்பாள். "சனியன்! சனியன்! எப்ப பார்த்தாலும் ஒரே அழுகைதானா? மூதேவி! பீடை!" என்று ஸ்ரீதரன் எரிந்து விழுவான். இதனால் அவளுடைய அழுகை அதிகமாகும். ஸ்ரீதரனுடைய வெறுப்பும் வளரும்.

3.10

சாவித்திரியின் கனவு

சாவித்திரியை அழைத்துக்கொண்டு போகிறோமென்று சொன்ன திருநெல்வேலி ஜில்லாக்காரர்கள் உண்மையிலேயே ரொம்பவும் நல்ல மனுஷர்கள். புருஷன், மனைவி, குழந்தை, புருஷனுடைய தாயார் இவர்கள்தான். தாயார் விதவை. புருஷனுக்கு முப்பது வயதும், மனைவிக்கு இருபது வயதும் இருக்கும். குழந்தை மூன்று வயதுப் பையன். அவர்களில் யாரும் பார்ப்பதற்கு அவ்வளவு லட்சணமாயில்லை. கணபதி அவனுடைய பெயருக்கு ஏற்றது போலவே கட்டைக் குட்டையாயும், கொஞ்சம் இளந் தொந்தி விழுந்தும் காணப்பட்டான். கறுப்பு நிறந்தான். முகம், கன்னமும் கதுப்புமாய்ச் சப்பட்டையாயிருந்தது. ஜயம் அவனைவிடச் சிவப்பு; ஆனால் முகத்தில் அம்மை வடு. போதாதற்கு, மேல் வாய்ப்பல் இரண்டு முன்னால் நீண்டு வந்திருந்தது. இதை மறைப்பதற்காக ஜயம் அடிக்கடி உதட்டை இழுத்து மூடிக்கொண்டாள். அவள் நாலைந்து மாதமாக 'ஸ்நானம் செய்ய'வில்லையென்றும் தோன்றிற்று. இந்தக் குடும்பத்தார் ஒருவரோடொருவர் கொண்டிருந்த அந்யோந்யம் சாவித்திரிக்கு அளவிலாத ஆச்சரியத்தை அளித்தது. என்ன அன்பு! என்ன அக்கறை!

ஐந்து நிமிஷத்துக்கொரு தடவை, "ஜயம்! ஏதாவது வேணுமா?" என்று கணபதி கேட்டுக் கொண்டிருந்தான். "ஏண்டாப்பா! பிள்ளைத்தாச்சிப் பொண் பட்டினியாயிருக்காளே! ஏதாவது வாங்கிண்டு வந்து கொடேண்டா!" என்று தாயார் அடிக்கடி சொல்லிக்கொண்டிருப்பாள். "நான் தான் வெறுமனே சாப்பிட்டுண்டே இருக்கேனே! அம்மாதான் பச்சை ஜலம் வாயிலே விடாமே இருக்கார். அவருக்கு ஏதாவது பழம், கிழம் வாங்கிக் கொடுங்கோ!" என்பாள் ஜயம்.

ஜயம் எதற்காவது எழுந்து நின்றால், சொல்லி வைத்தாற்போல், கணபதி, அவனுடைய தாயார் இரண்டு பேரும் எழுந்திருந்து, "என்ன

வேணும், ஜயம்?" என்று கேட்பார்கள். கொஞ்ச நேரம் அவள் உட்கார்ந்திருந்தபடியே வந்தால், "இந்தாடி அம்மா! ரொம்ப நேரம் உட்கார்ந்திருந்தாக் காலைக் கொரக்களி வாங்கும். சித்தே காலை நீட்டிண்டு படுத்துக்கோ!" என்பாள் மாமியார். அஸ்தமித்தால் போதும்; ஜன்னல் கதவுகளையெல்லாம் சாத்திவிடச் சொல்வாள். வண்டியிலுள்ள மற்றவர்கள் ஆட்சேபித்தால், "கொஞ்சம் கோவிச்சுக்காதீங்கோ. பிள்ளைத்தாச்சிப் பொண்ணு. பனி உடம்புக்காகாது" என்பாள்.

அவர்கள் ஒருவரோடொருவர் அந்யோந்யமாயிருந்ததல்லாமல், சாவித்திரியையும் மிகப் பரிவுடன் கவனித்துக் கொண்டார்கள். சில சமயம் அந்த அம்மாள், சாவித்திரியின் கஷ்டங்களைப் பற்றியும் பேச ஆரம்பித்து விடுவாள். "ராஜாத்தி மாதிரி இருக்கா. இவளை ஆத்திலே வச்சுட்டு அந்த மூடம் எங்கெல்லாமோ சுத்தி அலையறானே?" என்றும், "நல்ல மாமியார் வாச்சாடி அம்மா, உனக்கு! இப்படி எட்டு மாதத்துக் கர்ப்பிணியைத் தனியா அனுப்பறதுக்கு எப்படித்தான் மனம் வந்ததோ?" என்றும் சொல்வாள். கணபதி, "பேசாமலிரு, அம்மா!" என்று அடக்குவான். "நீ சும்மா இருடா! என்னமோ, அந்த துஷ்டைகளுக்குப் பரிஞ்சு பேசறதுக்கு வந்துட்டே? உனக்கென்ன தெரியும், ஊர் சமாசாரம்? இந்தச் சாதுப் பெண்ணை அந்த ராட்சஸி படுத்தி வச்சது.

ஊரெல்லாம் சிரிப்பாய்ச் சிரிச்சுது! பாவம்! இவளுக்குப் பொறந்தகமும் வகையில்லைபோல் இருக்கு. அவாதான் வந்து தலைச்சம் பிள்ளைத்தாசியைப் பாத்துட்டு அழைச்சுண்டு போகவேண்டாமோ?" என்பாள்.

மாமியார் இப்படி ஏதாவது பேசும்போதெல்லாம், மாட்டுப் பெண்ணின் முகத்தில் பெருமை கூத்தாடும். அவளுக்குப் புக்ககத்தைப் போலவே பிறந்த வீடும் நன்றாய் வாய்த்திருந்தது என்று சம்பாஷணையில் சாவித்திரி தெரிந்து கொண்டாள். ஜயத்தின் தகப்பனாருக்கு இரண்டு மாதமாய் உடம்பு சரியில்லை என்று தகவல் வந்ததாம். "ஒரு வேளை நான் பிழைக்கிறேனோ, இல்லையோ, என் பெண்ணையும் மாப்பிள்ளையையும் ஒரு தடவை பார்த்துவிட்டால் தேவலை" என்று அவர் சொன்னாராம். அதன் பேரில்தான் இப்போது இவர்கள் திருநெல்வேலிக்குப் போய்க் கொண்டிருந்தார்கள்.

3.11

'அப்பா எங்கே?'

சாவித்திரி அதிகாலையில் புதுச் சத்திரம் ஸ்டேஷனில் வந்து இறங்கினாள். இன்னும் பனிபெய்து கொண்டிருந்தபடியால், ஸ்டேஷன் கட்டிடம், அதற்கப்பாலிருந்த சாலை, தூங்குமூஞ்சி மரங்கள் எல்லாம் மங்கலாகக் காணப்பட்டன.

தன்னை அழைத்துப் போக அப்பா வந்திருக்கிறாரோ என்று ஆவலுடன் சுற்று முற்றும் பார்த்தாள். பிளாட்பாரத்தில் ஒரு பிராணியும் இல்லை. வெளியே ஒரு வண்டி மட்டும் கிடந்தது. அதிகாலையானதால் ஒரு வேளை நல்லானை மட்டும் வண்டியுடன் அனுப்பியிருப்பார் என்று சாவித்திரி எண்ணினாள்.

நல்ல வேளையாக, அவளிடமிருந்த கொஞ்சம் பணத்தையும், டிக்கட்டையும் பெட்டியில் வைக்காமல் ஒரு பர்ஸில் போட்டு இடுப்பில் செருகிக் கொண்டிருந்தாள். ஆகையால் அவை கெட்டுப் போகாமல் பிழைத்தன.

சாவித்திரி, டிக்கட்டை எடுத்துக் கொடுத்தபோது, தனக்குத் தெரிந்த பழைய ஸ்டேஷன் மாஸ்டரோ என்று ஒரு க்ஷணம் உற்றுப் பார்த்தாள். இல்லை. அவர் இல்லை. இவர் யாரோ புதுசு! மீசையும் கீசையுமாயிருக்கிறார். சாவித்திரி வெளியில் போன பிறகு அவர் டிக்கட் குமாஸ்தாவிடம், "வர வரப் பெண்பிள்ளைகள் எல்லாம்

துணிந்து போய்விட்டார்கள்! கொஞ்ச நாள் போனால், நாமெல்லாம் சேலை கட்டிக்க வேண்டியதுதான்" என்றார்.

அதற்கு டிக்கட் குமாஸ்தா, "ஆமாம், ஸார்! ஆனால் குழந்தை பெறுகிற காரியம் மட்டும் அவர்கள்தானே செய்ய வேண்டும் போலிருக்கு!" என்று நகைச்சுவையுடன் பதில் அளித்தார்.

இதைக் கேட்டுக்கொண்டே வெளியில் போன சாவித்திரி, அங்கே கிடந்த ஒரே வண்டியின் அருகில் சென்றாள். வண்டிக்காரன், "எங்கே, அம்மா, போகணும்? வண்டி பூட்டட்டுமா?" என்றான். அவன் நல்லான் இல்லை. வண்டி, நெடுங்கரை வண்டியும் இல்லை. அது ஓர் ஒற்றை மாட்டு வண்டி.

"ஏனப்பா, நெடுங்கரையிலிருந்து வண்டி ஒன்றும் வர்றலையா?" என்று சாவித்திரி கேட்டாள்.

"இன்னிக்கு வர்றலீங்க; ஒருவேளை நாளைக்கு வருமோ, என்னமோ!" என்றான் வண்டிக்காரன்.

சாவித்திரிக்கு ஆத்திரமும் அழுகையுமாய் வந்தது. அப்பாவா இப்படி அலட்சியமாயிருக்கிறார்? நம்பவே முடியவில்லையே? ஒருவேளை அவருக்கு ஏதாவது ஆபத்தாயிருக்குமோ? இல்லாமற் போனால் இப்படி இருக்கமாட்டாரே?

வண்டியைப் பூட்டச் சொல்லி, சாவித்திரி அதில் ஏறிக் கொண்டு நெடுங்கரைக்குப் பிரயாணமானாள்.

வண்டி நெடுங்கரை அக்கிரகாரத்துக்குள் நுழைந்த போது, சாவித்திரிக்கு நெஞ்சு திக் திக்கென்று அடித்துக் கொண்டது. நெடுங்கரையை மறுபடி பார்க்க வேண்டுமென்று அவள் எவ்வளவு ஆவல் கொண்டிருந்தாள்? புறப்படும்போது எவ்வளவு குதூகலமாயிருந்தாள்? அந்தக் குதூகலம் இப்போது எங்கே

போயிற்று? நெடுங்கரைக்கு வந்ததில் ஏன் கொஞ்சங் கூடச் சந்தோஷம் உண்டாகவில்லை?

சாவித்திரியின் கண்களுக்கு நெடுங்கரை அக்கிரகாரம் இப்போது பழைய தோற்றம் கொண்டிருக்கவில்லை. வீடுகள், தென்னை மரங்கள், கோவில், மண்டபம் எல்லாம் முன் மாதிரியேதான் இருந்தன. ஆனாலும், வீதி மட்டும் களை இழந்து காணப்பட்டது.

வீடு நெருங்க நெருங்க அவளுடைய மனம் அதிகமாகப் பதைபதைத்தது. அப்பாவை எப்படிப் பார்ப்பது, என்ன சொல்வது? சித்தியின் முகத்தில் எப்படித்தான் விழிப்பது? ஒரு வேளை ஆத்தில் பாட்டியும் இருப்பாளோ? இருந்தால், அவள் ஏதாவது வெடுக்கென்று சொல்வாளே? அப்புறம் ஊரார்தான் என்ன சொல்வார்கள்? என்ன நினைத்துக் கொள்வார்கள்? தெருவில் பந்து விளையாடிக் கொண்டிருந்த பசங்களை ஏறிட்டுப் பார்க்கக்கூடச் சாவித்திரிக்கு வெட்கமாயிருந்தது.

இதோ, வீடு வந்து விட்டது, "நிறுத்தப்பா!" என்றாள் சாவித்திரி. வண்டி நின்றது. தன்னுணர்ச்சி இல்லாமலே சாவித்திரி வண்டியிலிருந்து இறங்கினாள். சற்று விரைவாகவே வீட்டை நோக்கிச் சென்றாள்.

3.12

பாட்டு வாத்தியார்

சம்பு சாஸ்திரி நெடுங்கரையை விட்டுக் கிளம்பிய போது அவருடைய மனம் எண்ணாததெல்லாம் எண்ணிற்று.

அவரை ஊரார் சாதிப் பிரஷ்டம் பண்ணி வைத்து, தீபாவளிக்கும் மாப்பிள்ளை வராமற் போனதிலிருந்து சாஸ்திரி மனம் சோர்ந்து போயிருந்தார். சாவித்திரியைப் புக்ககத்துக்கு அனுப்பிய பிறகு அவருடைய மனச் சோர்வு அதிகமாயிற்று. வீட்டிலே சாவித்திரி இல்லை. வெளியிலே நல்லான் இல்லை. முன்னைப் போல் பஜனைகளும் உற்சவங்களும் நடப்பதில்லை. இதனாலெல்லாம் நெடுங்கரை வாசமே அவருக்கு வெறுத்துப் போயிருந்தது. ஆனாலும் ஊரை விட்டுக் கிளம்பும்போது, அவருடைய இருதயம் ஏன் இவ்வளவு வேதனை அடையவேண்டும்?

'கூடாது; இத்தகைய பாசம் கூடாது, நம்மை இந்தப் பாசத்திலிருந்து விடுவித்து ரக்ஷிப்பதற்காகத்தான் அம்பிகை இவ்வாறு மாமியாரின் வாக்கின் மூலமாக ஆக்ஞாபித்திருக்கிறாள்' என்று எண்ணி மனத்தை உறுதிப் படுத்திக் கொண்டு கிளம்பினார்.

க்ஷேத்திர யாத்திரை செய்ய வேண்டுமென்ற விருப்பம் சாஸ்திரிக்கு வெகு காலமாக இருந்தது. அந்த விருப்பம்

நிறைவேறுவதற்கு இப்போது சந்தர்ப்பம் வாய்த்தது. சிதம்பரம், திருவண்ணாமலை, காஞ்சிபுரம் முதலிய க்ஷேத்திரங்களுக்குச் சென்று அங்கெல்லாம் இரண்டு மூன்று நாள் தங்கி ஸ்வாமி தரிசனம் செய்துகொண்டு கடைசியாகச் சென்னைப்பட்டினம் வந்து சேர்ந்தார்.

சென்னையில் முதலில் அவருக்குத் திக்குத் திசை தெரியவில்லை. அப்புறம், கோவில்களை வைத்து ஒருவாறு அடையாளம் கண்டுபிடிக்கத் தெரிந்துகொண்டார். கபாலீசுவரர் கோயில், பார்த்தசாரதி கோவில், கந்தசாமி கோவில், ஏகாம்பரேசுவரர் கோவில் ஆகியவற்றில் ஸ்வாமி தரிசனம் செய்து பரவசமானார். அப்புறம் வந்த காரியத்தைக் கவனிக்கத் தொடங்கினார்.

சம்பு சாஸ்திரி கிராமத்தில் பெரிய மிராசுதாராயிருந்தவர். எல்லாருக்கும் உதவிசெய்து அவருக்குப் பழக்கமே தவிர, ஒருவரிடம் போய் நின்று ஓர் உதவி கேட்டு அறியாதவர். மேலும் இயற்கையிலேயே சங்கோச சுபாவமுடையவர். அடித்துப் பேசிக் காரியத்தை முடித்துக் கொள்ளும் சக்தி அவருக்குக் கிடையாது.

அப்படிப்பட்டவர், முன்பின் தெரியாதவர்களின் வீடு ஏறிச்சென்று அவர்களிடம் ஒரு காரியத்தைக் கேட்பது என்றால், இலேசான காரியமா? ஆனாலும், சாஸ்திரி பகவான்மேல் பாரத்தைப் போட்டு, நெஞ்சைத் திடப் படுத்திக் கொண்டு, இந்தக் காரியத்தைத் தொடங்கினார்.

காரியத்தில் வெற்றி பெறுவோம் என்ற நம்பிக்கை மட்டும் அவருக்கு இல்லை. "நாகரிகம் மிகுந்த இந்தப் பட்டணத்திலேயாவது, பட்டிக்காட்டு மனுஷனாகிய நமக்குப் பாட்டு வாத்தியார் வேலை கிடைக்கவாவது?' என்ற அவநம்பிக்கை அவருடைய மனத்துக்குள் கிடந்தது. அவருக்கே தம்மிடம் நம்பிக்கை இல்லாதபோது மற்றவர்களுக்கு எப்படி நம்பிக்கை உண்டாகப் போகிறது?

சிலர் சம்பு சாஸ்திரியின் தோற்றத்தைப் பார்த்ததுமே அவருக்குச் சங்கீதம் எங்கே வரப்போகிறது என்று தீர்மானித்துவிட்டார்கள். ஒரு பெரிய மனுஷர் சம்பு சாஸ்திரியை ஏற இறங்கப் பார்த்துவிட்டு, "ஏன் ஸ்வாமி உங்க ஊரிலே சங்கீதத்தைத் தராசிலே நிறுத்துக் கொடுக்கிறதா, மரக்காலிலே அளந்து கொடுக்கிறதா?" என்று கேட்டார்.

இந்தக் கேள்வி சம்பு சாஸ்திரியின் மனத்தை ரொம்பவும் உறுத்திற்று. கர்நாடக சங்கீதத்தின் ஜீவஸ்தானமாகிய சோழநாட்டில் அவர் பிறந்தவர். குழந்தைப் பிராயத்திலிருந்து மகா வித்வான்களுடைய சங்கீதத்தைக் கேட்டுக் கொண்டே வளர்ந்தவர். அப்படிப்பட்டவரைப் பார்த்து, இந்த மெட்ராஸ்காரன், தன்னிடம் பணம் இருக்கிற திமிரினால் தானே இப்படிக் கேட்டான்? "ஆமாம்; சங்கீதத்தைப் பணங் கொடுத்து வாங்குகிற இடத்திலே, மரக்காலில் அளந்தோ தாாசில் நிறுத்தோதான் கொடுப்பார்கள். எங்கள் ஊரில் இப்படிக் கிடையாது." - இந்த மாதிரி சம்பு சாஸ்திரி சொல்லவில்லை; அந்த வீட்டைவிட்டுப் போகும் போது மனத்திற்குள் நினைத்துக் கொண்டு போனார்.

இன்னொரு பெரிய வக்கீலின் வீட்டில் பாட்டு வாத்தியார் வேண்டுமென்பதாகக் கேள்விப்பட்டுச் சம்பு சாஸ்திரி அந்த வீட்டுக்குள் சென்றார்.

3.13

மீனாக்ஷி ஆஸ்பத்திரி

சாவித்திரி நெடுங்கரைக்கு வந்து வீடு பூட்டியிருப்பதைப் பார்த்துவிட்டுத் திரும்பி இருபது நாளைக்கு மேலாயிற்று. இப்போது அவள் சென்னையில் மீனாக்ஷி ஆஸ்பத்திரியில் படுத்துக் கொண்டிருந்தாள். அவளுடைய கட்டிலுக்குப் பக்கத்திலிருந்த சிறு தொட்டிலில் கையால் இலேசாக ஆட்டக்கூடிய தொட்டிலில் ஒரு பெண் குழந்தை கிடந்தது. கனவில் அல்ல; உண்மையாகவேதான். மூக்கும் முழியுமாய்க் குழந்தை நன்றாயிருந்தது. பிறந்து பத்து நாள்தான் ஆகியிருந்தாலும் ஒரு மாதத்துக் குழந்தை போல் தோன்றியது.

குழந்தை அப்போது தன்னுடைய வலது கையின் விரல்களை ருசி பார்த்து அநுபவித்துக் கொண்டிருந்தது. அதிலிருந்து உண்டான 'த்ஸூ' 'த்ஸூ' என்ற சப்தம் சாவித்திரியின் காதில் விழுந்தபோது அவளுடைய முகம் சிறிது மலர்ந்தது. உடனே, திரும்பிக் குழந்தையைப் பார்த்தாள். மலர்ந்த முகம் சுருங்கிற்று. இந்தக் குழந்தையின் காரணமாக என்னென்ன கஷ்டங்களையெல்லாம் அநுபவிக்க நேர்ந்தது? அவையெல்லாம் ஒரு மகா பயங்கரமான சொப்பனத்தைப் போல் சாவித்திரியின் நினைவில் வந்தன. அந்தச் சம்பவங்களை மறந்து விடுவதற்கு அவள் எவ்வளவோ முயன்று

பார்த்தாள். அவற்றை நினைத்துப் பார்ப்பதில்லையென்று பல்லைக் கடித்துக்கொண்டு மனத்தை உறுதி செய்து கொண்டாள். அது ஒன்றும் பயன்படவில்லை. திரும்பத் திரும்ப அந்த நினைவுகள் வந்து கொண்டுதான் இருந்தன.

நெடுங்கரையிலிருந்து சாவித்திரி உடனே திரும்பிச் சென்னைக்கு டிக்கட் வாங்கிக் கொண்டு ரயில் ஏறியபோது அவளுடைய மனத்தில் கவலையும் பயமும் இல்லாமலில்லை. 'அந்தப் பெரிய பட்டணத்தில் போய் அப்பாவை எப்படித் தேடுவோம்? அதுவும் இந்தப் பலஹீனமான ஸ்திதியில்?' என்று அவளுடைய நெஞ்சு பதைபதைத்துக் கொண்டுதான் இருந்தது. ஆனாலும் இவ்வளவு பயங்கரமான கஷ்டங்களை எல்லாம் அநுபவிக்க நேரிடுமென்று லவலேசமும் அவள் எதிர்பார்க்கவில்லை.

"பாட்டு வாத்தியார் சம்பு சாஸ்திரி வீடு தெரியுமா?" என்று எத்தனை இடங்களில் எத்தனை பேரைக் கேட்டிருப்பாள்? அவர்களில் சிலர், "பாட்டு வாத்தியாரையும் தெரியாது; சம்பு சாஸ்திரியையும் தெரியாது; போ! போ!" என்று கடுமையாகப் பதில் சொன்னார்கள். இம்மாதிரி பதில்களைக் கேட்கும்போதெல்லாம், 'ஜனங்கள் ஏன் இவ்வளவு இரக்கமற்றவர்களாயிருக்கிறார்கள்?' என்று சாவித்திரி ஆச்சரியப்படுவாள். பட்டணங்களிலே வசிக்கும் ஜனங்களின் இடைவிடாத வேலைத் தொந்தரவும், அதனால் சின்னஞ் சிறு விஷயங் கூட அவர்களுக்கு எரிச்சல் உண்டு பண்ணிவிடுவதும் சாவித்திரிக்கு எவ்வாறு தெரியும்? மேலும், பூரண கர்ப்பவதியான ஓர் இளம் பெண் இந்த மாதிரி தன்னந்தனியாக அலைவதைக் கண்டவுடனேயே, ஜனங்களுக்கு அவள் பேரில் இல்லாத சந்தேகங்கள் எல்லாம் ஏற்பட்டு அருவருப்பு உண்டாவது சகஜம் என்பதைத்தான் சாவித்திரி எப்படி அறிவாள்?

ஆனால், எல்லாருமே இப்படி நடந்து கொள்ளவில்லை, சிலர் அவளிடம் இரக்கமும் காட்டினார்கள். "நீ யாரம்மா? எந்த ஊர்? இந்த நிலைமையிலே ஏன் இப்படி அலையறே?" என்றெல்லாம் விசாரித்தார்கள். ஜனங்களுடைய கோபத்தையும்

கடுமையையுமாவது சகித்துக்கொள்ளலாம் போல் இருந்தது; ஆனால், இந்த இரக்கத்தைச் சாவித்திரியினால் சகிக்கமுடியவில்லை. அவர்களுடைய விசாரணைக்குப் பதில் சொல்லவும் அவளுக்குப் பிடிக்கவில்லை.

'அப்பா இருக்கிற இடந்தெரிந்தால் சொல்லட்டும்; இல்லாமற்போனால் பேசாமலிருக்கட்டும். இவர்களை இதையெல்லாம் யார் விசாரிக்கச் சொன்னது?' என்று எண்ணினாள்.

கடைசியில், அவளை அந்த மாதிரி விசாரித்த இடம் ஒரு போலீஸ் ஸ்டேஷன், இங்கே அவள் எப்படி வர நேர்ந்தது என்பதும், ஸ்டேஷனில் நடந்தவையும் அவளுக்கு ஏதோ பூர்வ ஜன்மத்து ஞாபகம் போல் தெளிவின்றித் தோன்றின.

3.14

சாவித்திரியின் சங்கல்பம்

ஆஸ்பத்திரியில் சாவித்திரிக்கு நன்றாய்ச் சுயஞாபகம் வந்ததிலிருந்து, அவள் தான் ஏற்கெனவே பட்ட கஷ்டங்களைப்பற்றி எண்ணியதோடு வருங்காலத்தைப் பற்றியும் எண்ணத் தொடங்கினாள். இந்தத் துர்ப்பாக்கியவதியின் தலையில் பகவான் ஒரு குழந்தையை வேறே கட்டி விட்டார். இனிமேல் என்ன செய்வது? எங்கே போவது?

கல்கத்தாவுக்குப் போவது என்ற நினைப்பே அவளுக்கு விஷமாக இருந்தது! குழந்தைப் பிராயத்தில் அவளை ஒரு சமயம் ஒரு தேனீ கொட்டிவிட்டது. அப்போது அது ரொம்பவும் வலித்தது. இன்று சாவித்திரி கல்கத்தாவில் தான் வாழ்ந்த வாழ்க்கையைப் பற்றி நினைத்துக்கொண்டால், ஏக காலத்தில் ஆயிரம் தேனீக்கள் தன் தேக முழுவதும் கொட்டிவிட்டது போல் அவளுக்கு அத்தனை வேதனை உண்டாயிற்று. போதும், ஏழேழு ஜன்மத்துக்கும் போதும். மறுபடியும் கல்கத்தாவுக்குப் போய் அவர்களுடைய முகத்தில் விழிப்பது என்பது இயலாத காரியம். முடியவே முடியாது!

நெடுங்கரையிலோ வீடு பூட்டிக் கிடக்கிறது. திறந்திருந்தால் தான் என்ன? அங்கே எத்தனை நாளைக்கு இருக்க முடியும்? அப்பா

சம்மதித்தாலும் சித்தியும் பாட்டியும் தன்னை வைத்துக்கொண்டிருக்கச் சம்மதிப்பார்களா? ஒவ்வொரு நிமிஷமும் தன்னை ஏசிக் காட்ட மாட்டார்களா? "போ! போ!" என்று பிடுங்கி எடுத்துவிட மாட்டார்களா? அப்பாவையும் அவர்கள் வதைத்து விடுவார்களே? தன்னால் அப்பாவுக்கு இத்தனை நாளும் நேர்ந்த கஷ்டமெல்லாம் போதாதா?

அப்பாவுக்குக் கஷ்டம்! தன்னால்! - இதை நினைத்துச் சாவித்திரி தன் மனத்திற்குள் சிரித்துக் கொண்டாள். தன்னால் அப்பாவுக்குக் கஷ்டம் என்ற எண்ணம் இந்த நிமிஷம் வரையில் அவள் மனத்தில் இருந்தது. இப்போது அது மாறிற்று. 'என்ன? அப்பாவுக்கு என்னால் கஷ்டமா? அவரால் எனக்குக் கஷ்டம் இல்லையா?' என்று எண்ணினாள். தான் அநுபவித்த இத்தனை துன்பங்களுக்கும் யார் காரணம்? அப்பாதான் இல்லையா? 'என்னைக் கல்யாணம் பண்ணிக்கொடு என்று நான் அழுதேனா? இந்த ஸ்ரீதரனுக்குத்தான் வாழ்க்கைப்படுவேன் என்று இவரிடம் சொன்னேனா? இவரை யார் என்னை இப்படிப்பட்ட புருஷனுக்குக் கல்யாணம் செய்து கொடுக்கச் சொன்னது? அறியாத பிராயத்தில் என்னை இப்படிப்பட்ட கதிக்கு ஆளாக்கினாரே? கல்யாணம் செய்ததற்குப் பதில் என்னைப் படிக்க வைத்து இதோ இந்த ஆஸ்பத்திரியில் உள்ள நர்ஸுகளைப்போல் என்னையும் ஒரு நர்ஸாகச் செய்திருக்கப்படாதா?..."

ஆம்; சாவித்திரிக்கு உணர்வு தெளிந்ததிலிருந்து அவள் இந்த நினைவாகவே இருந்தாள். ஆகா! இந்த நர்ஸுகள் எவ்வளவு உற்சாகமாயிருக்கிறார்கள்? எவ்வளவு சுதந்திரமாக இருக்கிறார்கள்? சுயமாகச் சம்பாதித்து ஜீவனம் செய்வதைப் போல் உண்டா? இவர்களுக்குக் கவலை ஏது? பிறருடைய கையை எதிர்பார்க்க வேண்டிய அவசியம் இல்லையல்லவா? ஒருவரிடம் பேச்சுக் கேட்கவேண்டிய அவசியமும் இல்லை யல்லவா? பெண் ஜன்மம் எடுத்தவர்களில் இவர்கள் அல்லவா பாக்கியசாலிகள்?

இப்படிச் சதாகாலமும் சிந்தனை செய்துகொண்டிருந்தாள் சாவித்திரி. சிந்தனை செய்யச் செய்ய அவர்களைப் போல் தானும் சுதந்திர வாழ்க்கை வாழ வேண்டுமென்ற ஆசை அவள் மனத்தில் அபரிமிதமாக வளர்ந்து கொண்டிருந்தது. இனிமேல், தான் பிறந்த வீட்டிலேயோ, புகுந்த வீட்டிலேயோ போய் வயிறு வளர்ப்பதில்லையென்னும் திடசங்கல்பம் அவளுடைய மனத்தில் ஏற்பட்டது. உயிர் வாழ்ந்தால், இந்த நர்ஸுகளைப் போல் சுய ஜீவனம் செய்து சுதந்திரமாக வாழவேண்டும்; இல்லாவிடில் எந்த வகையிலாவது உயிரை விட்டுவிடவேண்டும். பிறர் கையை எதிர்பார்த்து, பிறருக்கு அடிமையாகி வாழும் வாழ்க்கை இனிமேல் வேண்டாம். சாவித்திரி இவ்வாறு சங்கல்பம் செய்து கொள்ளும் சமயத்தில் தொட்டிலில் கிடக்கும் குழந்தை விரலை ருசி பார்த்துச் சப்புக்கொட்டும் சத்தம் கேட்கும். 'ஐயோ! இந்தச் சனியன் ஒன்றை ஸ்வாமி நம் தலையில் கட்டி விட்டாரே? நாம் செத்துப் போவதாயிருந்தால் இதை என்ன செய்வது?' என்ற ஏக்கம் உண்டாகும்.

3.15

சாவடிக் குப்பம்

நல்லானின் மச்சான், சம்பு சாஸ்திரியைப் பார்த்த அன்று இரவு வெகு உற்சாகமாகச் சாவடிக் குப்பத்தில் தன் வீட்டுக்குப் போனான். அந்தச் செய்தியை நல்லானுக்குச் சொன்னால் அவன் ரொம்பவும் சந்தோஷமடைவானென்று அவனுக்குத் தெரியும்.

"இன்னிக்கு நான் ஒத்தரைப் பார்த்தேன்! அது யாருன்னு சொல்லு பார்க்கலாம்" என்றான் நல்லானிடம்.

"நீ யாரைப் பார்த்தா என்ன, பாக்காட்டி என்ன? எனக்குச் சாஸ்திரி ஐயாவைப் பார்க்காமே ஒரு நிமிஷம் ஒரு யுகமாயிருக்கு. நெடுங்கரைக்கு ஒரு நடை போய் அவங்களைப் பார்த்துட்டு வந்தாத்தான் என் மனசு சமாதானம் ஆகும். இல்லாட்டி, நான் செத்துப் போனேன்னா என் நெஞ்சு கூட வேவாது" என்றான்.

"அப்படியானா, நெடுங்கரைக்குப் போயிட்டு வர்ற பணத்தை எங்கிட்டக் கொடு" என்றான் சின்னசாமி.

"என்னத்திற்காக உங்கிட்டக் கொடுக்கிறது?"

"கொடுத்தேன்னா, சாஸ்திரி ஐயாவை நான் இவ்விடத்துக்கே வரப் பண்றேன்."

"என்னடா ஔற்றே!" என்று நல்லான் கேட்டான்.

"நான் ஒண்ணும் ஔறலை. சாஸ்திரி ஐயா இப்போது நெடுங்கரையில் இல்லை. இந்த ஊரிலேதான் இருக்காரு. இன்னிக்கு அவரைத்தான் பார்த்தேன்" என்றான்.

நல்லான் தூக்கி வாரிப் போட்டுக்கொண்டு எழுந்திருந்தான். "அடே இந்த வெஷயத்திலே மட்டும் எங்கிட்ட விளையாடாதே! நெஜத்தை நடந்தது நடந்தபடி சொல்லு!" என்றான்.

சின்னசாமி விவரமாகச் சொன்னான். அவன் எதிர் பார்த்தபடியே நல்லானுக்குச் சந்தோஷம் உண்டாயிற்று. கடைசியில் "போவட்டும்; இந்த மட்டும் ஐயாவைப் பார்த்துப் பேசறத்துக்கு ஒனக்குத் தோணித்தே; அது நல்ல காரியந்தான். ஐயா எவ்விடத்திலே இறங்கியிருகாருன்னு கேட்டுண்டாயா?" என்றான்.

"அது கேக்க மறந்துட்டேன்; ஆனா, ஐயாவைத்தான் நான் சாவடிக் குப்பத்துக்குக் கட்டாயம் வரணும்னு சொல்லியிருக்கேனே?"

"அட போடா, முட்டாள்! நீ சொன்னதுக்காக ஐயா வந்துடுவாங்களா? அவங்களுக்கு ஏற்கெனவே என் மேலே கோபமாச்சேடா, அவங்க பேச்சைத் தட்டிண்டு நான் பட்டணத்துக்கு வந்ததுக்காக? என்னைத் தேடிக்கிட்டு எங்கேடா வரப்போறாரு?" என்றான் நல்லான்.

ஆகவே, முடிவில் சின்னசாமிக்கு அவன் சாஸ்திரியாரைப் பார்த்து வந்ததன் பலனாக வசவுதான் கிடைத்தது. நல்லானுடன் அவனுடைய மனைவியும் சேர்ந்து கொண்டு தன் தம்பியைத் திட்டினாள். "மறந்துட்டேன், மறந்துட்டேங்கறயே வெக்கமில்லாமே? சோறு திங்க மறப்பயா?" என்று அவள் கேட்டாள்.

பிறகு இரண்டு நாள் நல்லானும் அவன் மச்சானுமாகச் சேர்ந்து, அந்தப் பக்கத்திலுள்ள பிராம்மணாள் ஹோட்டலில் எல்லாம் போய், "நெடுங்கரை சம்பு சாஸ்திரியார் இருக்காரா?" என்று கேட்டார்கள். "நெடுங்கரையையும் காணும், சம்பு சாஸ்திரியையும் காணும்" என்ற பதில் தான் வந்தது.

நான்காம் பாகம்

இளவேனில்

4.1

சாருவின் பிரார்த்தனை

'செந்தா மரை விரியத் தேமாங் கொழுந்தொழுக

மைந்தா ரசோகம் மடலவிழ....'

'மன்னுயிரெல்லா மகிழ்துணை புணர்க்கும்

இன்னிள வேனில்.' – இளங்கோவடிகள்

கீழ் வானம் வெளுத்தது. காலைப் பிறை, ஒளி இழந்து மங்கிற்று. அதனருகில் தோன்றிய சுக்கிரன் 'இதோ மறையப் போகிறேன்' என்று கண் சிமிட்டிச் சமிக்ஞை செய்தது.

கோழி கூவிற்று; குருவி சிலும்பிற்று; காகம் கரைந்தது. சிறிது நேரத்திற்கெல்லாம் நானாவிதமான பட்சி ஜாலங்கள் பற்பல ஸ்வரங்களில் பாடத் தொடங்கின.

விருட்சங்களிலும் செடிகளிலும் இருந்த பூ மொக்குகள், பட்சிகளின் இனிய கானத்தைக் கேட்டு ஆனந்தத்தினால் சிலிர்த்தன.

அந்தக் குளிர்ந்த அதிகாலை நேரத்தில் வீசிய இனிய இளந்தென்றல் சற்று விரிந்த பூ இதழ்களின் மீது தவழ்ந்து சென்று நாலு பக்கமும் நறுமணத்தைப் பரப்பிற்று.

பட்சிகளின் கீதத்துக்குச் சுருதி போடுவதுபோல் தூரத்தில் கடலின் 'ஹோ' என்ற ஓசை இடைவிடாமல் கேட்டுக் கொண்டிருந்தது.

சம்பு சாஸ்திரி படுக்கையில் எழுந்து உட்கார்ந்து மனோகரமான பூபாள ராகத்தில், "கௌஸல்யா ஸுப்ரஜா ராமா" என்ற ராமாயண சுலோகம் சொல்லிக் கொண்டிருந்தார்.

"தாத்தா! தாத்தா!" என்றாள் சாரு.

"முழிச்சுண்டியா, அம்மா! எங்கே, எழுந்து உட்காரு" என்றார் சம்பு சாஸ்திரி.

"நான் முழிச்சுக்கலை; இன்னும் தூங்கிண்டு தான் இருக்கேன்" என்றாள் சாரு.

"அப்படின்னா, தூங்கினபடியே, நேத்திக்கு ஸரஸ்வதி ஸ்தோத்திரம் சொல்லிக் கொடுத்தேனே, அதைச் சொல்லு, பார்க்கலாம்" என்றார் சாஸ்திரி.

சாரு, உடனே எழுந்து உட்கார்ந்தாள். "எங்கே, சொல்லிக் கொடு தாத்தா, சொல்றேன்" என்றாள்.

சாஸ்திரிகள், "ஜய ஜய தேவி தயாலஹரி" என்ற கீதத்தை ஆரம்பித்துச் சொல்லிக் கொடுத்தார். சாருவும் சொல்லிக் கொண்டு வந்தாள். ஆனால், பாதிப் பாட்டில் திடீரென்று அவள் நிறுத்திவிட்டு, "தாத்தா! தாத்தா! கொஞ்சம் இரு, தாத்தா வர்றேன்!" என்று கூறிவிட்டு, வாசலில் ஓடினாள்.

ஒரு நிமிஷத்துக்கெல்லாம், "தாத்தா! இங்கே வாயேன், சீக்கிரம் வாயேன்" என்று சாரு வாசலிலிருந்து கூவுவதைக் கேட்டு, சாஸ்திரிகள் குடிசைக்கு வெளியே வந்தார்.

"பார்த்தாயா, தாத்தா! நம்மாத்துச் செடியிலே ரோஜாப்பூ பூத்திருக்கு. நேத்தி சாயங்காலம் மொட்டாயிருந்தது. இப்பப் பூவாய்ப் போயிடுத்து, தாத்தா!" என்று கூச்சலிட்டாள்.

சம்பு சாஸ்திரி, வைகறையின் மங்கிய வெளிச்சத்தில், அந்த மலர்ந்த ரோஜாவையும், சாருவின் மலர்ந்த முகத்தையும் மாறி மாறிப் பார்த்துச் சந்தோஷப்பட்டார்.

சாரு, பூவைத் தொடுவதற்குப் போனாள். கையை சுருக்கென்று முள் குத்தவே, "அப்பப்பா!" என்று கையை உதறினாள்.

"தாத்தா! நேத்திக்கு எங்க டீச்சர் கூடச் சொன்னா, ரோஜாப் பூவிலே முள் இருக்காப்பலே, சுகத்திலேயும் கஷ்டம் இருக்கும்னு. ஸ்வாமி என்னத்துக்காக, தாத்தா, இவ்வளவு அழகான பூச்செடியிலே கொண்டு போய் முள்ளை வைச்சிருக்கார்?" என்று கேட்டாள்.

4.2

உமாராணி விஜயம்

சென்னைப் பட்டணம் சில நாளாக அல்லோலகல்லோலப்பட்டுக் கொண்டிருந்தது. பம்பாயிலிருந்து ஸ்ரீமதி உமாராணி என்னும் சீமாட்டி சென்னைக்கு விஜயம் செய்யப் போகிறாள் என்னும் செய்தி தான் அதற்குக் காரணம். டிராம் வண்டிகளிலும், மோட்டார பஸ்களிலும், கிளப்புகளிலும், காப்பி ஹோட்டல்களிலும், பீச் மணற் கரையிலும், பார்க் புல் தரையிலும் இன்னும் ஜனங்கள் எங்கெங்கே கூடுகிறார்களோ, அங்கெல்லாம், உமாராணியின் வரவைப் பற்றிய பேச்சாகவே இருந்தது.

"ஏன், ஸார்! என்னிக்கு வர்றாளாம்?"

"அடுத்த புதன்கிழமை வர்றதாகப் பத்திரிகையிலே போட்டிருக்கு."

"எந்த ரயில்லே-பம்பாய் எக்ஸ்பிரஸிலேதானே?"

"நான் சொல்றேன், கேளுங்கோ! அவள் சென்ட்ரல் ஸ்டேஷனிலே வந்து இறங்கமாட்டா. சென்ட்ரல்லே இறங்கினா, கூட்டம் தாங்காது. பேஸின் பிரிட்ஜிலேயே இறங்கிக் காரிலே போயிடுவா."

"கார்ப்பரேஷனிலே உபசாராம் நடக்கிறதோ இல்லையோ?"

"ஆகா! மீட்டிங் நடந்து தீர்மானங்கூடப் பாஸாயிடுத்தே!"

இந்தச் சமயத்தில், அந்த டிராமிலோ பஸ்ஸிலோ உலக விஷயங்களை அதிகமாய்க் காதிலே போட்டுக் கொள்ளாத மனுஷர் யாராவது இருந்தால், "ஏன், ஸார்! யாரோ வர்றா, வர்றா என்கிறயளே? அது யாரு?" என்று கேட்டு வைப்பார்.

"யாரு, உமாராணிதான்" என்று பதில் வரும்.

"உமாராணியா! அவள் யார், ஐயா, அப்படி ஒருத்தி கிளம்பியிருக்காள்? ஸினிமா ஸ்டாரோ?"

உடனே கலகலவென்று சிரிப்பு.

"என்ன, சிரிக்கறயளே? அவள் யாருதான் பின்னே? காங்கிரஸிலே சேர்ந்தவளோ?"

"என்ன, ஐயா, நிஜமா உமாராணி யாருன்னு தெரியாமயா கேட்கிறீர்?"

"தெரியாமல் தான் கேட்கிறேன். பின்னே, தெரிஞ்சால் கேட்பாளோ?"

"உமாராணிங்கறவள் பம்பாயிலே ஒரு பெரிய பணக்காரி. அவள் நம் ஊர் மீனாக்ஷி ஆஸ்பத்திரிக்கு அஞ்சு லட்சம் ரூபாய் நன்கொடை கொடுத்திருக்கிறாள்."

"என்ன? என்ன?"

"அவரைக் கொஞ்சம் பிடிச்சுக்குங்கோ, ஐயா! மூர்ச்சை போட்டு விழுந்துடப் போறார்."

"என்ன பரிகாசம் பண்றயளா? அஞ்சு லட்சம் ரூபாயாவது, கொடுக்கவாவது?"

"கொடுக்கவாவதுன்னா? - கொடுத்திருக்காளே!"

"ஐம்பதினாயிரமாயிருக்கும்; பத்திரிகைக்காரன் ஒரு பூஜ்யத்தைச் சேர்த்துப் போட்டிருப்பன்."

"அஞ்சு லட்சம்னு இலக்கத்திலும் போட்டு, எழுத்திலும் எழுதியிருக்கு. அப்புறம்?"

"நம்பறதுக்கு முடியாமேன்னா இருக்கு? அஞ்சு லட்சம்! அடேயப்பா!"

"அஞ்சு லட்சமான்னு வாயைப் பிளந்துடறீரே, ஐயா! நமக்குன்னா அஞ்சு லட்சம் பெரிது! பம்பாயிலே அஞ்சு லட்சம் என்கிறது அஞ்சு ரூபாய் மாதிரி."

"ஆமாமாம்; நம் ஊரிலே பெரிய ரூபாய்ன்னா ஓர் ஆயிரம்; அங்கே, ஒரு லட்சம்."

4.3

'ஸ்ரீமதி சாருமதி தேவி'

"வலது கையால் கொடுப்பது இடது கைக்குத் தெரியாதபடி கொடுக்க வேண்டும்" என்று பெரியவர்கள் சொல்லியிருக்கிறார்கள் அல்லவா? இது எவ்வளவு அருமையான ஆப்த வாக்கியம் என்பதை உமாராணி வெகு சீக்கிரத்தில் தெரிந்து கொண்டாள். புகழ்ச்சிக்கு ஆசைப் பட்டுத் தர்மம் செய்வதில் பலன் குறைவு என்பதுதான் மேற்படி வாக்கியத்தின் உண்மைக் கருத்து. ஆனால், வேறொரு விதத்திலும் அது மிகவும் உபயோகமான உபதேசமாகும். இந்த நாளில் ஒருவர் செய்யும் தர்மம் பிரசித்தியாகிவிட்டால் அதைக் காட்டிலும் அவருக்கு உபத்திரவம் உண்டாக்கக் கூடியது வேறொன்றுமில்லை. அப்புறம் அவருக்கு மனநிம்மதி என்பதே இல்லாமற் போய் விடுகிறது. இந்த ஏழைத் தேசத்தில் தர்மத்தை எதிர்பார்க்கும் ஸ்தாபனங்களும், காரியங்களும் எவ்வளவோ இருக்கின்றன. அவற்றை நடத்துவோரெல்லாம் மேற்படி தர்மப் பிரபுவைத் தேடி வருகின்றனர்.

'இவர்தான் இந்தப் பெரிய தர்மத்தைச் செய்தாரே வேறு தர்மங்களுக்கு வேறு மனுஷர்களைத் தேடிப் போவோம்' என்று யாரும் நினைப்பதில்லை. ரயிலில் ஏற்கெனவே கூட்டமாயுள்ள வண்டியிலேயே இன்னும் கூட்டமாக ஜனங்கள் ஏறுவதைப்

பார்த்திருக்கிறோமல்லவா? அந்த மாதிரி ஒரு நல்ல காரியத்துக்குப் பணம் கொடுத்தவரிடமேதான் மற்றவர்களும் வருகிறார்கள். உண்மையான தர்மத்தை நடத்துவோரைத் தவிர, போலி மனிதர்களும் மோசக்காரர்களும் வருகிறார்கள். வந்து அவருடைய பிராணனை வாங்கிவிடுகிறார்கள். அந்தத் தர்மப் பிரபு இல்லையென்று சொன்னாலோ வருகிறவர்களுக்குக் கோபம் பொங்குகிறது. "ஒரு நாளும் கொடுக்காத மகாலக்ஷ்மிதான் இன்றைக்கும் இல்லை என்று சொல்லிவிட்டாள், தினமும் கொடுக்கிற மூதேவி, உனக்கென்ன வந்தது?" என்ற கொள்கையின்படி, தர்மம் செய்தவர்களுக்கு முடிவில் எப்போதும் வசவுதான் கிடைக்கிறது.

உமாராணியின் அநுபவமும் இந்த மாதிரிதான் இருந்தது. 'அடாடா! நாம் மீனாக்ஷி ஆஸ்பத்திரிக்கு ஐந்து லட்சம் கொடுத்ததை ஏன் விளம்பரப்படுத்தினோம்? அநாமதேயமாகக் கொடுத்திருக்கக் கூடாதா?' என்று அடிக்கடி அவள் எண்ணமிட்டாள்.

சென்னையில் எவ்வளவு தர்ம ஸ்தாபனங்கள், பொது நலக் கழகங்கள் உண்டோ அவ்வளவிலிருந்தும் நன்கொடை கோரி அவளுக்குக் கடிதங்கள் வந்தன. ஒரு நகரத்தில் இவ்வளவு அநாதாசிரமங்களும், இலவசக் கல்வி ஸ்தாபனங்களும், மாதர் முன்னேற்றக் கழகங்களும், அமெச்சூர் நாடக சபைகளும், சங்கீத சபாக்களும், ஜீவகாருண்ய சங்கங்களும் இருக்கக் கூடுமென்று உமாராணி கனவிலும் எதிர்பார்க்கவில்லை. தினந்தோறும் புதிய புதிய ஸ்தாபனங்களிலிருந்து அவளுக்குக் கடிதங்கள் வந்து குவிந்தன. திறப்பு விழாக்கள், வருஷபூர்த்திக் கொண்டாட்டங்கள் முதலியவற்றுக்கு அவளுக்கு வந்த அழைப்புக் கடிதங்களுக்கோ அளவில்லை. கடிதங்களை அனுப்பிவிட்டு, அந்தந்த ஸ்தாபனங்களின் நிர்வாகிகள் உமாராணியை நேரில் பார்ப்பதற்கும் வந்தார்கள். உண்மையாக வந்தவர்களுடன் போலி மனிதர்களும் வந்தார்கள். சிலர், ஏதாவது ஒரு வியாஜத்தை வைத்துக் கொண்டு உமாராணியுடன் பேசிவிட்டு வரலாமென்று வந்தார்கள்.

இம்மாதிரி ஒரு இளம்பெண் - பெரிய பணக்காரி - நவநாகரிகத்தில் சிறந்தவள் - அழகோ சொல்ல வேண்டாம் - ஒரு புன்சிரிப்புக்கு உலகம் மூன்றையும் கொடுக்கலாம் - இப்படிப்பட்டவள் புருஷன் முதலிய தொந்தரவு ஒன்றுமில்லாதவளாய், சுதந்திரமாயிருக்கிறாள் என்றால், அவளைப் பார்ப்பதற்கும் அவளுடன் சிநேகம் செய்து கொள்வதற்கும் இஷ்டப்படுகிறவர்கள் ஒரு பெரிய பட்டணத்தில் எவ்வளவோ பேர் இருப்பார்கள் அல்லவா?

ஆகவே, உமாராணியின் பங்களாவில் எப்போதும் வருகிறவர்களும் போகிறவர்களுமாய் ஜே ஜே என்று இருந்தது.

4.4

பசுவும் கன்றும்

அட்வகேட் ஆபத்சகாயமய்யர் தமக்கு இந்த மாதிரி அதிர்ஷ்டம் வரப்போகிறதென்று கனவிலும் எதிர்பார்க்கவில்லை. உமாராணி இப்போது குடியிருந்த பங்களா ஆபத்சகாயமய்யருடைய கட்சிக்காரன் ஒருவனுக்குச் சொந்தமானது. அந்தப் பங்களாவுக்கு வாடகைப் பத்திரம் எழுதுவது சம்பந்தமாக, அவர் உமாராணியைப் பார்த்துப் பேச நேர்ந்தது. அவருடைய நல்ல சுபாவத்தைக் கண்ட உமாராணி அவரையே தன்னுடைய மற்ற காரியங்களையும் கவனிப்பதற்கு வக்கீலாக அமர்த்திக் கொண்டாள். இதன் காரணமாக ஆபத்சகாயம் அடைந்த பெருமைக்கும் மகிழ்ச்சிக்கும் அளவேயில்லை. 'உலகத்திலே பெண்ணாய்ப் பிறந்தால் உமாராணியைப் போல் பிறக்கவேண்டும்! வக்கீலாயிருந்தால் நம்மைப் போல் கொடுத்து வைத்தவனாயிருக்க வேண்டும் என்பது தற்சமயம் அவருடைய தீர்ந்த அபிப்பிராயமாயிருந்தது. அந்தச் சமயத்தில் அவருக்கு ஹைகோர்ட் ஜட்ஜு பதவி கிடைப்பதாயிருந்தால் கூடத் தயங்காமல் மறுத்திருப்பார். ஹைகோர்ட் ஜட்ஜு ஆகிவிட்டால், உமாராணிக்கு வக்கீலாயிருக்கும் பாக்கியத்தை இழந்து விட வேண்டுமல்லவா? இதைக் காட்டிலும் அது என்ன ஒசத்தி?

அன்று காலை உமாராணி டெலிபோனில் கூப்பிட்டதன் மேல் ஆபத்சகாயமய்யர் அவளுடைய பங்களாவுக்கு வந்திருந்தார்.

"ஏதாவது தகவல் கிடைத்ததா?" என்று உமாராணி கேட்டாள்.

"இதுவரையில் ஒன்றும் கிடைக்கவில்லை; நானும் முயற்சி பண்ணிக்கொண்டுதான் இருக்கிறேன்" என்றார் வக்கீல்.

"உங்க கிட்டச் சொல்லி ஒரு மாதம் போலிருக்கிறதே; இன்னுமா கண்டுபிடிக்க முடியலை?" என்றாள் உமா.

ஆபத்சகாயமய்யர் புன்னகை புரிந்தார்.

"என் மேலே தான் தப்பு என்று உங்கள் எண்ணம் போல் இருக்கு. சதகோடி சங்கத்திலே மொட்டைத் தாதனைக் கண்டாயா என்கிறாப் போலே, சென்னைப் பட்டணத்திலே சம்பு சாஸ்திரி எங்கே இருக்கார் என்று கேட்டால் யாருக்குத் தெரிகிறது? ஏதாவது அடையாளம் சொன்னால் தேவலை" என்றார்.

இதைக் கேட்ட உமாராணி சற்று நேரம் மௌனமாயிருந்தாள். ஏதோ பழைய ஞாபகங்கள் அவள் உள்ளத்தில் தோன்றிக் கொண்டிருந்ததாக முக பாவத்திலிருந்து தெரிந்தது.

பிறகு, தூக்கத்திலிருந்து விழிப்பவள் போல், திடுக்கிட்டு நிமிர்ந்து உட்கார்ந்து, "என்ன சொன்னீர்கள்?" என்று கேட்டாள்.

"ஏதாவது அடையாளம் சொன்னால் தேவலை என்றேன்."

"ஓர் அடையாளங் கூடத்தான் சொல்லியிருக்கிறேனே? ஆறு ஏழு வயதிலே அவரோட ஒரு குழந்தையிருக்கும்னு சொல்லலையா?" என்றாள் உமா.

அதற்கு வக்கீல், "இந்த அடையாளம் போதுமா அம்மா? முதலிலே சம்பு சாஸ்திரியைக் கண்டுபிடிச்சின்னா, அப்புறம் அவர்கிட்டக் குழந்தை இருக்கான்னு பார்க்கணும்? எனக்குத்

தெரிந்த வரையிலே, இதற்கு ஒரே ஒரு வழிதான் இருக்கு. பத்திரிகைகளிலே விளம்பரம் பண்ணிப் பார்க்கலாம்" என்றார்.

"வக்கீல் ஸார்! இந்த யோசனை எனக்குத் தெரியாதுன்னா நினைச்சுட்டேள்; பத்திரிகைகளிலே விளம்பரம் பண்ணக்கூடாது. பண்ணினால், யார் விளம்பரம் பண்ணினா, எதுக்காகப் பண்ணினா என்கிற கேள்வியெல்லாம் கிளம்பும். நான் யாரைத் தேடறேனோ, அவருக்கு நான் தேடுகிறேன் என்கிற விஷயம் தெரியக் கூடாது. அப்படித் தெரியாமல் அவரைக் கண்டு பிடிக்கிறதற்கு வழி என்ன என்று தான் பார்க்கவேணும். இந்தச் சென்னைப் பட்டணத்திலே அவர் இல்லாவிட்டால், வேறு எங்கே இருந்தாலும் கண்டு பிடித்தாக வேணும்" என்றாள் உமா.

4.5

முல்லைச் சிரிப்பு

"நான் தான் சாருமதி" என்று சாரு சொன்னபோது அவளுடைய முகத்தில் குறுநகை தவழ்ந்தது. அதைப் பார்த்த உமாராணியின் முகத்திலும், சற்று முன்பு தோன்றிய சோகக் குறி மறைந்து புன்னகை மலர்ந்தது.

"அடி சமர்த்து! இங்கே வா! எல்லாரும் கிட்ட வாங்கோ!" என்றாள் உமா.

குழந்தைகள் எல்லாம் அவள் அருகில் வந்து சூழ்ந்து கொண்டன. அவர்களில் ஒரு பெண் "மாமி! உங்க வீட்டு தர்வான் இருக்கானே அவன் வந்து... எங்க மேலே..." என்று புகார் சொல்ல ஆரம்பித்தாள். சாரு உடனே அவளுடைய வாயைப் பொத்தினாள்!

"ஏம்மா அவளுடைய வாயைப் பொத்தறே! அவள் சொல்ல வந்ததைச் சொல்லட்டுமே?" என்றாள் உமா.

அதற்குச் சாரு, "இல்லை, மாமி! உங்க தர்வான் விளையாட்டுக் கோசறம் எங்க மேலே நாயை அவிழ்த்து விடறேன்னு சொன்னான். அதைப் போய் லலிதா உங்க கிட்டப் புகார் சொல்றாளே, அது சரியா?" என்றாள். இப்படிச் சொல்லிவிட்டுச் சாரு கடைக்

கண்ணால் தர்வானைப் பார்த்தாள். அந்த தர்வானுடைய கடுவம் பூனை முகத்தில் கூட அப்போது புன்னகை தோன்றியது.

உமா அவனைப் பார்த்து, "ஏண்டா! குழந்தைகள் மேலேயா நாயை அவிழ்த்துவிடறேன்னு சொன்னே? சீ, போ!" என்றாள். தர்வான் வெட்கித் தலை குனிந்து கொண்டு கீழே சென்றான்.

பிறகு உமா, "எல்லாரும் எங்கேயம்மா வந்தேள்?" என்று கேட்டாள்.

அதற்கு லலிதா, "மாமி! எங்கள் பள்ளிக்கூடத்து பில்டிங் பண்டுக்காக ஒரு டிராமா போடப் போகிறோம். அதுக்கு டிக்கெட் இரண்டு ரூபாய், ஒரு ரூபாய், அரை ரூபாயில் இருக்கு. உங்களுக்கு எது வேணுமோ அது வாங்கிக்குங்கோ" என்றாள்.

அப்போது சாரு, "ஆனா, உங்களைப் பார்த்தால், நீங்க ஓர் இரண்டு ரூபாய் டிக்கெட்டுதான் வாங்கிக்குவேள் என்று எனக்குத் தோணுகிறது" என்றாள்.

உமா சாருவைப் பார்த்து, விஷமமாக 'அடே அப்பா! இரண்டு ரூபாய்க்கா டிக்கெட் வாங்கணும்? அப்படி என்ன அதிசயமான டிராமா போடப்போறேள்?" என்று கேட்டாள்.

சாரு, "கிருஷ்ண லீலா போடப் போறோம். நான் தான் கிருஷ்ண வேஷம். இப்ப என்னமோ போலே இருக்கேனேன்னு நினைக்காதீங்கோ. வேஷம் போட்டுண்டு வந்தேன்னா நீங்க பிரமிச்சுப் போயிடுவேள்" என்றாள்.

உமாவுக்குச் சிரிப்பு வந்தது. ஆனால், சிரித்தால் அந்தக் குழந்தை, பரிகாசம் என்று நினைத்துக் கொண்டு வருத்தப்படப் போகிறதென்று எண்ணிச் சிரிப்பை அடக்கிக் கொண்டாள்.

"இதுவரையில் எத்தனை டிக்கெட் வித்திருக்கேள்?" என்று கேட்டாள்.

சாரு, "ஒண்ணுகூட விக்கலை மாமி! எல்லாரும் ஏதாவது வேலையிருக்கு, கீலையிருக்குன்னு சாக்குப் போக்குச் சொல்றா. குழந்தைகள் டிராமாதானேன்னு அவாளுக்கு அலட்சியம் போலேயிருக்கு" என்றாள். இப்படிச் சொன்னபோது சாருவின் குழந்தை உள்ளத்தில் உண்மையாகவே துக்கம் பொங்கி வந்தது. அவள் கண்ணில் ஜலம் துளித்தது.

உமாவுக்கு இதைப் பார்க்கச் சகிக்கவில்லை. உடனே குழந்தையை வாரி எடுத்துக் கொண்டு முத்தமிட்டாள்.

"அவா கிடக்கா, நீ வருத்தப்படாதே, கண்ணு! பெரியவாள்ளாம் சுத்த அசடுகள். நீங்க தான் சமத்து. உங்ககிட்ட இருக்கிற டிக்கெட்டையெல்லாம் கொடுத்துடுங்கோ. நானே வாங்கிக்கிறேன். நீங்க இந்த வெயில்லே அலையாமே வீட்டுக்குப் போங்க" என்றாள்.

4.6

பூர்வ ஞாபகம்

குழந்தைகள் போன பிறகு உமாவுக்கு அடிக்கடி அவர்களுடைய ஞாபகம் வந்து கொண்டிருந்தது. முக்கியமாக, சாருவின் மலர்ந்த முகமும், கலீரென்ற சிரிப்பும், வெடுக்கென்ற பேச்சும், கண்ணீர் ததும்பிய கண்களும் உமாவின் மனக்கண்ணின் முன்னால் எப்போதும் தோன்றிக் கொண்டிருந்தன.

அந்தக் குழந்தையை மறுபடி எப்போது பார்ப்போம் என்று இருந்தது. டிக்கெட் புத்தகத்தை எடுத்துப் பார்த்தாள். நாடகம் நடப்பதற்கு இன்னும் மூன்று நாள் இருப்பது தெரிய வந்தது. 'அடாடா! இன்று ராத்திரியே இருக்கக் கூடாதா?' என்று தோன்றிற்று.

சாருவின் பேச்சுக்களும் செய்கைகளும் ஒவ்வொன்றாய் உமாராணிக்கு ஞாபகம் வந்து கொண்டிருந்தன. அவை அவ்வளவு தூரம் தன்னுடைய உள்ளத்தில் பதிந்துவிட்டன என்பது உமாவுக்கு அதிசயமாயிருந்தது. குழந்தை எதிரில் இருந்தபோதும், அவள் போனபோதுங்கூட அவ்வளவு தெரியவில்லை. அவள் போய்விட்ட பிறகு தான் தன்னுடைய உள்ளத்தை எவ்வளவு தூரம் கவர்ந்து விட்டாள் என்பது நன்றாய்த் தெரிந்தது.

குழந்தை தான் என்ன சமர்த்து! என்ன சூடிகை! முகத்திலே எவ்வளவு களை! எவ்வளவு சாதுர்யமாய்ப் பேசுகிறது! - இந்தக் காலத்துக் குழந்தைகளுக்கே சமர்த்து அதிகம்.

அந்த வயசில் தான் எப்படி இருந்தாள் என்பதை உமா யோசித்துப் பார்த்தாள். அதை நினைக்கவே அவளுக்கு வெட்கமாயிருந்தது. கிழிச்சல் பாவாடையைக் கட்டிக்கொண்டு நடுத்தெருவில் உட்கார்ந்து வீடு கட்டி விளையாடியதெல்லாம் ஞாபகம் வந்தது. சிவராத்திரிக்குக் கண் விழிப்பதற்காக, "சீசந்தி அம்பாரம் சிவராத்திரி அம்பாரம்" என்று பாடிக் கொண்டு வீடு வீடாகப் போய் எண்ணெய் தண்டியதும் நினைவு வந்தது. அப்போது தனக்கு அ, ஆ என்று எழுதக் கூடத் தெரியாது. இந்தக் காலத்துக் குழந்தைகளோ ஏழு, எட்டு வயதில் டிராமா போடுகின்றன!

ஆமாம்; சாருவுக்கு ஆறு, ஏழு வயதுதான் இருக்கும். ஆறு, ஏழு, வயது! ஆறு - ஏழு-! அந்தக் குழந்தை இருந்தால் அதற்கும் இப்போது ஏழு வயது தான் இருக்கும்.

உமாவுக்கு, சொப்பனத்தில் கண்டது போல், ஏழு வருஷத்துக்கு முந்தி நடந்த அந்த அதிசயச் சம்பவம் ஞாபகம் வந்தது.

ஒரு யுவதி கையில் ஒரு சின்னஞ் சிறு குழந்தையுடன் சென்னை நகரின் வீதிகளில் வெறி பிடித்தவள் போல் ஓடுகிறாள். கொஞ்ச நேரம் வரையில் அவள் மனத்தில் பொங்கிய ஆத்திரம் அவளுடைய தேகத்துக்கும் பலம் அளித்து வருகிறது. திடீரென்று அவளுடைய சக்தி குன்றுகிறது; மூச்சு வாங்குகிறது. இனிமேல் ஓடினால் உயிர் போய் விடுமென்று தோன்றுகிறது.

அவளுக்கு உயிரை விடுவதைப் பற்றிக் கவலையில்லை. உண்மையில் அவள் மரணத்தை மனப்பூர்வமாக வேண்டுகிறாள். ஆனால், தனக்குப் பின்னால் அந்தக் குழந்தையை இந்த உலகத்தில் விட்டு விட்டுப் போக மட்டும் மனம் வரவில்லை.

ஆகவே, இரண்டு பேரும் ஏக காலத்தில் மரணமடைய வேண்டுமென்று தீர்மானிக்கிறாள். ஜன சஞ்சாரமில்லாத ஜலப் பிரதேசத்தைத் தேடிச் செல்கிறாள்.

உலகந்தான் எவ்வளவு ஆச்சரியமானது! எப்போது நாம் யாராவது மனுஷ்யர்களைப் பார்க்க மாட்டோ மா, யாரேனும் வந்து உதவி செய்யமாட்டார்களா என்று தவித்துக் கொண்டிருக்கிறோமோ, அப்போது நம் கண்ணில் யாரும் எதிர்படுவதில்லை. கண்ணில் எதிர்ப்படுகிறவர்கள் கூட நம்மருகில் வராமல் தூரமாய் ஒதுங்கிப் போகிறார்கள். ஆனால், எப்போது நாம் ஒருவரையும் பார்க்க வேண்டாம். ஒருவர் கண்ணிலும் படவேண்டாம் என்று எண்ணிக் கொண்டிருக்கிறோமோ, அப்போது எங்கிருந்தோ மனுஷ்யர்கள் வந்து சேர்கிறார்கள்.

4.7

புனர் ஜன்மம்

அன்று சாயங்காலம் சாரு சாவடிக் குப்பத்துக்குத் திரும்பியபோது குதித்துக் கொண்டு வீட்டுக்குள் போனாள். "தாத்தா! தாத்தா! இன்னிக்கு ஒரு சமாசாரம் நடந்தது; உனக்கு அதைச் சொல்லவே மாட்டேன்" என்றாள்.

"நீ சொல்லாமே போனா, நானும் கேட்கவே மாட்டேன்" என்றார் சாஸ்திரி.

"நீ கேக்கா போனா, நான் அழுவேன்" என்றான் சாரு.

அவரது மடியில் உட்கார்ந்து கொண்டு, "தாத்தா! இன்னிக்கு ஒரு மாமியைப் பார்த்தோம். ரொம்ப ரொம்ப நல்ல மாமி" என்று சொல்லிவிட்டு, சற்று மெதுவான குரலில், "அந்த மாமி வந்து என்னைக் கட்டிண்டு முத்தமிட்டா, தாத்தா!" என்றாள்.

"அந்த மாமி யார், சாரு? அவள் பேர் என்ன?" என்று சாஸ்திரி கேட்டார்.

"அவ ரொம்பப் பணக்கார மாமி தாத்தா! பணக்காரா நல்லவாளா இருக்க மாட்டான்னு நீ சொல்லுவயோன்னோ? அது சுத்தப் பொய்!"

"நான் அப்படி எங்கேயம்மா சொல்லியிருக்கேன்? நல்ல மனுஷாளைக் கூடப் பணம் கெடுத்துடும்னுதானே சொன்னேன்? அதனாலே, பணக்காரா எல்லாம் கெட்டவான்னு அர்த்தமா!"

"அதென்னமோ, நாங்க இன்னிக்குப் பார்த்த மாமி ரொம்ப நல்ல மாமி. எங்க கிட்ட இருந்த டிக்கெட் அவ்வளவையும் வாங்கிண்டு, 'அலையாமே வீட்டுக்குப் போங்கோ' அப்படின்னா, தாத்தா! முப்பது ரூபாய் டிக்கெட், தாத்தா!"

"யாரம்மா, அவ்வளவு தாராள மனஸுடையவாள் இந்த ஊரிலே? அவ பேரென்ன?"

"அவ பேரு ஸ்ரீமதி உமாராணியாம்."

இந்தப் பெயர் சம்பு சாஸ்திரி காதிலும் விழுந்திருந்தது. ஒரு தர்மத்துக்கு ஐந்து லட்சம் ரூபாய் கொடுத்த பெண்மணியின் பெயர் காதில் படாமல் இருக்க முடியுமா?

"ஓஹோ! சரிதான்; அந்த அம்மா பம்பாயிலிருந்து வந்திருக்கிறவள். அதனாலே தான் அவ்வளவு தாராளம். இந்த ஊரிலே அந்த மாதிரி யார் இருக்கா? அவ்வளவு பணந்தான் யாரிடத்திலே இருக்கு" என்றார்.

பிறகு, சாரு அன்று நடந்ததெல்லாம் விவரமாகச் சொன்னாள். அவள் கூறியதில் சாஸ்திரியின் மனத்தில் நன்கு பதிந்த விஷயம், உமாராணி குழந்தையை அணைத்து முத்தமிட்டது தான். குழந்தை அதைத் திருப்பித் திருப்பிச் சொல்லிச் சந்தோஷப்பட்டாள். 'ஐயோ! இந்தக் குழந்தை, அம்மாவுக்காக எப்படி ஏங்கிப் போயிருக்கிறது?' என்று சாஸ்திரி எண்ணினார். ஒரு வேளை தான் செய்ததெல்லாம் தவறோ? தான் இந்தக் குழந்தையை எடுத்து வளர்த்தது பிசகோ? உடனே போலீஸிலே கொண்டுபோய்க் கொடுத்து அதன் தாயாரைக் கண்டு பிடித்துச் சேர்க்கும்படி சொல்லியிருக்க வேண்டுமோ?

இந்தக் குழந்தையின் காரணமாகத் தம்முடைய வாழ்க்கையிலே ஏற்பட்ட மாறுதலைச் சாஸ்திரி எண்ணிப் பார்த்தார். தேச யாத்திரை செய்ய வேண்டும், ஊர் ஊராய்ப் போய் இந்தப் புண்ணிய பூமியிலுள்ள க்ஷேத்திரங்களையெல்லாம் தரிசனம் செய்ய வேண்டும் என்ற ஆசை ஒரு காலத்தில் அவர் உள்ளத்தில் பொங்கிக் கொண்டிருந்தது. அந்த ஆசை நிறைவேறும் என்று தோன்றிய சமயத்தில், இந்தக் குழந்தையைப் பராசக்தி அளித்தாள். அதன் காரணமாக அவர் சாவடிக் குப்பத்திற்கு வரவும் இங்கேயே தங்கவும் நேர்ந்தது.

இது மட்டுமா? இந்தக் குழந்தை காரணமாகவே, அவர் நெடுங்கரையையும், கல்கத்தாவையும் அடியோடு மறந்திருந்தார். சாவித்திரி குழந்தையாயிருந்த போது அவளை வளர்ப்பதற்கென்று மங்களத்தைக் கல்யாணம் செய்து கொண்டதும், பிறகு, 'ஐயோ! எப்படிப்பட்ட தவறு செய்தோம்?' என்று பல முறை வருந்தியதும் அவர் ஞாபகத்தை விட்டு அகல முடியாதல்லவா? எனவே, இந்தக் குழந்தையை அந்தக் கதிக்கு ஆளாக்கக் கூடாதென்று தீர்மானித்திருந்தார். 'வேண்டாம்; மங்களமும் அவள் தாயாரும் சௌக்கியமாயிருக்கட்டும். நாம் இல்லை என்பதற்காக அவர்கள் ஒன்றும் உருகிப் போக மாட்டார்கள். நல்ல வேளையாய், அவர்கள் நிராதரவாக இல்லை; சாப்பாட்டுக்குத் துணிக்குப் பஞ்சமில்லாமல் வைத்திருக்கிறோம். எப்படியாவது அவர்கள் சௌக்கியமாயிருக்கட்டும்.'

4.8

கதம்பக் கச்சேரி

"குழந்தைகள் டிராமா தானேன்னு அவாளுக்கெல்லாம் அலட்சியம் போல் இருக்கு" என்று சாரு கண்ணில் நீர் ததும்ப உமாராணியிடம் சொல்லவில்லையா? அவள் சொன்னது உண்மையாகவே இருக்கலாம். ஆனால், மியூஸியம் தியேட்டரில் அன்று சாயங்காலம் ஐந்து மணிக்கு வந்திருந்த கூட்டத்தைப் பார்த்தவர்களுக்கு குழந்தை சொன்னதில் நம்பிக்கை ஏற்படாது. அவ்வளவு கனதனவான்களும் சீமாட்டிகளும் தியேட்டரில் வந்து நிறைந்திருந்தார்கள்.

இவ்வாறு கூட்டம் சேர்ந்ததற்குக் காரணம் குழந்தைகளின் கதம்பக் கச்சேரியைப் பார்க்க வேண்டுமென்ற ஆவல் மட்டுமல்ல என்பதைச் சொல்ல வேண்டும். அத்துடன் உமாராணியைப் பார்க்கலாமென்ற ஆசையும் சேர்ந்திருந்தது. உமாராணி இருபது டிக்கெட் வாங்கிக் கொண்ட செய்தியைக் குழந்தைகள் போய் வாத்தியாரம்மாளிடம் சொல்ல, அவள் பள்ளிக்கூட நிர்வாகிகளிடம் சொல்ல, அவர்கள் நேரில் போய் உமாராணியை அழைத்துவிட்டு வந்ததோடல்லாமல் நகரில் பிரஸ்தாபமும் செய்து விட்டார்கள். இந்தச் செய்தி பரவிவிடவே, அன்று மாலை மியூஸியம் தியேட்டரில் சென்னை நகரின் பிரசித்தி வாய்ந்த ஸ்திரீ புருஷர்கள் பெரும்பாலோரைக் காணும்படியிருந்தது.

ஐந்து மணிக்குக் கச்சேரி ஆரம்பமாக வேண்டும். ஆனால், ஐந்து அடித்துப் பத்து நிமிஷம் ஆகியும் ஆரம்பமாகவில்லை. சாதாரணமாய், இந்த மாதிரி தாமதமானால், சபையோர் கைதட்டி ஆரவாரிப்பது வழக்கம். இன்று அப்படி ஒன்றும் நடக்கவில்லை. "இன்னும் உமாராணி வரவில்லை; அவள் வந்தவுடன் ஆரம்பிப்பார்கள்" என்று சபையோர் ஒருவருக்கொருவர் சொல்லிக் கொண்டிருந்தார்கள். ஒருவராவது மேடைப் பக்கம் திரை தூக்குகிறார்களா என்று கவனிக்கவில்லை. எல்லாரும் வாசற் பக்கமே பார்த்துக் கொண்டிருந்தார்கள்.

கடைசியாக, வாசலில் ஏதோ கலகலப்புச் சப்தம் கேட்டது. அடுத்த நிமிஷம், பள்ளிக்கூடத்தின் முக்கிய நிர்வாகியாகிய ராவ்சாகிப் கஜகுல ஆஜானுபாகு அவர்கள் வழி காட்டிக் கொண்டு வர, பின்னால் வக்கீல் ஆபத்சகாமய்யர் தொடர, உமாராணி உள்ளே பிரவேசித்தாள். சொல்லி வைத்தாற்போல் சபையில் எல்லாரும் கரகோஷம் செய்தார்கள். உமாராணி கும்பிட்டுக் கொண்டே போய், முன்னால் தனக்காகப் போடப்பட்டிருந்த தனி ஸோபாவில் உட்கார்ந்திருந்தார்கள்.

உடனே திரை தூக்கப்பட்டது. "ஜன கண மன" என்ற தேசிய கீதத்துடன் கதம்பக் கச்சேரி ஆரம்பமாயிற்று.

புரோகிராமில் மொத்தம் ஒன்பது அங்கங்கள் அச்சிடப்பட்டிருந்தன. அவற்றுள் மூன்றில் சாருமதியின் பெயர் காணப்பட்டது. முதலில், சாருமதியின் பரத நாட்டியம். பிறகு, கிருஷ்ண லீலா நாடகத்தில் சாருமதி கிருஷ்ண வேஷம். கடைசியில், சாருமதியும் யமுனாவும் ராதா கிருஷ்ண நடனம்.

ஒவ்வொரு தடவையும் சாரு மேடைக்கு வரும் போதெல்லாம் சபையில் நிசப்தம் குடிகொண்டிருக்கும். சபையோரின் கவனத்தை அவள் அவ்வாறு கவர்ந்து விடுவாள். சாரு உள்ளே சென்றதும் சபையில் கலகலப்பு ஏற்படும். பெரும்பாலோர் உமாராணி என்ன செய்கிறாள் என்பதைக் கவனிக்கத் தொடங்குவார்கள். இதற்காகச்

சிலர் தலையைத் தூக்கிப் பார்ப்பதும், எழுந்து நிற்பதும், பின்னாலிருபப்வர்கள் அவர்களை அதட்டி உட்காரச் செய்வதும் சர்வ சாதாரணமாயிருந்தது.

ஆனால், உமாவோ இவை ஒன்றையும் கவனிக்கவில்லை. குழந்தை சாருவின் பரத நாட்டியத்தைப் பார்த்ததுமே அவளுக்கு மெய்ம்மறந்து போய்விட்டது. நாட்டியம் முடிந்ததும் உமா, பக்கத்திலிருந்த வக்கீல் ஆபத்சகாயமய்யரைப் பார்த்து, "இந்தக் குழந்தை எவ்வளவு நன்றாய் நாட்டியம் ஆடுகிறது, பார்த்தீர்களா? முகத்தில் என்ன களை! இந்தக் குழந்தை யார் என்று உங்களுக்கு ஏதாவது தெரியுமா?" என்று கேட்டாள்.

"எனக்குத் தெரியாதே?" என்றார் வக்கீல். பிறகு "நீங்கள் மெட்ராஸுக்குப் புதிசல்லவா? அதனாலே அப்படித் தோணுகிறது. இந்த மாதிரி குழந்தைகள் நாட்டியம் செய்யறது ரொம்ப சாதாரண விஷயம். பாருங்கோ, என்னுடைய குழந்தைக்குக் கூட நாட்டியத்திலே ரொம்ப 'டேஸ்ட்'. சொல்லிக் கொடுத்தா நன்னா வரும் என்று எல்லாரும் சொல்றா. ஆத்திலே கூட அடிக்கடி டான்ஸ் டீச்சர் வைச்சுச் சொல்லிக் கொடுக்கணுமின்னு சொல்றா. ஆனால், எனக்கென்னமோ இந்தப் பைத்தியக்காரத்தன மெல்லாம் ஒண்ணும்
பிடிக்கிறதில்லை" என்றார்.

உமாராணி பிற்பாடு வக்கீலிடம் ஒன்றும் பேச்சுக் கொடுக்கவில்லை. மேடை மீதே கவனம் செலுத்தத் தொடங்கினாள். சாரு மேடை மீது இல்லாத சமயங்களில் அவள் எப்போது வருவாள் என்றே அவளுடைய மனம் சிந்தித்துக் கொண்டிருந்தது. அவள் வந்துவிட்டாலோ உமாவுக்குப் பரவசமாயிருந்தது. அவளுடைய ஒவ்வொரு சைகையும் பேச்சும் உமாவுக்கு மயிர்க் கூச்சம் உண்டாக்கிற்று.

4.9

பராசக்தி குழந்தை

அன்றிரவு உமா குழந்தையின் நினைவாகவே இருந்தாள். தூக்கத்தில் சாருவைப் பற்றித்தான் கனவு. மறுநாள் பொழுது விடிந்த பிறகும் அந்த ஞாபகம் மாறவில்லை. இப்படிப்பட்ட குழந்தையைப் பெற்ற பாக்கியசாலிகள் யாரோ என்று எண்ணமிட்டுக் கொண்டிருந்தாள். 'வக்கீலை விசாரிக்கச் சொன்னோமே, அவர் விசாரித்தாரோ என்னமோ தெரியவில்லையே?' என்று யோசித்தாள். காலை ஒன்பது மணி வரையில் தகவல் ஒன்றும் வராமல் போகவே, டெலிபோனை எடுத்து வக்கீலைக் கூப்பிட்டாள்.

வக்கீல், "யாரு? - ஓஹோ! நீங்களா? - நமஸ்காரம்" என்றார்.

"நேற்று ராத்திரி டான்ஸ௺ பண்ணின குழந்தையைப் பற்றி விசாரிக்கச் சொன்னேனே, விசாரிச்சீர்களா?" என்று உமா கேட்டாள்.

"நீங்கள் ஒரு காரியம் சொன்னால் அதை நான் செய்யாமல் இருப்பேனா?" என்றார் வக்கீல்.

"அப்படின்னா ஏன் உடனே தெரிவிக்கலை?" என்றாள் உமா.

"இல்லை; வந்து... விஷயம் அவ்வளவு அவசரமாகத் தோணலை. அதனாலேதான் மத்தியானம் வந்து நேரில் தெரியப்படுத்தலாம் என்றிருந்தேன்."

"போகட்டும்; இப்பத்தான் சொல்லுங்கள்."

வக்கீல் தொண்டையைக் கனைக்கும் சத்தம் கேட்டது.

"என்ன ஸார்! ஆர்ப்பாட்டம் பலமாயிருக்கே. இதுவும் கேஸ் விசாரணையா என்ன? நிஜத்தைச் சொல்றதுக்கு இவ்வளவு யோசனை என்னத்திற்கு?"

"யோசனை ஒண்ணுமில்லை - வந்து பழம் நழுவிப் பாலிலே விழுந்ததுன்னு கேட்டிருக்கிறீர்களோல்லியோ?..."

"அதுக்கென்ன இப்போ வந்தது?"

"அந்த மாதிரி - நேற்று ராத்திரி நீங்க போனவுடனே தியேட்டரிலேயே விசாரிச்சுட்டேன். விசாரிச்சதிலே, ஒரு கல்லிலே இரண்டு பழம் விழுந்தாப்பலே ஆச்சு."

"விஷயத்தைச் சொல்லுங்கோ, ஸார்!"

"அதுதானே சொல்லிண்டிருக்கேன். நீங்க முன்னே சம்பு சாஸ்திரின்னு ஒருத்தரைப் பத்தி விசாரிக்கச் சொன்னீர்களோ, இல்லையோ?"

"ஆமாம்?" என்று உமா சொன்னபோது அவள் குரல் கொஞ்சம் நடுங்கிற்று.

"குழந்தையைப் பற்றி விசாரிச்சதிலே சம்பு சாஸ்திரியையும் கண்டுபிடிச்சுட்டேன். இந்தக் குழந்தை சாவடிக் குப்பத்திலே சம்பு

சாஸ்திரிங்கறவர் வீட்டிலேதான் இருக்காளாம். அவர் தான் கார்டியனாம். வேறே தாயார் தகப்பனார் கிடையாதாம்."

"என்ன, என்ன! வக்கீல் ஸார்! நிஜமாவா சொல்றேள்?"

"நிஜமாத்தான் சொல்றேள். அந்த சம்பு சாஸ்திரிங்கறவரைக் கூடப் பார்த்தேன். நல்ல ஒண்ணாம் நம்பர் மடிசஞ்சிப் பிராமணன்!"

உமா தன் வாய்க்குள், "இடியட்!" என்று அழுத்தந்திருத்தமாய்ச் சொல்லிக் கொண்டாள். அது அந்த மனுஷர் காதில் விழுந்ததோ என்னவோ தெரியாது. உடனே அவள் உரத்த குரலில், "இந்த சமாசாரத்தை நேத்து ராத்திரிலேயிருந்து சொல்லாமலா வச்சிண்டிருந்தேள்? ரொம்ப பேஷ்! அவர் எங்கே இருக்கார்னு சொன்னேள்?" என்று கேட்டாள்.

"சாவடிக் குப்பத்திலே..."

உமா, டக்கென்று டெலிபோன் ரிஸீவரை வைத்துவிட்டு விரைவாகக் கீழே இறங்கினாள். "டிரைவர்! டிரைவர்! வண்டியை எடு ஜல்தி!" என்றாள். வண்டி வந்ததும், "சாவடிக் குப்பத்துக்குப் போ! சீக்கிரம்!" என்றாள்.

டிரைவர் சிறிது தயங்கி "சாவடிக் குப்பம் எங்கேயிருக்குங்க?" என்று கேட்டான்.

4.10

'ஜில்லி! ஜில்லி!'

சாரு அன்றிரவு நன்றாய்த் தூங்கவில்லை. இரண்டு மூன்று தடவை விழித்துக் கொண்டு, "தாத்தா! பொழுது விடிந்துடுத்தோ?" என்று கேட்டாள்.

உமாவோ இராத்திரி தூங்கவேயில்லையென்று சொல்லலாம். வெகு நேரம் வரையில், குழந்தைக்கு என்னென்ன உடைகள் வாங்குவது, என்னென்ன ஆபரணங்கள் அணிவிப்பது, எந்தப் பள்ளிக்கூடத்துக்கு அனுப்புவது, எப்படி எப்படியெல்லாம் வளர்ப்பது என்று யோசனையில் ஆழ்ந்திருந்தாள். இரவு சுமார் இரண்டு மணிக்குத் தூங்கியவள் அதிகாலையில் எழுந்திருந்து, பொழுது விடிய இன்னும் எவ்வளவு நேரம் இருக்குமென்று ஜன்னலண்டை வந்து பார்த்தாள். 'சரி, வெள்ளி முளைத்துவிட்டது; இன்னும் சற்று நேரத்துக்கெல்லாம் பொழுது விடிந்து விடும். சாருவை அழைத்து வர வண்டி அனுப்ப வேண்டும்' என்று எண்ணினாள்.

சாருவை விட்டு இனி மேல் தன்னால் பிரிந்திருக்க முடியாது என்று உமா தீர்மானித்துக் கொண்டாள். அவளை இனி மேல் தன்னுடன் வைத்துக் கொண்டு தான் வளர்க்க வேண்டும். ஆனால், இந்த எண்ணம் எப்படி நிறைவேறும்? அப்பாவிடம் எல்லாவற்றையும் சொல்லி விடலாமா? அதை நினைத்தால்

உமாவுக்குப் பயமாயிருந்தது. தன்னுடைய செய்கைகளை அவர் ஒப்புக் கொள்வாரா? பாவி, பதிதை என்று நிராகரிக்க மாட்டாரா? எப்படியும் ஒன்று நிச்சயம்; தான் யார் என்று தெரிந்தால், உடனே இனிமேலாவது புருஷனுடன் வாழ்ந்திரு என்று தான் உபதேசிப்பார் - முடியாது, முடியாது!

ஆகவே, தான் யார் என்று அப்பாவிடம் தெரிவிக்கும் விஷயம் யோசித்துத் தான் செய்ய வேண்டும். பிறகு பார்த்துக் கொள்ளலாம். இப்போது குழந்தையை மட்டும் அழைத்துக் கொண்டு வந்து விட வேண்டும். இது எப்படிச் சாத்தியம்? - குழந்தையை நம்முடன் விட்டு வைக்கச் சம்மதிப்பாரா? - ஏன் மாட்டார்? அவருக்கு என்ன பாத்தியதை குழந்தையின் மேல்? - ஆறு வருஷம் வளர்த்தால் குழந்தை அவருடையதாகி விடுமா? - "இந்த ஐசுவரியத்தையெல்லாம் குழந்தைக்குக் கொடுக்கிறேன்; என்னோடே இருக்கட்டும்" என்று சொன்னால், வேண்டாம் என்று சொல்வதற்கு இவர் யார்?-போதும், போதும். என்னை இவர் வளர்த்துப் பாழுங் கிணற்றில் தள்ளினாரே, அது போதும்! சாருவையும் வளர்த்து அப்படித் தானே செய்வார்? - இம்மாதிரியெல்லாம் எண்ணி எண்ணி அவள் உள்ளம் அலைந்து கொண்டிருந்தது.

கடைசியாகப் பொழுது விடிந்தது. வண்டியும் சாவடிக் குப்பத்துக்குப் போயிற்று. கொஞ்ச நேரத்துக்கெல்லாம் சம்பு சாஸ்திரியும் சாருவும் 'வஸந்த விஹார'த்துக்கு வந்து சேர்ந்தார்கள்.

உமா பங்களாவின் வாசலில் காத்திருந்து அவர்களை உள்ளே அழைத்துச் சென்றாள். பங்களா, தோட்டம் எல்லாவற்றையும் சுற்றிக் காட்டினாள். தோட்டத்திலிருந்த புஷ்பச் செடிகள் சாருவின் உள்ளத்தைக் கவர்ந்தன. அந்தச் செடிகளை விட்டு வருவதற்கே சாருவுக்கு மனம் வரவில்லை.

கடைசியாக, பங்களாவின் டிராயிங் ரூமில் வந்து உட்கார்ந்தார்கள்.

சாஸ்திரி உபசாரமாக, "பங்களாவும் தோட்டமும் ரொம்ப அழகாயிருக்கு. மயன் மாளிகையிலே துரியோதனன் தரையை ஜலமென்றும், ஜலத்தைத் தரையென்றும் நினைச்சுண்டு திண்டாடினானே, அந்த மாதிரி நானும் திண்டாடிப் போய்ட்டேன்" என்றார்.

உமா, "ஆமாம் சாஸ்திரிகளே! இவ்வளவு பெரிய பங்களாவிலே நான் ஒண்டிக்காரி தனியாயிருக்கேன், எனக்கு எவ்வளவு கஷ்டமாயிருக்கும், பார்த்துக்குங்கோ!" என்றாள்.

அதற்கு சாஸ்திரி, "உலகமே இப்படித் தான் இருக்கு, அம்மா! சில பேர் இருக்க இடமில்லாமே திண்டாடறா; சில பேர் இருக்கிற இடத்தை என்ன செய்யறதுன்னு தெரியாமே திண்டாடறா" என்றார்.

4.11

சங்கம் ஒலித்தது!

அந்த வருஷத்தில் பாரத நாட்டில் ஒரு யுகப் புரட்சி நடந்து கொண்டிருந்தது. ஆயிரம் வருஷங்களாக அறியாமையில் மூழ்கி, சோம்பலுக்கு ஆளாகி, வீரமிழந்து, அடிமைத்தனத்தில் ஆழ்ந்திருந்த பாரத மக்கள் விழித்தெழுந்து கொண்டிருந்தார்கள். காந்தி மகானுடைய அஹிம்சா மந்திரத்தின் சக்தியால் அவர்களை மூடியிருந்த மாயை ஒரு நொடியில் பளிச்சென்று விலகிப் போனது போல் இருந்தது. அவர்களைப் பீடித்திருந்த அடிமைத்தளைகள் படீர் படீர் என்று முறிந்து விழும் சப்தம் நாலு பக்கங்களிலும் எழுந்தது.

"வீர சுதந்திரம் வேண்டி நின்றார் - பின்னர்
வேறொன்று கொள்வாரோ?"

என்னும் ஆவேசம் தேசமெங்கும் உண்டாயிற்று. நாட்டின் விடுதலைக்காக ஜனங்கள் எந்த விதமான கஷ்டங்களையும் அநுபவிக்கவும், எவ்விதத் தியாகங்களையும் செய்யவும் தயாரானார்கள். தேசப் பணியில் உடல் பொருள் ஆவியைத் தத்தம் செய்வதற்கும் சித்தமானார்கள்.

அன்னையின் கைவிலங்குகளைத் தகர்க்க முயன்றவர்கள் அதே சமயத்தில் தங்களைப் பிணைத்திருந்த தளைகளையும்

அறுத்தெறிந்தார்கள். உயர்ந்த சாதி, தாழ்ந்த சாதி என்ற மடமை தகர்ந்தது. "எல்லோரும் ஓர் குலம், எல்லோரும் ஓரினம், எல்லாரும் இந்திய மக்கள்" என்னும் உணர்ச்சி பரவிற்று.

ஒரு தன்னந் தனி மனுஷர் தள்ளாத கிழவர் கையில் கோல் ஊன்றி - "சத்தியமே ஜயம்" என்று சொல்லிக் கொண்டு சுதந்திர யாத்திரை தொடங்கினார். அவரைப் பின்பற்றி அந்தப் புண்ணிய வருஷத்தில் பாரத மக்கள் ஆயிரம், பதினாயிரம் லட்சம் என்ற கணக்கில்,

"கத்தியின்றி ரத்தமின்றி யுத்தமொன்று வருகுது
சத்தியத்தின் நித்தியத்தை நம்பும் யாரும் சேருவீர்"

என்று பாடிக்கொண்டு கிளம்பினார்கள்.

இத்தகைய சுதந்திர சங்கநாதத்தின் ஒலி சாவடிக் குப்பத்துக்கும் வந்து எட்டித்தான் இருந்தது. சம்பு சாஸ்திரிக்குச் சில காலமாக மனத்தில் அமைதி கிடையாது. 'தேசத்தில் இப்படிப்பட்ட மகத்தான இயக்கம் நடக்கின்றது. என்னவெல்லாமோ ஆச்சரியங்கள், கனவிலும் எதிர்பாராத அற்புதங்கள் நிகழ்கின்றன, - நாம் மட்டும் இந்தச் சாவடிக் குப்பத்தில் உட்கார்ந்து பொழுது போக்கிக் கொண்டிருக்கிறோமே?' என்ற தாபம் அவர் மனத்தில் அடிக்கடி உண்டாகும். அப்போதெல்லாம், 'முடவன் கொம்புத் தேனுக்கு ஆசைப்பட்டது போல் இந்த ஆசைகளெல்லாம் நமக்கு எதற்கு? எவ்வளவோ பெரிய மகான்கள், வீர புருஷர்களெல்லாம் சேர்ந்து செய்யும் காரியத்தில் நாம் ஈடுபட்டு என்ன செய்து விடப் போகிறோம்? நம்மால் என்ன முடியும்? ஏதோ இந்தச் சாவடிக் குப்பத்து ஜனங்களுக்கு நம்மாலான ஊழியம் செய்து கொண்டிருந்தால், அதுவே பெரிய காரியம்' என்று எண்ணி மனஸை சமாதானப்படுத்திக் கொள்வார்.

இந்த மாதிரி சம்பு சாஸ்திரி நினைத்ததற்கு அவருடைய இருதய அந்தரங்கத்தில் குழந்தை சாருவினிடம் கொண்டிருந்த அளவிலாத அபிமானமும் ஒரு முக்கிய காரணமாகும். ஒவ்வொரு சமயம் அவர்

இது விஷயமாகத் தம்மைத் தாமே நிந்தித்துக் கொள்வதுமுண்டு. 'என்ன? உன்னை நீயே ஏமாற்றிக் கொள்ளவா பார்க்கிறாய்? உன்னைவிடப் பலவீனர்கள் எத்தனையோ பேர் தேச சேவை செய்யவில்லையா? சிறைக்குப் போகவில்லையா? உயிரையும் கொடுக்கவில்லையா? உனக்கு மட்டும் என்ன வந்தது? இந்தக் குழந்தை மேலுள்ள பாசத்தினால் தானே நீ வெளியே கிளம்பாமல், தேசப் பணியில் ஈடுபடாமல் உட்கார்ந்திருக்கிறாய்?' என்று அவருடைய ஒரு மனஸு சொல்லும். உடனே இன்னொரு மனஸு, "ஆமாம்; அதனால் என்ன? இந்தக் குழந்தையைப் பராசக்தி என்னிடம் ஒப்புவித்தாள். அந்தப் பொறுப்பை நான் எப்படித் தட்டிக் கழிக்க முடியும்? 'ஸ்வதர்மந்தான் செய்வதற்குரியது; பரதர்மம் விநாசத்தை அளிக்கும்' என்று கீதாசாரியன் சொல்லியிருக்கவில்லையா?" என்று தேறுதல் கூறும்.

4.12

'வஸந்த விஹாரம்'

உமா தேவியின் இருதய அந்தரங்கத்தில் இத்தனை நாளும் பொங்கித் ததும்பிக் கொண்டிருந்த அன்பின் வெள்ளம் இப்போது கரை புரண்டோ டத் தொடங்கியது. அந்தப் பிரவாகத்தில் அகப்பட்டுக் கொண்ட சாரு திக்குமுக்காடிப் போனாள்.

ஆறு வருஷமாகக் குழந்தையை கைவிட்டிருந்ததற்கெல்லாம் இப்போது உமா ஒரேயடியாக ஈடு செய்யலானாள். சாருவுக்கு விதவிதமான விலையுயர்ந்த உடைகளை வாங்கிக் குவித்தாள். பாதாதிகேசம் வரை நகைகளாக வைத்து இழைத்தாள். தினம் மூன்று தடவையாவது குழந்தைக்குப் புதுப் புது அலங்காரம் செய்தாலொழிய அவளுக்குத் திருப்தி உண்டாவதில்லை.

முதல் தடவை இம்மாதிரி அலங்காரம் செய்து விட்டபோது, சாரு, "மாமி! மாமி! தத்ரூபமாய் டிராமாவிலே வேஷம் போட்டுண்டாப்பலேயே இருக்கே! இதற்கு என்ன வேஷம் என்று பேரு?" என்று கேட்டாள்.

இப்படியெல்லாம் பளபளப்பாக அலங்கரித்துக் கொள்வது டிராமாவில்தான் என்பது குழந்தையின் எண்ணம். உமாவுக்கு இந்தக் கேள்வி ரொம்ப வேடிக்கையாயிருந்தது. அவள் புன்னகையுடன், "இது என்ன வேஷம்னா கேக்கறே? இதற்குச்

சாவித்திரி பொண் வேஷம்னு பேரு" என்றாள். அப்போது சாரி, "சாவித்திரி பொண்ணா? சாவித்திரி சத்தியவான் கதை எனக்குத் தெரியும். ஆனால், சாவித்திரிக்கு ஒரு பொண்ணு இருந்ததா, என்ன?" என்று கேட்டாள். "ஆமாம், இருந்தது; அந்தக் கதையை உனக்கு இன்னொரு நாளைக்குச் சொல்கிறேன்" என்றாள் உமா.

சாருவுக்கு அலங்காரம் செய்து பார்ப்பதுடன் உமா திருப்தியடைந்து மகிழ்ந்துவிடவில்லை. அவளுடைய படிப்பையும் கவனித்தாள். சென்னையில் மிகவும் பிரசித்தி வாய்ந்த கான்வெண்ட் ஸ்கூலுக்கு அவளை அனுப்பினாள். வீட்டில் அவளுக்குப் பாடஞ் சொல்லிக் கொடுக்க வெள்ளைக்காரி ஒருத்தியை ஏற்பாடு செய்தாள்.

பங்களாவில் சாருவுக்கென்று ஒரு தனி அறை. குழந்தை உட்கார்ந்து படிக்கவும் புத்தகங்கள் வைத்துக் கொள்ளவும் மேஜை நாற்காலி பீரோக்கள் மட்டும் ஐந்நூறு ரூபாய்க்கு வாங்கப்பட்டன.

சாருவுக்காக வாங்கிய விளையாட்டுச் சாமான்கள் நூறு குழந்தைகள் விளையாடுவதற்குப் போதுமானவை. சென்னைக் கடைகளில் எத்தனை விதமான பொம்மைகள் உண்டோ , அவ்வளவும் வந்துவிட்டன. அந்தப் பொம்மைகளுக்கு உடைகள் தைப்பதற்கே ஒரு தையற்காரனுக்கு வேலை சரியாக இருந்தது.

பொம்மைக் குதிரையில் ஏறிக் குழந்தை சந்தோஷமாக விளையாடுவதைப் பார்த்த உமாவுக்கு, நிஜக் குதிரையே வாங்கிக் கொடுக்க வேண்டுமென்று தோன்றிற்று. அவ்வளவு தான். மறு நாளைக்கு மட்டக் குதிரை ஒன்று வந்துவிட்டது. பெயர் தான் மட்டக் குதிரையே தவிர, விலையில் மட்டமல்ல; 1200 ரூபாய்! சாரு அன்று முதல் குதிரைச் சவாரி கற்றுக்கொள்ளத் தொடங்கினாள்.

சாரு ஒவ்வொரு விதத்திலும் சாவடிக் குப்பத்தில் இருந்ததைவிடத் தன்னிடம் மேன்மை பெற வேண்டும் என்று உமா

எண்ணினாள். பாக்கி எல்லாவற்றிலும் இந்த நோக்கம் நிறைவேறிற்று. ஆனால், குழந்தையின் நாட்டியத் திறமையைப் பற்றி என்ன? அதை முன்னைக் காட்டிலும் மேன்மை பெறச் செய்வதற்கு தன்னால் என்ன செய்ய முடியும்? - இந்த எண்ணம் உமாவுக்குச் சங்கடத்தை அளித்தது. சாவடிக் குப்பம் பள்ளிக்கூடத்தில் குழந்தைக்கு நாட்டியம் கற்றுக் கொடுத்த வாத்தியார் அம்மாள் மீது உமாவுக்குப் பொறாமை கூட உண்டாயிற்று. கடைசியாக அதற்கும் ஒரு யோசனை கண்டு பிடித்தாள். பரத நாட்டியமாவது, ராதாகிருஷ்ண நடனமாவது? அதெல்லாம் தோற்றுப் போகும்படியாகக் குழந்தைக்கு இங்கிலீஷ் டான்ஸ் சொல்லிக் கொடுக்கத் தீர்மானித்தாள் உமா.

சாருவின் மனோநிலை எப்படியிருந்தது? உமாராணியின் பங்களாவில் அவள் தொடங்கிய புதிய வாழ்க்கை அவளுக்கு சந்தோஷமாயிருந்ததா? சாவடிக் குப்பத்தைக் காட்டிலும் 'வஸந்த விஹாரம்' அவளுக்கு அதிகம் பிடித்திருந்தா? வெளித் தோற்றத்தைப் பொறுத்த வரையில் அப்படித்தான் காணப்பட்டது. புதிய வீட்டில் அவள் கண்ட புதுமைகள் எல்லாம் குழந்தைக்கு மிகுந்த உற்சாகத்தை அளித்தன.

காலையில் எழுந்ததும், தான் படுத்திருந்த வெல்வெட் மெத்தையையும் தலையணைகளையும் சாரு கையினால் தடவித் தடவிப் பார்ப்பாள். பெரிய நிலைக்கண்ணாடிக்கு முன்னால் நின்று, தான் செய்யும் சேஷ்டைகளைப் போலவே தன்னுடைய பிரதிபிம்பமும் செய்வதைக் கண்டு சிரிப்பாள். குளிக்கும் அறையில், 'ஷவர் பாத்'தைத் திறந்து விட்டு, அதிலிருந்து சலசலவென்று ஜலம் கொட்டுவதைப் பார்ப்பதில் அவளுக்கு அளவிலாத ஆனந்தம். எதிர்பாராதபோது தன் மேலேயே அப்படிப் பொழிய ஆரம்பித்துவிட்டால், விழுந்து விழுந்து சிரிப்பாள்.

4.13

குருட்டுக் கிழவன்

ஒரு நாள் சாரு தான் கற்றுக்கொண்டிருந்த இங்கிலீஷ் நடனத்தை உமாராணிக்கு ஆடிக் காட்டிக் கொண்டிருந்தாள். உமா அதைப் பார்த்து மிகவும் சந்தோஷமடைந்து, 'இப்படிப்பட்ட குழந்தையைப் பெறுவதற்கு நாம் எவ்வளவு பாக்கியம் செய்தோம்!' என்று எண்ணினாள். அதைத் தொடர்ந்து, 'இந்தப் பாக்கியம் நமக்கு நீடித்திருக்க வேண்டுமே? நம்முடைய ஜன்மம் துரதிர்ஷ்ட ஜன்மமாயிற்றே!' என்ற எண்ணம் உண்டாயிற்று.

அப்போது வாசலில், "அம்மா! கண்ணில்லாத கபோதி! ரெண்டு பிச்சை போடுங்கோ!" என்று ஒரு குரல் கேட்டது. அது கிழவனுடைய குரல்; அதிலிருந்த நடுக்கம் கேட்பவர்களுடைய உள்ளத்தை உருக்குவதாயிருந்தது.

பிறகு, அந்தக் கிழவனின் குரலும் இன்னொரு சிறு பெண்ணின் குரலுமாகச் சேர்ந்து பாடும் சத்தம் கேட்கத் தொடங்கியது;

"தில்லையம்பல ஸ்தல மொண்டிருக்குதாம்-அதைக் கண்டபேர்க்கு
ஜனனமரணப் பிணியைக் கருக்குதாம்."

சாரு ஆட்டத்தை நிறுத்திவிட்டு ஜன்னலோரமாகச் சென்று பார்த்தாள். அப்போது வாசல் 'கேட்'டுக்கு அருகில் ஒரு கிழவனும் ஒரு சிறு பெண்ணும் நின்று பாடுவது தெரிந்தது. சாரு பார்த்துக் கொண்டிருக்கும் போதே, பங்களாவின் தர்வான் அங்கே வந்து, "போ! போ!" என்று அவர்களை விரட்டினான். "மாமி! மாமி! இங்கே சுருங்க வாங்கோ!" என்று அடித்துக் கொண்டாள் சாரு. உமா அவள் அருகில் வந்ததும், "மாமி! மாமி! அந்தக் கிழவனையும் பெண்ணையும் தர்வான் விரட்டுகிறான். ஐயையோ! அவா போறாளே! திரும்பி வரச் சொல்லுங்களேன்!" என்று சாரு கூவினாள்.

உமா, "நல்ல பொண்ணடி நீ!" என்று சொல்லிச் சிரித்துவிட்டு, "தர்வான்! அவர்களைக் கூப்பிடு" என்று உத்தரவிட்டாள். தரவான் ஓடிப் போய், "இந்தாங்க; இங்கே வாங்க, உங்க பாடு போகந்தான்" என்றான். கிழவனும் பெண்ணும் திரும்பினார்கள். கிழவன் ஒரு கையில் கோல் ஊன்றிக் கொண்டிருந்தான். இன்னொரு கையை அந்தச் சிறு பெண் பிடித்துக் கொண்டு முன்னால் வர, கிழவன் பின் தொடர்ந்து வந்தான்.

"மாமி! அந்தப் பொண்ணு ஏன் அந்தக் கிழவன் கையைப் புடிச்சுண்டே வர்றது?" என்று சாரு கேட்டாள்.

"உனக்குப் பார்த்தாத் தெரியலையா, என்ன? அந்தக் கிழவனுக்கு ரெண்டு கண்ணும் பொட்டை. அதனாலேதான் அந்தப் பொண் எங்கே போனாலும் அவன் கையைப் புடிச்சு அழைச்சுண்டே போறது" என்றாள் உமா.

"அதுதான் நானும் நெனைச்சேன். கண் பொட்டையாப் போனா ரொம்பக் கஷ்டமில்லையா, மாமி!" என்றாள் சாரு.

அதற்குள் கிழவனும் பெண்ணும் மறுபடியும் 'கேட்'டுக்குப் பக்கத்தில் வந்து நின்று,

"உயருஞ்சிகரக் கும்பம் தெரியுதாம்-அதைப் பார்த்தபேர்க்கு
உள்ளங்குளிர கருணை புரியுதாம்"

என்று பாடினார்கள். கண் தெரியாத ஒருவன் இந்த மாதிரி பாடியதால் அதனுடைய உருக்கம் அதிகமாயிற்று. நந்தனுக்கு, தூரத்தில் நின்று கோபுர சிகரத்தைக் காணலாமென்ற நம்பிக்கையாவது இருந்தது. இந்தக் குருடனுக்கு அந்த நம்பிக்கைக்கும் இடமில்லையல்லவா? ஆகையால் பாட்டைக் கேட்டு உமாராணிக்குக் கண்ணில் ஜலம் வந்து விட்டது.

சாரு இதைக் கவனிக்கவில்லை. அவள் வெளியிபார்த்தவண்ணமே, "மாமி! அந்தப் பொண்ணைப் பார்த்தா எனக்குப் புடிச்சிருக்கு. எவ்வளவு நன்னாப் பாடறது? அவளையும் நம்மாத்திலே கூப்பிட்டு வச்சுக்கலாமா?" என்று கேட்டாள்.

இந்தக் கேள்வியினால், உமாவின் மனத்தில் ஏற்பட்டிருந்த உருக்கம் மறைந்து விட்டது. சிறிது கடுமையான குரலில், "ரொம்ப அழகாத்தானிருக்கு! தெருவோடு போகிற குழந்தைகளையெல்லாம் நாம் அழைச்சு வச்சுக்கறதா என்ன?" என்றாள்.

4.14

கண் திறந்தது!

அதே அர்த்தராத்திரிப் போதில் இன்னொர் ஆத்மா கண் விழித்துக் கொண்டிருந்தது. சம்பு சாஸ்திரி அன்றிரவு சாவடிக் குப்பத்திலிருந்து பிரயாணப்பட்டுப் போவதென்று தீர்மானித்திருந்தார். நல்லானிடமும் மற்றவர்களிடமும் விடைபெற்றுக்கொண்டு போவதென்பது அசாத்தியமான காரியம்; இராமாயணத்தில் இராமர் தம்மைப் பின் தொடர்ந்த அயோத்திவாசிகள் தூங்கும் போது போனது போல் தாமும் அர்த்த ராத்திரியில் கிளம்பிப் போய்விட வேண்டியது தான் என்று அவர் முடிவு செய்திருந்தார்.

சாவடிக் குப்பத்துக் குடிசையில் கடிகாரம் கிடையாது. ஆனாலும், ஏறக்குறைய நடுநிசியில் சாஸ்திரி கண் விழித்தெழுந்தார். வாசலில் போய்ப் பார்த்தார். அன்று பௌர்ணமி; சந்திரன் உச்சி வானத்தை கடந்து கொஞ்சம் மேற்கே சாய்ந்திருந்தது. உலகம் அப்போது தான் பாற்கடலில் முழுகி எழுந்திருந்தது போல் காணப்பட்டது. தென்னை மரங்களின் மட்டைகள் இளங்காற்றில் அசைந்த போது, முத்துச் சுடர் போன்ற நிலவின் ஒளியில் அவை பளிச் பளிச்சென்று மின்னின.

சாவடிக் குப்பத்தில் நிச்சப்தம் குடிகொண்டிருந்தது. ஏழை உழைப்பாளி ஜனங்கள், பகலெல்லாம் உடலை வருத்தி வேலை செய்து விட்டு வந்தவர்கள், இரவில் அசந்து தூங்கினார்கள்.

சாஸ்திரி திரும்பவும் உள்ளே சென்றார். அம்பிகையின் முன்னால் கைகூப்பிக் கொண்டு உட்கார்ந்தார். "தாயே! ஜகதம்பிகே! உன்னையே தஞ்சமாக அடைந்த என்னை இப்படியா கஷ்டப்படுத்துவது? எத்தனையோ துக்கங்களை நானும் பொறுத்திருக்கிறேன்; ஆனால் இந்தக் குழந்தையைப் பிரிந்த துக்கத்தைப் பொறுக்க முடியவில்லையே? ஏன் இப்படிப்பட்ட பாசத்தைக் கொடுத்தாய்? ஏன் இப்படி என்னை வருத்துகிறாய்? எதற்காக இப்படி என் இருதயத்தைப் பிழிகிறாய்?"

சாஸ்திரியின் கண்ணில் ஜலம் ததும்பிப் பிரவாகமாய் ஓடிற்று. சட்டென்று அவர் எழுந்திருந்து நின்றார்.

"அம்மா! இந்த ஏழையாலே உனக்கு ஏதோ காரியம் ஆகவேண்டியிருக்கிறது. இல்லாவிட்டால் இப்படித் துன்புறுத்த மாட்டாய். உன்
ஆக்ஞையை நான் மீற வில்லை. இதோ புறப்படுகிறேன். இந்தத் தடவை உன்னை கூட நான் எடுத்துப் போகவில்லை. நீ இங்கேயே இருந்து இந்த நல்ல ஜனங்களைக் காப்பாற்றிக் கொண்டிரு!"

இப்படிச் சொல்லிச் சம்பு சாஸ்திரி அம்பிகைக்கு நமஸ்காரம் செய்து விட்டு எழுந்தார். அந்தக் குடிசையின் முன் புறத்து அறைக்குள் வந்தார். கொடியில் கிடந்த வேஷ்டி அங்க வஸ்திரங்களை எடுத்து மடிசஞ்சிக்குள் அடைக்கத் தொடங்கினார்.

அப்போது பின்னால், "தாத்தா! தாத்தா!" என்று குழந்தையின் குரல் கேட்டது.

சாஸ்திரிக்குத் தூக்கி வாரிப் போட்டது. திரும்பிப் பார்த்தார். அளவிலாத ஆச்சரியத்தினால் திக்பிரமை கொண்டார்.

"இதென்ன அதிசயம்? யார் இது? குழந்தை சாரு தானா?" என்று சொல்லிவிட்டு, கண்ணைத் துடைத்துக் கொண்டு பார்த்தார்.

அப்போது சாரு, "ஐயோ! தாத்தா! நான் கண்ட சொப்பனம் சரியாப் போயிடுத்தே! உனக்குக் கண் தெரியலையா? - நான் சாரு தான். என்னைத் தொட்டுப் பாரு" என்று சொல்லித் தாத்தாவின் அருகில் வந்தாள். கீழே கிடந்த அவருடைய அங்கவஸ்திரத்தை எடுத்துக் கொடுத்து, "இதோ உன் மேல்வேஷ்டி; தடவிப் பாரு; மேலே போட்டுக்கோ! தாத்தா! என் கையைப் பிடிச்சுக்கோ! உனக்கு எங்கெல்லாம் போகணுமோ அங்கெல்லாம் நான் அழைச்சுண்டு போறேன்" என்றாள்.

சாஸ்திரி குழந்தையை அணைத்துக்கொண்டு மேலெல்லாம் தடவிக் கொடுத்துவிட்டு, "நிஜமா, என் கண்மணி சாருதான். எப்படியம்மா இந்தப் பாதி ராத்திரிலே வந்தே? தனியாவா வந்தே?..." என்றார்.

"உனக்குக் கண் பொட்டையாப் போனது சொப்பனத்திலே தெரிஞ்சு போச்சு. நான் இல்லாத போனா உன்னை யாரு கையைப் புடிச்சு அழைச்சுண்டு போவான்னு ஓடி வந்துட்டேன்."

4.15

சாரு எங்கே?

தொட்டிலில் படுத்துத் தூங்குவதுபோல், கட்டை வண்டியில் ஆனந்தமாகத் தூங்கிய சாரு அதிகாலை நேரத்தில் பட்சிகள் பாடிய திருப்பாவையைக் கேட்டுத் துயிலெழுந்தாள். பக்கத்தில் கையால் தடவிப் பார்த்தாள். தாத்தா இல்லாமற் போகவே, "தாத்தா!" என்று அலறிக் கொண்டு எழுந்து உட்கார்ந்தாள். ஏற்கெனவே எழுந்திருந்து வண்டியின் பின்னால் உட்கார்ந்து தியானத்தில் ஆழ்ந்திருந்த சம்பு சாஸ்திரி, "ஏன், சாரு! இன்னும் சற்றுத் தூங்கேன்" என்றார். சாரு அவரைக் கெட்டியாய்ப் பிடித்துக் கொண்டு, "நான் பயந்து போய் விட்டேன், தாத்தா! முன்னே மாதிரி எங்கே என்னை விட்டுட்டுப் போய்விட்டயோன்னு பார்த்தேன்" என்றாள்.

சம்பு சாஸ்திரி சிரித்துக் கொண்டார்.

"தாத்தா! உன்னை விட்டுட்டு நான் அந்த மாமி வீட்டுக்குப் போனதிலிருந்து, அடிக்கடி உன்னைப் பத்தி சொப்பனம் கண்டுண்டிருந்தேன். நீ என்னைச் சொப்பனத்திலே பார்த்தாயோ?" என்றாள் சாரு.

"இல்லை, சாரு! நான் உன்னைச் சொப்பனத்திலே பார்க்கலை. ஆனால், ஏன் தெரியுமா?" என்று சாஸ்திரி கேட்டார்.

"ஏன்னா, உனக்கு என் மேலே ஆசை இல்லை."

"அதுதான் தப்பு. சொப்பனம் எப்ப காணுவா எல்லாரும்? தூங்குகிற போது தானே? உன்னைப் பிரிஞ்ச அப்புறம் நான் தூங்கவே இல்லை, சாரு!" என்று சாஸ்திரி சொன்னார்.

அதைச் சரியாய்க் காதில் கூட வாங்கிக் கொள்ளாமல், "தாத்தா, தாத்தா! அதோ 'ரிகிங் ரிகிங்' என்று ஒரு பட்சி கத்தறதே, அது என்ன பட்சி, தாத்தா?" என்று சாரு கேட்டாள்.

இந்த மாதிரி ஒவ்வொரு பட்சியின் குரலையும் தனித்தனியே கண்டுபிடித்துத் தாத்தாவை அது என்ன பட்சி என்று கேட்டு வந்தாள்.

அவரும் தெரிந்த வரையில் சொல்லிக் கொண்டு வந்தார்.

கிழக்கே சூரியன் தகதகவென்று புறப்பட்டுக் கொண்டிருந்த சமயம், சாலை ஓரத்தில் ஓர் அழகான குளம் தென்பட்டது. வண்டியை

நிறுத்தச் சொல்லி, சாஸ்திரியும் சாருவும் இறங்கி அந்தக் குளக்கரைக்குச் சென்றார்கள்.

சாரு, இந்த மாதிரி நாட்டுப் புறத்தையும், குளத்தையும் இதற்கு முன் பார்த்ததே கிடையாது. ஆகையால், அவளுக்கு அளவிலாத சந்தோஷம் உண்டாயிற்று. குளத்தில் பூத்திருந்த தாமரையையும், அதைச் சுற்றிச் சுற்றி வந்து ரீங்காரம் செய்த வண்டையும் பார்த்துப் பார்த்து மகிழ்ந்தாள். குளக் கரையிலிருந்த மரங்களின் மீது அணிற்பிள்ளைகள் துள்ளி ஓடுவதைப் பார்த்தபோது, அவளுக்குத் தானும் ஓர் அணிற் பிள்ளையாக மாறி மரத்தின் மீது துள்ளி ஓட வேண்டுமென்று ஆசை உண்டாயிற்று. குளத்தில் வாத்துக்களைப்போல் நீந்த வேண்டுமென்றும், வானத்தில் பட்சிகளைப் போல் பறக்க வேண்டுமென்றும் ஆசை கொண்டாள். வண்டாக மாறித் தாமரைப் பூவைச் சுற்றிச் சுற்றி வரவேண்டுமென்று

விரும்பினாள். குளத்து ஜலத்தில் காலை வைத்ததும் மீன்கள் சுற்றிக் கொண்டு கொத்தின. அப்போது உண்டான குறுகுறுப்பு அவளுக்கு மிகுந்த குதூகலத்தை அளித்தது. ஜலத்தில் காலை வைப்பதும், மீன்கள் கொத்த ஆரம்பித்தவுடன் எடுப்பதும் அவளுக்குப் பெரிய விளையாட்டாயிருந்தது.

சாஸ்திரியார் இதற்குள் காலைக் கடன்களையெல்லாம் முடித்துவிட்டு, சாருவை அருகில் அழைத்து உட்கார வைத்தார். "குழந்தை! பாரதத் தாயைப் பற்றி உனக்கு ஒரு பாட்டுச் சொல்லிக் கொடுக்கிறேன், கற்றுக் கொள்ளுகிறாயா?" என்று கேட்டார்.

"பேஷாய்க் கத்துக்கறேன்" என்றாள் சாரு.

"இனிய பொழில்கள் நெடிய வயல்கள்
எண்ணரும் பெரு நாடு
கனியுங் கிழங்கும் தானியங்களும்
கணக்கின்றித் தரு நாடு"

என்று சம்பு சாஸ்திரி சொல்லிக் கொடுக்கத் தொடங்கினார்.

காலையில் குளக்கரைக்கு வந்த கிராமவாசிகள் சிலர் சம்பு சாஸ்திரி சாருவுக்குப் பாட்டுச் சொல்லிக் கொடுப்பதைக் கேட்டுவிட்டுப் போய், "யாரோ ஒரு பெரியவரும் குழந்தையும் வந்திருக்கிறார்கள்" என்ற செய்தியை ஊரில் பரப்பினார்கள்.

4.16

'ஸுலோச்சு விஷயம்'

வக்கீல் ஆபத்சகாயமய்யர் தமது ஆபீஸ் அறையில் உட்கார்ந்து சட்டப் புத்தகம் ஒன்றைப் புரட்டிக் கொண்டிருந்தார். அவருடைய குழந்தை ஸுலோசனா அருகில் நின்று மேஜை மீதிருந்த இங்கிப் புட்டியின் மூடியைத் திறப்பதற்கு முயன்று கொண்டிருந்தாள்.

"ஏன்னா, ஸுலோச்சு அங்கே இருக்காளா?" என்று கேட்டுக் கொண்டே அவருடைய தர்மபத்தினி உள்ளே வந்தாள்.

"இதோ இருக்காளே, கண்ணு! ஏண்டி அம்மா, ஆபீஸ் ரூமிலே வந்து அப்பாவைத் தொந்தரவு படுத்தாதேன்னு எத்தனை தடவை சொல்றது?" என்று சொல்லிக் கொண்டே தானும் பக்கத்தில் கிடந்த நாற்காலியில் உட்கார்ந்தாள்.

"குழந்தை தொந்தரவு படுத்தினால் படுத்தட்டும். நீ தொந்தரவு படுத்தாதிருந்தால் போதும். இப்போ என்னத்துக்கு இங்கே வந்தே?" என்றார் வக்கீல்.

"இதென்ன ஆபத்தான்னா இருக்கு? வர வர என்னைப் பார்க்கறதுக்கே உங்களுக்கு பிடிக்கலையா என்ன?"

"ஆபத்துத்தான்; என் பேரே ஆபத்துத்தானே? இப்ப தானா உனக்கு அது தெரிஞ்சுது?"

"போரும், போரும். இந்த அரட்டைக் கல்லியெல்லாம் அந்தப் பம்பாய்க்காரியண்டே கத்துண்டிருக்கேளாக்கும். பேச்சு மட்டும் கிழியறதேயொழியக் காரியத்திலே உப்புக்குப் பிரயோஜனம் இல்லை. நான் சொன்னேனே, அந்த விஷயத்தைப்பத்தி ஏதாவது பேசினேளோ, இல்லையோ?"

"என்ன விஷயம் சொன்னே? ஞாபகம் இல்லையே?"

"அட ஏன் ஞாபகம் இருக்கப் போகிறது? ஊரிலே இருக்கிறவாளெல்லாம் சொன்னா நினைவிருக்கும். நான் சொன்னா நினைவிருக்குமா?"

"கோவிச்சுக்கறயே? என்ன விஷயம்னு இன்னொரு தடவைதான் சொல்லேன்."

"நம்ம ஸுலோச்சு விஷயந்தான்."

"என்ன ஸுலோச்சு விஷயம்?"

"உங்களுக்கு எல்லாம் பிரிச்சுப் பிரிச்சுச் சொல்லியாகணும். எங்கேயோ குப்பத்திலே கிடந்த பெண்ணைக் கொண்டு வந்து அந்தப் பம்பாய்க்காரி வச்சிண்டிருக்காளே, நம்ம ஸுலோச்சுவை வேணும்னா வச்சுக்கட்டும்னு சொன்னேனே?"

"வேணும்னாத்தானே வச்சுக்கணும்? அவவேணும்னு சொல்லலையே?" என்றார் வக்கீல்.

"அவளா வந்து வேணும்னு சொல்லுவாளா என்ன? நம்ம காரியத்துக்கு நாம் தான் சொல்லணும். சம்பு சாஸ்திரியா, சொம்பு

சாஸ்திரியா, அந்தப் பிராமணனுக்கு இருக்கிற துப்புக்கூட உங்களுக்கு இல்லை. நீங்களுந்தான் வைக்கல் பண்ணறயள், வைக்கல்! மாட்டுக்குப் போடற வைக்கல்தான்!" என்றாள் ஸுலோச்சுவின் தாயார்.

4.17

'அவள் என் மனைவி

வக்கீல் ஆபத்சகாயமய்யர் உமாராணியின் பங்களாவை அடைந்ததும், உமாராணி அவருக்கு விஷயத்தைச் சொல்லி யோசனை கேட்டாள். "உடனே போய்ப் போலீஸிலே எழுதி வைப்பதுதான் சரி" என்று ஆபத்சகாயமய்யர் சொன்னதும் இருவரும் போலீஸ் டிபுடி கமிஷ்னர் ஆபீஸுக்குச் சென்றார்கள்.

உமாராணியைப் பற்றித் தெரியாதவர்கள் சென்னையில் இல்லையாதலால், டிபுடி கமிஷ்னருக்கும் உமாராணியைத் தெரிந்திருந்தது. எனவே, அவர்களை அவர் மரியாதையுடன் வரவேற்று உட்காரவைத்து, அவர்கள் வந்த காரியம் என்னவென்று விசாரித்தார். வக்கீல் விவரங்களைச் சொன்னார். கடைசியாக, உமாராணி கமிஷ்னரைப் பார்த்து, "தாத்தாவும் பேத்தியுமாகத்தான் எங்கேயோ போயிருக்கிறார்கள். எப்படியாவது அவர்களைக் கண்டுபிடித்துக் கொண்டு வரவேண்டும். அதற்காக என்ன செலவானாலும் நான் ஒத்துக் கொள்கிறேன். இந்த ஒத்தாசை எனக்காகச் செய்யவேணும்" என்று வேண்டிக் கொண்டாள். அதற்கு டிபுடி கமிஷ்னர், "உங்களுக்கு ஒத்தாசை செய்வதில் எனக்கு ரொம்ப சந்தோஷம், அம்மா! ஆனால் இந்த விஷயத்திலே எனக்கு ஒன்றும் அதிகாரமில்லையேயென்றுதான் பார்க்கிறேன். நீங்கள்

சொல்கிற சம்பு சாஸ்திரி குற்றம் ஒன்றும் செய்து விடவில்லை. அவர் வளர்த்த குழந்தையைத் தான் அவர் அழைச்சிண்டு போயிருக்கிறார். நகை, கிகை ஒன்று கூட எடுத்துக் கொண்டு போகவில்லை. அப்படியிருக்கிறபோது 'அரெஸ்ட்' பண்ணியோ வேறு விதத்திலோ அவர்களைக் கொண்டு வருவதற்குச் சட்டம் இடங்கொடுக்காதே!" என்றார்.

"அரெஸ்ட்" என்று சொன்னதும் உமாவுக்குப் பகீர் என்றது.

"நீங்கள் அப்படியெல்லாம் அரெஸ்ட் கிரஸ்ட் ஒன்றும் பண்ண வேண்டாம். அந்தக் குழந்தை சௌக்கியமாயிருக்குன்னு எனக்குத் தெரிஞ்சால் போதும். அவா இருக்கிற இடத்தைக் கண்டுபிடிச்சுச் சொல்லுங்கோ! அதற்குமேலே அவாளை அழைச்சுண்டு வர்றதற்கு நானே ஏற்பாடு பண்ணிக்கிறேன்" என்றாள்.

டிபுடி கமிஷ்னர், "ஆகட்டும், அம்மா! நீங்க மட்டும் 'பார்மல் பெடிஷன்' ஒன்று எழுதிக் கையெழுத்துப் போட்டுக் கொடுத்துவிட்டுப் போங்கோ" என்றார்.

உமா, வக்கீலை விண்ணப்பம் எழுதும்படி கேட்டுக் கொண்டாள். வக்கீல் விண்ணப்பம் எழுத ஆரம்பித்ததும், டிபுடி கமிஷ்னர், "இந்தக் காலத்திலேயே நல்லது ஆகிறதில்லை, பாருங்கள். ஏதோ ஓர் அநாதைக் குழந்தையை எடுத்து வளர்க்கலாம் என்று நீங்கள் நினைக்கப் போக, இந்த மாதிரி தொல்லை நேர்ந்தது" என்றார். அதற்கு உமா பதில் சொல்வதற்குள் டெலிபோனில் மணி அடித்தது.

டிபுடி கமிஷ்னர் டெலிபோனில் பின் வருமாறு பேசினார்: "ஹலோ - எஸ்! - பாங்கி போர்ஜரி கேஸா? - கல்கத்தாக்காரனா? - ஐஸீ! - சென்ட்ரல் ஸ்டேஷன்லேயா 'அரெஸ்ட்' ஆச்சு? - பேரென்ன? ஸ்ரீ...? ஓஹோ! - ஸ்ரீதரன்..."

இதுவரையில் மேற்படி பேச்சை அசட்டையாக கவனித்துக் கொண்டிருந்த உமாராணி, "ஸ்ரீதரன்!" என்று அழுத்தந்திருத்தமாய் டிபுடி கமிஷ்னர் சொன்னதும், திடுக்கிட்டு நிமிர்ந்து உட்கார்ந்தாள்.

டிபுடி கமிஷ்னர், மேஜை மீதிருந்த நோட் புத்தகத்தில் ஏதோ குறித்துக் கொண்டு, மறுபடியும் டெலிபோனில், "ஆல் ரைட்! - இங்கே அனுப்பு - ரிமாண்டுக்கு ஆர்டர் பண்றேன்!-" என்று சொல்லிவிட்டு, டெலிபோன் ரிஸீவரைக் கீழே வைத்தார். வக்கீலைப் பார்த்து, "பெடிஷன் எழுதியாச்சா?" என்று கேட்டார்.

உமாவின் உள்ளமோ அளவிலாத குழப்பத்தை அடைந்திருந்தது. அவளால் தெளிவாகச் சிந்தனை செய்ய முடியவில்லை. 'ஸ்ரீதரன்...பாங்கி போர்ஜரி - அரெஸ்ட்; ஸ்ரீதரன் - பாங்கி போர்ஜரி - அரெஸ்ட்; ஸ்ரீதரன் - பாங்கி போர்ஜரி - அரெஸ்ட்...' - இந்த வார்த்தைகள் திரும்பத் திரும்ப அவள் மனத்தில் சுழன்று கொண்டிருந்தன. இந்தக் குழப்பத்துக்கு மத்தியில் ஒரே ஒரு விஷயம் மட்டும் அவள் மனத்தில் தெளிவாகத் தோன்றியது. தான் உடனே அந்த இடத்தை விட்டுப் போய்விடவேண்டும். அவரை இங்கே கொண்டு வரப் போகிறார்கள்! அப்போது தான் இங்கே இருக்கக்கூடாது! - இப்படி அவள் மனம் பரபரப்பு அடைந்திருக்கையில், வக்கீல் ஆபத்சகாயமய்யர் தாம் எழுதிய விண்ணப்பத்தை அவளிடம் கொடுத்தார். கையெழுத்துப் போடப் போகையில் உமாவின் கை நடுங்கிற்று. மெதுவாகச் சமாளித்துக்கொண்டு கையெழுத்துப் போட்டாள். அதை டிபுடி கமிஷ்னரிடம் கொடுக்கக்கூட அவளுக்குத் துணிவு இல்லை. அப்படியே மேஜை மீது வைத்துவிட்டு எழுந்திருந்தாள்.

4.18

உமாராணியின் பழி

உமாராணி அன்றெல்லாம் ஒரே மனக் குழப்பத்தில் ஆழ்ந்திருந்தாள். குழந்தையையும் தந்தையையும் பிரிந்த துன்பம் இப்போது அவ்வளவு பெரியதாயில்லை. அவர்களுடைய நினைவையே மறக்கச் செய்யக்கூடியதான சம்பவம் வேறொன்று நேர்ந்துவிட்டது.

விதியின் விசித்திரத்தை நினைக்க நினைக்க அவளுக்கு வியப்பாயிருந்தது. குழந்தையைக் கண்டுபிடிக்கச் சொல்வதற்காக டிபுடி கமிஷ்னர் ஆபீஸுக்குப் போன இடத்தில், இந்தச் சந்திப்பு ஏற்பட்டது. குழந்தையும் தாத்தாவும் இராத்திரி இப்படித் தன்னை ஏமாற்றிவிட்டுப் போகாதிருந்தால், தான் டிபுடி கமிஷ்னர் ஆபீஸுக்குப் போக நேர்ந்திராது. அவரைச் சந்திக்கவும் நேர்ந்திராது.

ஒரு வேளை பகவானுடைய செயல் இதில் ஏதேனும் இருக்குமோ?

பைத்தியந்தான்! பகவானாவது மண்ணாங்கட்டியாவது? உலகில் தற்செயலாக இந்த மாதிரி சம்பவங்கள் எத்தனையோ நிகழ்கின்றன. தன்னுடைய வாழ்க்கையிலேயே நடந்திருக்கிறது. அதற்கெல்லாம் சுவாமி பேரில் பாரத்தைப் போடுவதில் என்ன பிரயோஜனம்?

அப்பாவாயிருந்தால், 'எல்லாம் பராசக்தி செயல்' என்று சொல்லிக் கொண்டிருப்பார். மனுஷ்யர்களுடைய காரியங்களையெல்லாம் பராசக்தி நடத்துவதாயிருந்தால், உலகம் இவ்வளவு கேவலமாயிருக்குமா? இவ்வளவு அநியாயங்களும் கொடுமைகளும் நடக்குமா? தானும் குழந்தையுமாகச் சாகப் போகும் சமயத்தில் அப்பாவின் குரல் கேட்டது தன்னுடைய வாழ்க்கையில் ஓர் ஆச்சரியமான விஷயம்! அப்பாவிடம் சொன்னால், அது பகவானுடைய செயல் என்றுதான் சொல்வார். அது பகவானுடைய செயலாயிருந்தால், கல்கத்தாவில் தான் பட்ட கஷ்டங்களும் பகவானுடைய செயல் தானே? சென்னையின் வீதிகளில் தான் அலைந்து திரிந்ததும் பராசக்தியின் செயல்தானே?

அதெல்லாம் ஒன்றுமில்லை. அப்பாவினுடைய வீண் பிரமை. வாழ்க்கையில் மனுஷ்யர்களுடைய முயற்சியினால் சில காரியங்கள் நடக்கின்றன; தற்செயலாகச் சில காரியங்கள் நடக்கின்றன. அந்த மாதிரி தற்செயலாக நடந்திருக்கும் சம்பவம் இது. தன்னுடைய வாழ்க்கையிலேயே இதற்கு முன் நடந்திருப்பதையெல்லாம் நினைக்கும் போது இது ஒரு பிரமாத அதிசயங்கூட இல்லை.

சரி; ஆனால் தான் இப்போது செய்ய வேண்டியது என்ன? எக்கேடாவது கெட்டுப் போகட்டுமென்று சும்மா இருந்துவிடலாமா?

விலங்கு பூட்டிய கையுடன் கூடிய ஸ்ரீதரனுடைய தோற்றம் அடிக்கடி உமாவின் மனக் கண்ணின் முன்னால் வந்து நின்றது. அதை நினைக்கும் போதெல்லாம் ஒரு பக்கம் அவள் மனத்தில் அளவிலாத வேதனை உண்டாயிற்று; மற்றொரு பக்கத்தில் திருப்தியும் ஏற்பட்டது. தன்னை எவ்வளவோ கஷ்டங்களுக்கெல்லாம் உள்ளாக்கிய மனுஷர் இப்போது சங்கடத்தில் அகப்பட்டுக் கொண்டிருக்கிறார். வேண்டும், நன்றாய் வேண்டும்!

அதே சமயத்தில் தான் அவருக்கு உதவி செய்யக் கூடிய நிலைமையில் இருப்பதை நினைத்து உமா கர்வமும் குதூகலமும் கொண்டாள். அது தான் சரி! இந்த ஆபத்துச் சமயத்தில் அவருக்கு

உதவி செய்து பழிவாங்க வேண்டும்; அப்படித்தான் புத்தி கற்பிக்க வேண்டும். தன் முகத்தைப் பார்த்துப் பேசுவதற்குக் கூட தைரியம் வராதபடி அடிக்க வேண்டும். ஆம்; எப்படியாவது அவரைக் கேஸிலிருந்து தப்பித்து விடுதலை பண்ண வேண்டும். விடுதலையான பிறகு நன்றி செலுத்த வருவாரல்லவா? "உமது நன்றி எனக்கு வேண்டாம்! போய்வாரும்! உமது முகத்தில் விழிக்கக்கூட எனக்கு இஷ்டமில்லை" என்று சொல்ல வேண்டும்.

4.19

ஸ்ரீதரன் சபதம்

வக்கீல் ஆபத்சகாயமய்யருக்கு உண்மையாகவே உமாவின் மீது சகோதர விசுவாசம் ஏற்பட்டிருந்தது. அவளுடைய வாழ்க்கையில் ஏதோ மர்மம் இருக்கிறது என்று அவர் ஊகித்திருந்தார். ரொம்பவும் கஷ்டப்பட்டவளாயிருக்க வேண்டும்; பிறகு திடீரென்று நல்ல காலம் பிறந்து பணக்காரியாகியிருக்க வேண்டும் என்றும் நினைத்தார். இந்தச் செல்வம் அவளுக்கு எப்படிக் கிடைத்தது என்பதைப் பற்றி அவருக்குச் சந்தேகங்கள் தோன்றியதுண்டு. ஏதாவது 'அவ்யாகிருதமான' வழியில் எண்ணமிட்டார். ஆனாலும் அவளுடைய உத்தமமான குணத்தை உத்தேசித்து அவளிடம் எந்த விதமான குற்றம் குறையிருந்தாலும் மன்னித்து விடத்தயாராயிருந்தார்.

இந்த மாதிரி ஒரு ஸ்திரீ, உற்றார் உறவினர் யாருமில்லாதவள், பணக்காரி என்பதைத் தவிர மற்றபடி நிராதரவான நிலைமையில் இருப்பவள் - அவளுக்கு ஒத்தாசை செய்யும் படியான சந்தர்ப்பம் தமக்கு ஏற்பட்டது பற்றி ஆபத்சகாயமய்யருக்கு ரொம்பவும் பெருமையாயிருந்தது. கோர்ட்டிலும் அட்வகேட் சங்கத்திலும் அவருடைய நண்பர்கள் சாதாரணமாக அவர 'மிஸ்டர் ஆபத்!' என்று கூப்பிட்டுப் பரிகாசம் செய்வது வழக்கம். அவரிடம் அகப்பட்டுக் கொள்ளும் 'கட்சிக்காரர்களுக்கெல்லாம் ஆபத்துத்தான்' என்றும் அவர்கள் சொல்வார்கள். ஆனால் ஸ்ரீமதி

உமாராணியின் விஷயத்தில் தம்முடைய பெயரின் பின்பகுதியை உண்மையாக்கிக் கொள்ள வேண்டுமென்று ஆபத்சகாயமய்யர் தீர்மானித்திருந்தார்.

ஆகவே, இப்போது உமாராணி தம்மிடம் பெரிதும் நம்பிக்கை வைத்து ஒரு முக்கியமான வேலையைக் கொடுக்கவே அதில் தீவிரமாக ஈடுபட்டார். அவருடைய முயற்சி கடைசியில் பயன் அளித்தது. ஸ்ரீதரன் கையாண்டதாகச் சந்தேகிக்கப்பட்ட தொகையைப் பெற்றுக் கொண்டு கே அண்டு ஓ பாங்கிக்காரர்கள் வழக்கை வாபஸ் வாங்கிக் கொள்ளச் சம்மதித்தார்கள். சமீபத்தில் நடந்த ஒரு பாங்கி மோசடி வழக்கில் ஏராளமான பணச் செலவுக்குப் பின்னர் குற்றம் ருசுவாகாமல் கைதி விடுதலையடைந்திருந்தபடியால், பாங்கிக்காரர்கள் இதற்கு எளிதில் இணங்கினர். போலீஸ் இலாகாவினர் முதலில் இதை ஆட்சேபித்த போதிலும், கடைசியில் குற்றம் ருசுவாவது கஷ்டம் என்று கண்டு அவர்களும் சம்மதித்து விட்டார்கள். எனவே, ஸ்ரீதரனுடைய குற்றம் மோசடி இல்லையென்றும், கவனக் குறைவுதான் என்றும் தீர்மானிக்கப்பட்டு, ஸ்ரீதரன் சில தினங்களில் விடுதலையடைந்தான்.

சிறையில் ரிமாண்டு கைதியாக இருந்த ஸ்ரீதரனை வக்கீல் ஆபத்சகாயமய்யர் பார்த்துப் பேசியபோது, உமா கூறிய நிபந்தனைகளை அவனிடம் தெரிவித்தார். ஸ்ரீதரனும் அவற்றுக்கு உடனே இணங்கினான். ஆனால் நிபந்தனைகளை நிறைவேற்றும் உத்தேசம் அவனுக்குக் கிடையவே கிடையாது. பணங்கொடுப்பது யார் என்று கேட்க வேண்டிய அவசியம் இருப்பதாகவே அவன் நினைக்கவில்லை. சாவித்திரிதான் தன்னை விடுதலை செய்ய முயற்சி எடுக்கிறாள் என்பதைப் பற்றி அவனுக்குச் சந்தேகமே இல்லை. வேறு யார் தன்னிடம் இவ்வளவு அக்கறை காட்டிக் கேஸிலிருந்து தப்புவிக்க முயற்சி எடுக்கப் போகிறார்கள்?

ஆனால் விடுதலையானதும் சென்னையை விட்டுப் போக வேண்டும் என்ற நிபந்தனை அவன் மனத்தைப் புண்படுத்திக்

கோபமூட்டியது. இதற்கு முக்கிய காரணம், சாவித்திரியை அன்று பார்த்ததிலிருந்து அவள் பேரில் அவனுக்கு ஏற்பட்டிருந்த பாசமேயாகும். ஏற்கெனவே, சாவித்திரியின் விஷயத்தில் தான் நடந்து கொண்ட விதத்தைக் குறித்து அவன் பல தடவைகளில் பச்சாத்தாபப் பட்டிருக்கிறான். அவளைப் பூரண கர்ப்பவதியாயிருக்கையில் வழிப்போக்கர்களுடன் கூட்டி அனுப்பி, அப்புறம் தகவல் ஒன்றுமே தெரியாமல் போன பிறகு, தாயார் தகப்பனார்களுடன் அவன் அதைக் குறித்துச் சில சமயம் சண்டை பிடித்ததும் உண்டு. கொஞ்ச நாளைக்குப் பிறகு, ராஜாராமய்யர் மனநோயும் உடல் நோயும் அதிகமாகிக் காலஞ் சென்றார். பிறகு, தாயாருக்கும் பிள்ளைக்கும் ஒத்துக் கொள்ளவேயில்லை. தங்கம்மாள் பிள்ளையைச் சீர்திருத்த எவ்வளவோ முயற்சி செய்தும் பயனில்லாமல் கடைசியில் மனம் வெறுத்து ஹைதராபாத்தில் இருந்த தன் பெண்ணுடன் வசிக்கப் போய்விட்டாள். அம்மாவுடன் ஸ்ரீதரன் சண்டை போட்ட போதெல்லாம், "படுபாவி! ஒன்றுந் தெரியாத சாதுப் பெண்ணை அநியாயமாய்க் கொன்றுவிட்டாயே?" என்று திட்டுவது வழக்கம். இம்மாதிரி, சாவித்திரியைப் பிரிந்த பிறகு அவள் விஷயத்தில் அவனுடைய மனம் மாறியதோடு கூட, "ஐயோ! இந்த மாதிரி செய்துவிட்டோ மே!" என்று அடிக்கடி வருத்தப்பட்டதும் உண்டு. மறுபடியும் ஒரு தடவை சாவித்திரி தன்னைத் தேடி வந்தாளானால் முன்னால் செய்ததற்கெல்லாம் பிராயச்சித்தமாக அவளை ரொம்ப நன்றாக நடத்தவேண்டுமென்று அவன் தீர்மானித்திருந்தான்.

4.20

வந்தாரே தீக்ஷிதர்!

இதற்கிடையில், சம்பு சாஸ்திரியும் சாருவும் தமிழ் நாட்டின் கிராமங்களில் ஒரு பெரிய கிளர்ச்சியை உண்டு பண்ணிக் கொண்டிருந்தார்கள். ஆரம்பத்தில் அவர்கள் கால் நடையாக நடந்தும், சாலையில் போய்க் கொண்டிருந்த போக்கு வண்டிகளில் ஏறிக்கொண்டும் கிராமம் கிராமமாகச் சென்றார்கள். ஒரு கிராமத்துக்குப் போனதும், சாஸ்திரி குழந்தையுடன் ஊர்ச் சாவடியிலோ, கோவிலிலோ அல்லது குளக் கரையிலோ உட்கார்ந்து கொள்வார். யாரோ பெரியவர் வந்திருக்கிறாரே என்று ஜனங்கள் வந்து சேர்வார்கள். அவர்களிடம் பேசத் தொடங்குவார். நமது பாரத தேசம் முன்னே எவ்வளவு மேன்மையாக இருந்தது என்பதை எடுத்து விவரிப்பார். இந்தக் காலத்தில் தேசத்துக்கு ஏற்பட்டிருக்கும் தாழ்வையும் ஜனங்களுக்குள் ஏற்பட்டிருக்கும் தீய பழக்க வழக்கங்களையும் எடுத்துக் காட்டுவார். சாதி, மத துவேஷங்களினால் விளையும் தீங்குகளையும், மதுபானத்தினால் உண்டாகும் கெடுதிகளையும் விவரிப்பார். தாம் சொல்வதற்கெல்லாம் ஆதாரமாக, புராண இதிகாசங்களிலிருந்தும், திருமந்திரம், திருக்குறள் முதலிய தமிழ் நூல்களிலிருந்தும் மேற்கோள்கள் எடுத்துக் காட்டுவார். இடையிடையே, குழந்தை சாருவும் தாத்தா சொல்லிக் கொடுத்த பாட்டு ஏதாவது சொல்வாள்.

சீக்கிரத்தில் இவர்களுடைய கீர்த்தி நெடுகப் பரவத் தொடங்கியது. "ஒரு பெரியவரும் குழந்தையுமாக ஊர் ஊராக வருகிறார்களாம், அந்தப் பெரியவர் ரொம்பப் படித்தவராம். சாஸ்திரங்களில் கரை கண்டவராம். தேசிய விஷயங்களை அவர் சொல்கிறது போல் அவ்வளவு மனத்தில் படியும்படி பெரிய பெரிய தலைவர்கள் கூட சொல்கிறதில்லையாம்" என்று கிராமங்களில் ஜனங்கள் பேசிக் கொண்டார்கள்.

"தீண்டாமை ஒழிய வேண்டுமென்று மகாத்மா சொல்கிறாரோ, இல்லையோ? அதைப்பற்றி மற்றவர்கள் யாராவது பேசினால் ஜனங்களுக்குக் கோபம் வருகிறது. ஆனால், சம்பு சாஸ்திரி பேசுகிறபோது எல்லாரும் கேட்டுக் கொண்டிருக்கிறார்கள். தீண்டாமை வழக்கத்துக்கு நம்ம சாஸ்திரங்களிலே இடங் கிடையாதென்று அவர் அவ்வளவு தெளிவாய் எடுத்துச் சொல்கிறார்" என்று சீர்திருத்தப் பற்றுள்ளவர்கள் சொன்னார்கள்.

"அவரோடு ஒரு குழந்தை வருகிறதல்லவா? அதைப் பார்க்கிறதற்குப் பதினாயிரங் கண் வேணும். அந்தக் குழந்தை காந்தி பாட்டுப் பாடுகிறது. அந்தப் பாட்டைக் கேட்கிறதற்கு இருபதாயிரம் காது வேணும்" என்று வேறு சிலர் சொன்னார்கள்.

"சம்பு சாஸ்திரிதானே? ஓஹோஹோ! அவர் சாதாரண மனுஷரா என்ன? யோகின்னா அவர்? மந்திர சக்தியுடையவராச்சே? அவர் வாயாலே சாபங் கொடுத்தாலும் கொடுத்ததுதான்; அநுக்ரஹம் பண்ணினாலும் பண்ணினதுதான்" என்ற வதந்தி ஒரு பக்கத்தில் பரவிக் கொண்டிருந்தது.

"அந்தப் பெரியவரும் குழந்தையும் ஒரே சமயத்தில் மூன்று ஊரில் இருந்திருக்காளாம். மூன்று ஊரிலும் பொதுக் கூட்டத்திலே பேசியிருக்காளாம். கலியுகத்திலே இந்த மாதிரி அதிசயத்தை இதுவரையில் பார்த்ததில்லை" என்றும், "சம்பு சாஸ்திரியை அரெஸ்ட் பண்ணி ஜெயிலிலே போட்டுடறதுன்னு சர்க்காரிலே ஆன மட்டும் பார்த்தாளாம்; முடியலையாமே? போலீஸ்காரன்

வந்தானோ, இல்லையோ, தாத்தாவும் பேத்தியும் மாயமாய் மறைஞ்சுடறாளாமே?" என்றும், இம்மாதிரி அவர்களுக்கு ஆச்சரியமான சக்தியெல்லாம் கற்பித்துப் பேசிக் கொண்டார்கள்.

ஆனால் விஷயம் தெரிந்தவர்கள், "சேச்சே! அதெல்லாம் சுத்தப் பிசகு. இந்த மாதிரி குருட்டு நம்பிக்கைதான் தேசத்தைக் கெடுக்கிறது. சம்பு சாஸ்திரியை என்னத்துக்காகச் சர்க்காரிலே அரெஸ்ட் பண்ண வர்றா? அவர் தான், கவர்ன்மெண்ட் பேச்சையோ, வெள்ளைக்காரன் பேச்சையோ எடுக்கறதேயில்லையே? நம்ம ஜனங்கள் ஒருத்தருக்கொருத்தர் சண்டை போட்டுக் கொள்ளக்கூடாது, சாதி வித்தியாசமெல்லாம் போகணும், தீண்டாமை ஒழியணும், கள்ளுக் குடிக்கக்கூடாது. கதர் கட்டிக்கணும் - இவ்வளவு தானே அவர் சொல்றது. இதுக்காக அவரைச் சர்க்காரிலே அரெஸ்ட் பண்ண வருவாளா, என்ன?" என்று உண்மையை எடுத்து விளக்கினார்கள்.

4.21

நெடுங்கரைப் பிரயாணம்

பதினாறு மாடு பூட்டிய ரதத்தில் சம்பு சாஸ்திரி கழுத்தில் பூமாலைகளுடனும், பக்கத்தில் ஒரு குழந்தையுடனும் ஊர்வலம் வருவதைக் கண்டதும் தீக்ஷிதருக்கு ஒரே பிரமிப்பாய் போய்விட்டது. "எப்படியும் தஞ்சாவூர் ஜில்லாக்காரனுடைய மூளையே மூளை! எப்படி ஊரை ஏமாத்திண்டிருக்கான் பார்த்தாயா?" என்று தனக்குத் தானே சொல்லிக் கொண்டார். "இந்தப் பொண்ணு ஒண்ணை எங்கே போய்ப் பிடிச்சான்?" என்று மனத்துக்குள் கேட்டுக் கொண்டார்.

ஊர்வலம் முடிந்து எல்லாரும் ஊர்ச் சாவடியை அடைந்தார்கள். அங்கே பொதுக் கூட்டம் நடக்க ஏற்பாடாகியிருந்தது. மரத்தடியில் பெரிய மேடை கட்டி, பாரத மாதா படத்தை வைத்து அலங்கரித்திருந்தார்கள். சம்பு சாஸ்திரியும் சாருவும் இன்னும் சிலரும் மேடையின் மீது அமர்ந்திருந்தார்கள்.

அந்த சமயத்தில் தீக்ஷிதர் கூட்டத்தில் புகுந்து இடித்துப் பிடித்துக் கொண்டு போய் மேடையருகில் வந்து சேர்ந்தார். சம்பு சாஸ்திரியைப் பார்த்து, "சாஸ்திரிகளே! சௌக்கியமா?" என்று கேட்டார்.

"அடடா! தீக்ஷிதர்வாளா? இங்கே எங்கே வந்தது? எதிர்பாராத விஜயமாயிருக்கிறதே?" என்றார் சம்பு சாஸ்திரி.

தீக்ஷிதரைப் பார்த்ததில் சம்பு சாஸ்திரிக்கு வெறுப்பும் சந்தோஷமும் கலந்தாற்போல் உண்டாயின. 'இந்த மனுஷர் இங்கே எங்கு வந்து சேர்ந்தார்?' என்று ஓர் எண்ணம்; 'இவரிடம் நெடுங்கரையைப் பற்றித் தகவல் தெரிந்து கொள்ளலாமே' என்று ஓர் ஆசை.

"ஆமாங்கணும்! உலகமெல்லாம் இப்ப உம்ம பேச்சாத்தானே இருக்கு? தமிழ்நாட்டு மகாத்மா காந்தின்னு கூட உம்மைப் பத்திச் சொல்றாளே? அப்பேர்ப்பட்டவர் நம்மூர்க்காராச்சே. அவரைப் பார்க்கணும்னுதான் வந்தேன். உம்மகிட்டத் தனியா ஒரு விஷயமும் பேச வேண்டியிருக்கு."

"அதுக்கென்ன! கூட்டம் முடிந்ததும் பேசலாம்" என்றார் சம்பு சாஸ்திரி.

கூட்டத்தில் வழக்கம் போல் வரவேற்புப் பேச்சுக்கள் முடிந்ததும், சாரு எழுந்திருந்து காந்தி பாட்டு ஒன்று பாடினாள். கூட்டத்திலிருந்தவர்கள் குழந்தையின் பாட்டை ரொம்பவும் ரஸித்து ஆனந்தித்தார்கள்.

பின்னர், சம்பு சாஸ்திரி எழுந்திருந்து பேசினார். பழைய நாட்களில் பாரத தேசம், எவ்வளவு பெருமையுடன் இருந்தது என்பதை

எடுத்துச் சொன்னார். தேசம் தற்சமயம் க்ஷீணமடைந்திருப்பதை எடுத்துக் காட்டினார். இந்தத் தேசத்தைப் புனருத்தாரணம் செய்வதற்கு மகாத்மா காந்தி அவதாரம் செய்திருக்கிறார் என்று சொன்னார். ராமாயணம், கீதை முதலிய நூல்களிலிருந்து மேற்கோள்கள் காட்டி, நம்முடைய பெரியவர்கள் சொல்லியிருப்பதைத்தான் காந்தி மகானும் சொல்கிறார் என்று

எடுத்துக் காட்டினார். பிறகு வர்ணாசிரம தர்மம் என்பதை நம் பெரியோர்கள் என்ன நோக்கத்துடன் ஏற்படுத்தினார்கள் என்பதை விவரித்தார். சாதிகளில் உயர்ந்த சாதி, தாழ்ந்த சாதி என்று கிடையாதென்றும், ஒரு வகுப்பாரைத் தீண்டாதவர்கள் என்று ஒதுக்கி வைக்க சாஸ்திரத்தில் இடமில்லையென்றும்

ருசுப்படுத்தினார். கடைசியில் மதுபானத்தின் தீங்கை எடுத்துச் சொல்லிப் பேச்சை முடித்தார். உள்ளூர்க்காரர்கள் வந்தனோபசாரம் சொன்ன பிறகு பிரமாதமான உற்சாகத்துடனும் ஜய கோஷங்களுடனும் கூட்டம் கலைந்தது.

பிறகு சம்பு சாஸ்திரி, தீக்ஷிதரைத் தனியாக அழைத்துச் சென்று, "என்ன சமாசாரம் தீக்ஷிதர்வாள்! தனியாய்ப் பேசவேணும் என்றீர்களே?" என்று கேட்டார்.

"ஓய் சம்பு சாஸ்திரி! உம்ம குட்டை எல்லார் மத்தியிலும் உடைச்சுவிடலாம்னு பார்த்தேன். போனால் போறது, நம்ம ஊர்க்காரனாச்சேன்னு விட்டேன்; தெரியுமாங்கணும்?" என்றார் தீக்ஷிதர்.

"குட்டை உடைக்கிறதா? என்ன சொல்றேள், தீக்ஷிதர்வாள்? எனக்கு ஒன்றுமே புரியலையே?"

"உமக்கு ஏங்காணும் புரியும்? பெரிய அழுத்தக்காரராச்சே நீர்? ஆமாம், எவ்வளவு ரூபாய்ங்காணும் சேர்த்திருக்கிறீர் இதுவரையிலே? ரொக்கமாய்ப் பத்தாயிரமாவது இருக்குமா?"

"ரொக்கமாவது, பத்தாயிரமாவது? நான் பணஞ்சேர்க்கறதுக்காக இப்படிக் கிளம்பினேன்னு நினைச்சுண்டயளோ?"

"அப்பாடா! இந்தப் பூனையும் இந்தப் பாலைக் குடிக்குமான்னு பேசமாட்டீரா நீர்? சொல்லாத போனால் போம்... பொண் ஒண்ணை அழைச்சுண்டு வந்திருக்கிறீரே? அதை எங்கே புடிச்சீர்? அதையாவது சொல்வீரோ, மாட்டீரோ?"

"குழந்தையா? பராசக்தி கொடுத்தாள், தீக்ஷிதரே!" என்று சாஸ்திரி சொல்லிவிட்டுப் புன்னகை புரிந்தார். அந்தப் புன்னகையில், இதை இந்த மனுஷர் எங்கே நம்பப் போகிறார் என்ற பாவம் தோன்றிற்று.

4.22

ராஜி யோசனை

சென்னைப்பட்டணம் 'கொல்'லென்றிருந்தது. உமா ராணியின் புருஷன் என்று சொல்லிக்கொண்டு ஒருவன் வந்திருக்கிறானாம் என்றும், அவன் உமாராணியின் பேரில் தாம்பத்திய உரிமைக்கு வழக்குத் தொடுக்கப் போகிறானாம் என்றும் செய்தி பரவிற்று. எங்கே பார்த்தாலும் ஜனங்கள் இதைப் பற்றியே பேசிக் கொண்டிருந்தார்கள். உமாராணியின் பூர்வ ஜீவியத்தைப் பற்றித் தெரிந்து கொள்வதில் ஏற்கெனவே ரொம்பப் பேருக்கு ஆவல் இருந்தது. அவளுடைய வாழ்க்கையில் ஏதோ மர்மம் இருக்கிறதென்று எல்லாருமே நினைத்தார்கள். அது என்னவாயிருக்கலாமென்று பலர் பலவிதமாய் ஊகம் செய்து கொண்டிருந்தார்கள். இப்போது உண்மை வெளியாவதற்கு ஹேது உண்டாகவே, நகரில் பிரமாதமான பரபரப்பு ஏற்பட்டிருந்தது.

கடைசியில், ஒரு நாள், பத்திரிகைகளில், கேஸ் தாக்கலாகிவிட்டது என்ற விவரம் வெளியாயிற்று. அந்தச் செய்தியைப் பெரிய தலைப்புக்களுடன் முக்கியமான இடத்தில் பத்திரிகைகள் வெளியிட்டிருந்தன:

கலியுக அதிசயம்!

திடீரென்று வந்தவர் தாம்பத்ய உரிமை கோருகிறார்!

உமாராணியின் மேல் வழக்கு! என்னும் இது போன்ற தலைப்புகள் பத்திரிகைகளின் இடத்தை அடைத்தன. 'போஸ்டர்' விளம்பரங்களிலும் இந்தக் கேஸ் விவரந்தான் காணப்பட்டது.

மறுநாள் காலையில், ஆபத்சகாயமய்யரின் பாரியை, கையில் ஒரு தமிழ்ப் பத்திரிகையுடன் அவருடைய ஆபீஸ் அறைக்கு வந்து சேர்ந்தாள்.

"ஏன்னா? இதென்ன அவமானம்? உங்க உமாராணி மேலே ஏதோ கேஸாமே?" என்றாள்.

"அதிலே உனக்கு என்ன வந்தது அவமானம்?" என்று வக்கீல் கேட்டார்.

"நீங்க அங்கே போயிண்டு வந்திண்டு இருக்கேளேன்னுதான்; இல்லாட்டா, ஊரிலே எந்த நாய் எப்படிப் போனா எனக்கென்ன?

ஆமாம்; என்னமோ தாம்பத்திய உரிமைக் கேஸுன்னு போட்டிருக்கே, அப்படின்னா என்ன?"

"அப்படின்னா, 'Suit for Restitution of Conjugal Rights' என்று அர்த்தம்."

"போருமே பரிகாசம்! இப்படியெல்லாம் நீங்க கிருதக்காப் பேசறதைக் கேட்டாத்தான், எனக்கு எங்கேயாவது ஓடிப் போயிடலாம்னு தோணறது."

"நீ இப்பச் சொல்றயோல்லியோ? அந்த மாதிரி நிஜமாகவே ஒரு மனுஷனுக்கு அதிர்ஷ்டம் வந்து அவன் பெண்டாட்டி அவனை விட்டு ஓடிப்போயிடறாள்னு வச்சுக்கோ. அந்த மடையன் அது தனக்கு அதிர்ஷ்டம்னு தெரிஞ்சுக்காமே, அவளைத் தன்னோடு வந்து இருக்கச் செய்யணும்னு கோர்ட்டிலே கேஸ் போட்டான்னா, அதுக்குத்தான் தாம்பத்திய உரிமை வழக்குன்னு சொல்றது."

"இதென்ன வெட்கக்கேடு? இப்படிக்கூட ஒரு கேஸ் போடறதுண்டா, என்ன?"

"பின்னே சட்டம், கோர்ட்டு எல்லாம் என்னத்துக்காக இருக்குன்னு நினைச்சுண்டிருக்கே? வக்கீல் ஆம்படையாளாயிருந்துண்டு இன்னும் இது தெரிஞ்சுக்காமே இருக்கயே?"

4.23

மங்களத்தின் மரணம்

சம்பு சாஸ்திரி நெடுங்கரையை அடைந்ததும், தீக்ஷிதர் மங்களத்தைப் பற்றிச் சொன்னது உண்மைதானென்று அறிந்தார். அப்போது, பகவானுடைய கருணையின் ஒரு முக்கியமான அம்சம் அவருக்குப் புலப்பட்டது. இந்த உலகத்தில் சம்பு சாஸ்திரி யாராவது ஒரு மனிதரை வெறுத்தார், தம்முடைய சத்துருவாகக் கருதினார் என்றால், அந்த மனிதர் சங்கர தீக்ஷிதர்தான். அப்பேர்ப்பட்ட சங்கர தீக்ஷிதர் மூலமாக ஈசன் தம்மை மங்களத்தின் மரணத்தறுவாயில் அவளிடம் கொண்டு சேர்த்ததை நினைத்து நினைத்துச் சாஸ்திரி மனம் உருகினார். இந்த ஓர் உதவி செய்ததன் பொருட்டு, தீக்ஷிதர் தமக்கு ஏற்கெனவே செய்துள்ள அபசாரங்களையெல்லாம் அவர் மன்னித்துவிடவும், அவரிடம் நன்றி பாராட்டவும் தயாராயிருந்தார். ஆறு ஏழு வருஷமாக மங்களத்தைத் தாம் கை விட்டுவிட்டு இருந்ததே பிசகு. ஐயோ! இந்தச் சமயத்திலாவது தாம் வந்திராவிட்டால், அவள் கதி என்ன ஆகியிருக்கும்? தமக்குத்தான் அப்புறம் அடுத்த ஜன்மத்திலாவது மனச்சாந்தி உண்டாக முடியுமா?

தாம் பட்டணத்துக்குப் போன பிறகு மங்களத்தின் வாழ்க்கை எப்படி நடந்தது என்பதைப் பற்றி அவளே சொல்லிச் சாஸ்திரி தெரிந்து கொண்டார். சாஸ்திரியின் வாழ்க்கை எவ்வளவு விசேஷ

சம்பவங்கள் நிறைந்ததோ, அவ்வளவு மங்களத்தின் வாழ்க்கை விசேஷமற்றதாயிருந்தது. நாலைந்து மாதத்துக்கெல்லாம் அவள் தன் தாயாருடனும் செவிட்டு வைத்தியுடனும் நெடுங்கரைக்குத் திரும்பி வந்தாள். அப்போதிருந்து நெடுங்கரையில் தான் வசித்தாள். தான் இல்லாதபோது சாவித்திரி பூரண கர்ப்பவதியாய் நெடுங்கரைக்கு வந்து வீடு பூட்டியிருப்பதைப் பார்த்துவிட்டுத் திரும்பிய செய்தியை ஊரார் சொல்லத் தெரிந்து கொண்டபோது அவள் மனம் ரொம்பவும் புண்பட்டது. சாஸ்திரியிடமிருந்தும் கடிதம் ஒன்றும் வராமல் போகவே, தானும் தன் தாயாருமாகச் சேர்ந்து செய்த சதியை அவர் தெரிந்து கொண்டு தான் அடியோடு தன்னை வெறுத்து விட்டார் என்று மங்களம் எண்ணத் தொடங்கினாள். அது முதலே, மங்களத்துக்கும் அவள் தாயாருக்கும் ஒத்துக் கொள்ளாமல் போயிற்று. "பாவி! பழிகாரி! நீதானே அவரை ஊரைவிட்டு விரட்டினாய்!" என்று மங்களம் அடிக்கடி அம்மாவை வைவதும், "நன்றியற்ற நாயே! எல்லாம் உனக்காகத்தானேடி செய்தேன்?" என்று அம்மா திருப்பி வைவதும் நாளுக்கு நாள் அதிகமாயிற்று. இந்த மாதிரி சண்டையினால், சொர்ணம்மாள் சில சமயம் மங்களத்தினிடம் கோபித்துக் கொண்டு ஊரைப் பார்க்கப் போய்விடுவதும் உண்டு. அந்த மாதிரியே இந்தச் சமயமும் அவள் கோபித்துக் கொண்டு ஊருக்குப் போயிருந்தாள். செவிட்டு வைத்தி மட்டுந்தான் அக்காவுக்குத் துணையாயிருந்தான்.

சாவித்திரி நெடுங்கரைக்கு வந்து வீடு பூட்டியிருப்பதைப் பார்த்துவிட்டுத் திரும்பினாள் என்னும் செய்தி சம்பு சாஸ்திரியைக் கதிகலங்கச் செய்தது. ஆனாலும், சாவித்திரியைப் பற்றி நினைக்க இப்போது தருணமில்லை என்பதை அவர் உணர்ந்திருந்தார். படுத்த படுக்கையாய்க் கிடக்கும் மங்களத்தைப் பராமரிப்பதுதான் இப்போது தம்முடைய முதன்மையான கடமை என்று கருதி, அந்தக் கடமையில் பூரணமாய் ஈடுபட்டார்.

மங்களம் சென்ற இரண்டு வருஷ காலமாக மிகக் கொடிய தலைவலியினால் அடிக்கடி பீடிக்கப்பட்டு வந்தாள். அதற்குச் செய்து கொண்ட நாட்டு வைத்தியங்கள் ஒன்றும்

பிரயோஜனப்படவில்லை. தான் செய்த கர்மத்தினால் தான் இந்த வியாதி தன்னைப் பீடித்திருக்கிறது என்று அவள் நம்பியபடியால், வைத்தியம் சாதாரணமாய்ப் பலிக்கக்கூடிய அளவுகூடப் பலிக்கவில்லை. இப்போது தலைவலியுடன் சுரமும் சேர்ந்து அவளைப் பீடித்திருந்தது. ரொம்பவும் துர்பலமாயுமிருந்தாள்.

அந்த நிலைமையில் தன் கணவர் வந்து சேர்ந்தது அவளுக்கு எவ்வளவோ சந்தோஷம் அளித்தது. சாஸ்திரியும் மிகவும் சிரத்தையுடன் அவளுக்கு வேண்டிய பணிவிடைகளைச் செய்தார். ஆனால், இதனாலெல்லாம் அவளுடைய வியாதி குணப்படவில்லை; அதிகமே ஆயிற்று.

"சாகிறதற்கு முன்னால் அவரை ஒரு தடவை பார்க்கும்படி கிருபை செய்யவேணும், ஸ்வாமி!" என்று மங்களம் பகவானை அடிக்கடி பிரார்த்தனை செய்து கொண்டிருந்தாள். அந்தப் பிரார்த்தனைக்குப் பகவான் மனமிரங்கித்தான் இப்போது சாஸ்திரியைக் கொண்டு வந்து சேர்த்ததாக அவள் நினைத்தாள். ஆகவே, இனிமேல் தான் பிழைக்கப் போவதில்லையென்றும், சீக்கிரம் மரணம் நேர்ந்துவிடும் என்றும் அவளுக்கு நம்பிக்கை உண்டாயிற்று.

சம்பு சாஸ்திரி வந்ததிலிருந்து அவளுடைய அலட்டலும் அதிகமாயிற்று. ஓயாமல் தான் சாவித்திரிக்குச் செய்த கெடுதலைச் சொல்லிச் சொல்லிப் புலம்பினாள். அப்போதெல்லாம் சாஸ்திரி அவளுக்குக் கூடியவரையில் சமாதானம் சொல்ல முயன்றார்.

4.24

'மாட்டேன்! மாட்டேன்!'

சாரு, மங்களத்துக்கு முன்னால் சாவித்திரியின் ரூபமாகத் தோன்றி, "எனக்கு உன் பேரில் கோபமில்லை" என்று ஆறுதல் சொல்லிக் கொண்டிருந்த அதே சமயத்தில், உண்மையான சாவித்திரி சென்னை ஐகோர்ட்டில் சாட்சிக் கூண்டில் கோபமே உருவெடுத்தவள் போல் நின்றாள்.

ஸ்ரீதரன் தன்னுடைய சபதத்தை நிறைவேற்றி விட்டான். உமாராணியின் மேல் நிஜமாகவே தாம்பத்திய உரிமைக்கு வழக்குத் தொடுத்து அவளைக் கோர்ட்டிலே கொண்டு வந்து நிறுத்தியிருந்தான்.

கோர்ட்டில் அப்போது உமாராணியின் குறுக்கு விசாரணை நடந்து கொண்டிருந்தது. ஸ்ரீதரனுடைய வக்கீல் மிஸ்டர் நாராயணன், பி.ஏ., பி.எல்., குறுக்கு விசாரணை செய்து கொண்டிருந்தார். இந்த நாராயணன் தான் ஸ்ரீதரனுடைய பழைய சிநேகிதனாகிய நாணா என்று நாம் சொல்ல வேண்டியதில்லை. நாணாவின் மாமனார் காலஞ்சென்ற பிறகு அவன் பாடு ரொம்பவும் கஷ்டமாய்ப் போயிருந்தது. பெரிய பெரிய வக்கீல்கள் எல்லாம், "காலங்கெட்டுப் போச்சு; கேஸுகள் குறைஞ்சு போச்சு!" என்று

சொல்லிக் கொண்டிருக்கையில், கத்துக்குட்டி நாணாவை யார் கவனிக்கிறார்கள்? "எங்காத்துக்காரரும் கச்சேரிக்குப் போகிறார்" என்ற தோரணையில்தான் அவன் கோர்ட்டுக்குப் போய் வந்து கொண்டிருந்தது.

இப்படிப்பட்ட நிலைமையில், ஸ்ரீதரனுடைய கேஸ் அவனுக்குப் பெரியதொரு வரப் பிரசாதமாக வந்து சேர்ந்தது. இதன் மூலம் தான் பெயரும் பிரஸித்தியும் அடையலாம் என்றெண்ணினான். "ஸ்ரீதரா! இப்போதைக்கு, பீஸ், கீஸ் ஒன்றும் நான் கேட்கவில்லை. கேஸ் ஜயிச்சுதோ, அப்புறம் என்னைக் கவனிச்சுக்கோ, போரும்-ஓ! இந்தக் கேஸ் மட்டும் ஜயிச்சுதுன்னா அப்புறம் உனக்கு என்ன குறைச்சல், எனக்குத்தான் என்னடா குறைச்சல்?" என்று ஸ்ரீதரனை உற்சாகப்படுத்தினான்.

இப்படியாக, இந்தத் தாம்பத்திய உரிமை வழக்கு ஜயமடைய வேண்டுமென்பதில் ஸ்ரீதரனுக்கு இருந்த கவலையைக் காட்டிலும் நாராயணன், பி.ஏ.,பி.எல்., அவர்களுக்குக் கவலை அதிகமாயிருந்தது. ஆகவே, மிகவும் சிரத்தையுடன் கேஸை நடத்தினார். அந்தச் சிரத்தையை இப்போது, உமாராணியைத் தாறுமாறாகக் கேள்வி கேட்டு, அவளுடைய மனம் கலங்கும்படி அடிப்பதில் காட்டினார்.

"புருஷன் வீட்டிலே நீங்கள் அப்படியெல்லாம் கஷ்டப்பட்டதாகச் சொல்கிறீர்களல்லவா? அந்தக் கஷ்டங்களை அந்தக் காலத்திலேயே யாரிடமாவது சொல்லியிருக்கிறீர்களா? உதாரணமாக, உங்கள் தகப்பனார் சம்பு சாஸ்திரியிடமாவது சொல்லியதுண்டா?" என்று கேட்டார்.

உமா சற்று யோசித்துவிட்டு, "இல்லை" என்று பதில் சொன்னாள்.

"அவ்வளவு கஷ்டம் நீங்கள் பட்டிருந்தால் ஏன் ஒருவரிடமும் அப்போது சொல்லவில்லை?"

"இஷ்டமில்லை; அதனால் சொல்லவில்லை."

"நீங்கள் கஷ்டப்பட்டதாகச் சொல்வதெல்லாம் பொய்; அதனால் தான் சொல்லவில்லையென்று நான் ஊகிக்கிறேன்."

"எனக்குப் பொய் சொல்ற வழக்கம் கிடையாது; உங்களுக்குத்தான் அதுவே தொழில்" என்று உமாராணி பளீரென்று பதில் கூறினாள். இதைக் கேட்டு, கோர்ட்டில் வேடிக்கை பார்க்க வந்திருந்தவர்களில் சிலர் சிரித்தார்கள்.

நீதிபதி கோபமாக மேஜையைத் தட்டினார்.

ஆனால், அட்வகேட் நாராயணன் ஒரு ஸ்திரீக்குச் சளைத்து விடுவாரா? அவர் ஒரு கோணல் புன்னகை புரிந்து, "ஆனால், உங்கள் பெயரே ஒரு பொய்யாச்சே?" என்றார். அப்போது, வக்கீல்களிடையே சிரிப்பு உண்டாயிற்று.

"அநாவசியமான விவாதம் வேண்டாம்; குறுக்கு விசாரணையை நடத்தும்!" என்று வாதி வக்கீலைப் பார்த்து நீதிபதி சொன்னார்.

4.25

பராசக்தி லீலை

நெடுங்கரை வந்ததிலிருந்து சம்பு சாஸ்திரியார் ஈசனுடைய கருணைத் திறத்தை மேலும் மேலும் உணரும்படி நேரிட்டது. அக்கிரகாரத்து ஜனங்களின் மனோபாவத்தில் ஏற்பட்டிருந்த மாறுதல் அவருக்கு மிகவும் வியப்பை அளித்தது. தீக்ஷிதர் நெடுங்கரைக்கு இன்னும் திரும்பி வரவில்லை. மற்றவர்கள் எல்லாம் சம்பு சாஸ்திரியை இப்போது மிகவும் அன்புடனும் மரியாதையுடனும் வரவேற்றார்கள். சாஸ்திரி புரிந்து வந்த தேசத் தொண்டைப் பற்றி ஏற்கெனவே அவர்களுக்குச் செய்தி எட்டியிருந்தது. அவருக்கு வந்த பெருமையெல்லாம் தங்கள் ஊருக்கு வந்ததாகவே கருதி அவர்கள் சந்தோஷப்பட்டுக் கொண்டிருந்தார்கள். இப்படிப்பட்ட மகானை ஒரு காலத்தில் சாதிப் பிரஷ்டம் செய்து வைத்திருந்தோமே என்பதைக் குறித்து அவர்களில் பலருக்கு வெட்கமாயும் இருந்தது. அதற்குப் பிராயச்சித்தமாக, இப்போது மங்களத்தின் அந்தியக் கிரியைகளை நடத்துவதற்கு அவர்கள் சம்பு சாஸ்திரிக்கு வேண்டிய ஒத்தாசை புரிந்தார்கள். அது விஷயமாக அவருக்கு அவர்கள் ஒரு கவலையும் வைக்கவில்லை. அக்கிரகாரத்து ஸ்திரீகளுடைய மனோபாவமும் பெரிதும் மாறிப் போயிருந்தது. வீட்டுக்கு ஒரு நாளாகச் சமையல் செய்து சாஸ்திரிக்கும் சாருவுக்கும் கொண்டு வந்து வைத்தார்கள். ஒருவரோடொருவர் போட்டியிட்டுக் கொண்டு, குழந்தை சாருவுக்கு வேண்டியதெல்லாம் செய்து வந்தார்கள்.

குடியானத் தெருவையும், சேரியையும் பற்றியோ சொல்ல வேண்டியதில்லை. சாஸ்திரி ஐயா திரும்பி வந்ததைப் பற்றி அவர்களுக்கெல்லாம் ஒரே உற்சாகம். "அந்த அம்மா சாகப் போகிற சமயத்துக்கு வந்துட்டாங்க பாத்தியா? ஐயா கிட்ட தெய்வீக சக்தியல்ல இருக்குது?" என்று ஒருவருக்கொருவர் பேசிக் கொண்டார்கள்.

இதையெல்லாம் பார்த்த சம்பு சாஸ்திரியார் இனி நெடுங்கரையிலேயே தங்கி விடலாமா என்று யோசித்தார். இதற்கு ஒரே ஓர் எண்ணந்தான் குறுக்கே நின்றது. சாவித்திரியின் க்ஷேமத்தைப் பற்றித் தெரிந்து கொள்ள வேண்டுமென்று அவருடைய உள்ளம் துடிதுடித்தது. ஏழு வருஷத்துக்கு முன்னால் நெடுங்கரைக்கு வந்து விட்டுத் திரும்பிச் சென்றவள் என்ன ஆனாள்? எங்கே போனாள்? சௌக்கியமாய்க் கல்கத்தாவுக்குத் திரும்பிப் போயிருப்பாளோ?...

சாவடிக் குப்பத்துக்குப் போன புதிதில் தாம் அங்கே இருப்பது நெடுங்கரைக்குத் தெரியக் கூடாதென்று சாஸ்திரி எண்ணினாரல்லவா? ஆகையினால், அந்தச் செய்தி, கல்கத்தாவுக்கும் தெரியக்கூடாது என்று அவர் நினைத்து, சாவித்திரிக்கும் கடிதம் போடவில்லை. ஆனாலும், அவளுடைய க்ஷேமசமாசாரத்தைத் தெரிந்து கொள்ள அவருக்கு ரொம்பவும் ஆவல் இருந்தது. நல்லானைக் கொண்டு கடிதம் எழுதச் சொன்னார். நல்லானுக்கு சாவித்திரி கட்டாயம் பதில் எழுதுவாளென்று அவர் நினைத்தார். ஆனால் நல்லான் எழுதிய இரண்டு மூன்று கடிதத்துக்கும் கல்கத்தாவிலிருந்து பதில் வரவில்லை. பிறகு, தாமே கடிதம் எழுதினார். அதற்கும் பதில் இல்லை. ஆகவே, ஒரு வேளை ஜாகை மாற்றிக் கொண்டு போயிருப்பார்கள், அதனால் தான் பதில் வரவில்லையென்று தீர்மானித்து,

பகவானுடைய அருளால் எப்படியாவது சௌக்கியமாயிருந்தால் சரி என்று எண்ணிக் கொண்டார். நல்லான் முதன் முதலில்

உமாராணியைப் பார்த்தபோது, "பெரிய குழந்தைதான் நம்மை அடியோடு மறந்துடுத்துங்க" என்று சொன்னதில், தன்னுடைய கடிதங்களுக்குச் சாவித்திரியிடமிருந்து பதில் வராத தாபத்தைத்தான் வெளியிட்டான்.

சாஸ்திரி அதையெல்லாம் இப்போது நினைவுபடுத்திக் கொண்டார். 'ஐயோ! சாவித்திரி! புக்ககத்தில் நீ சௌக்கியமாயிருக்கிறாய் என்று எண்ணிக் கொண்டிருந்தேனே? உனக்கு இந்த மாதிரி கதி நேர வேண்டுமா? இந்த ஊரிலிருந்து திரும்பி எங்கே போனாயோ?

என்னவெல்லாம் கஷ்டப்பட்டாயோ? இப்போது எவ்விடத்தில் என்னமாய் இருக்கிறாயோ? ஒரு வேளை, என்னைப் போல் கடின சித்தர்களும் பாவிகளும் நிறைந்த இந்த உலகில் இருக்கவே வேண்டாமென்று போய் விட்டாயோ?..."

4.26

சந்திப்பு

சம்பு சாஸ்திரி முன் தடவை நெடுங்கரையிலிருந்து கிளம்பிச் சென்றதற்கும், இப்போது கிளம்பியதற்கும் ரொம்பவும் வித்தியாசம் இருந்தது. முன்னே அவர் தன்னந்தனியாகக் கிளம்பிச் சென்றார். ஊரிலுள்ளவர்கள் யாரும் ஏனென்று கேட்கவில்லை. ஆனால் இம்முறை அவர் சாருவுடன் கிளம்பியபோது, கிராம ஜனங்கள் பாதிப்பேர் அவர் பின்னோடு வெகு தூரம் வந்து வழி அனுப்பினார்கள்.
சாஸ்திரிகள், "நில்லுங்கள், நில்லுங்கள்" என்று பல தடவை சொல்லியும் அவர்கள் கேட்கவில்லை.

"இனிமேல் நீங்கள் குழந்தையோடே இங்கேயே இருப்பயள், முன்மாதிரி பஜனையெல்லாம் நடத்தலாம்னு இருந்தோம்; அதுக்கு நாங்கள் கொடுத்து வைக்கலை" என்று முத்துசாமி ஐயர் சொன்னார்.

"அதுக்கென்னடா செய்யறது? நாம் செய்த பாக்கியம் அவ்வளவுதான்" என்றார் சாமாவய்யர்.

முத்துசாமி அய்யரும் சாமாவய்யரும் இவ்வளவு அன்பு காட்டினார்களென்றால், மற்றவர்களைப் பற்றிச் சொல்லவா

வேண்டும்? அதிலும், குடியானவர்களுக்குத்தான் சாஸ்திரி ஐயா போவது ரொம்பவும் மன வருத்தத்தை அளித்தது.

"சாமி, எங்களை மறந்துடாதீங்க!"

"திரும்பிக் கட்டாயம் வந்துடணும்!"

"பட்டிக்காரர் கிட்டே, நாங்க ரொம்ப அவரை விசாரிச்சோம் என்று சொல்லுங்க, சாமி!" என்று இப்படியெல்லாம் சொல்லிக்கொண்டு குடியானவர்கள் வண்டியைத் தொடர்ந்து வந்தார்கள்.

கடைசியாக, ஊரின் எல்லையைத் தாண்டும் சமயத்தில், சாஸ்திரியார் அவர்களைப் படிவாதமாக நிற்கச் சொன்னார். பிற்பாடு, வண்டி துரிதமாகச் சென்றது.

வண்டி போய்க்கொண்டிருக்கையில், சாரு, "நான் போன ஜன்மத்திலே ரொம்பப் பாவம் பண்ணியிருப்பேன் போலிருக்கு, தாத்தா! இத்தனை நாளைக்கப்புறம், என்னை இடுப்பிலே எடுத்துக்கறதற்கு ஒரு பாட்டி கிடைச்சான்னு நினைச்சுண்டிருந்தேன். அவளையும் ஸ்வாமி அழைச்சுண்டுட்டாரே!" என்றாள்.

"உன் வாக்குப் பலிக்கட்டும், சாரு! ஸ்வாமி மங்களத்தினுடைய பாவத்தையெல்லாம் மன்னித்துத் தன்கிட்ட அழைச்சுக்கட்டும்"

என்றார் சாஸ்திரி.

"என்ன தாத்தா, பாட்டியும் அப்படியே சொன்னா; நீங்களும் அப்படியே சொல்றேள்? பாட்டி என்ன பாவம் பண்ணினா?" என்று சாரு

கேட்டாள்.

இதையெல்லாம் எப்படிக் குழந்தையிடம் சொல்வது என்று சாஸ்திரி தவித்தார். பிறகு ஒருவாறு சமாளித்துக் கொண்டு சொன்னார்: "ரொம்ப நாளைக்கு முன்னாலே உன்னைப்போல் ஒரு

குழந்தை எனக்கு இருந்தா, அவ பேர் சாவித்திரின்னு சொன்னேனோ, இல்லையோ, அந்தக் குழந்தையைப் பாட்டி ரொம்பக் கஷ்டப்படுத்திண்டிருந்தா. அது அவள் மனத்திலே உறுத்திண்டே இருந்திருக்கு. அதனாலே தான் ஸ்வாமி என்னை மன்னிப்பாரான்னு கேட்டுண்டே இருந்தா. சாகிற சமயத்திலே உன்னைப் பார்த்ததும், சாவித்திரி

குழந்தையாயிருந்தது மாதிரி அவளுக்குத் தோணித்துப் போலிருக்கு. அதனாலேதான், தன் மேலே கோபமில்லைன்னு உன்னைச் சொல்லச் சொன்னாள்..."

இப்படிச் சிரமத்துடன் கூறிவந்த சாஸ்திரி சட்டென்று நிறுத்தினார். அவர் மனத்தில் பளீரென்று ஓர் எண்ணம் உதயமாயிற்று. சாருவை உற்றுப் பார்த்தார். அப்படியும் இருக்குமோ? அப்பேர்ப்பட்ட அதிசயம் நடக்கக் கூடியதா?...

4.27

'ஜட்ஜு மாமா!'

சாருவுக்கு ஜில்லி கிடைத்ததில் உண்மையாகவே சந்தோஷந்தான். ஆனாலும், முன்னையெல்லாம் போல் அவளுடைய மனத்தில் குதூகலம் ஏற்படவில்லை. 'மாமியும் தாத்தாவும் உறவாய்ப் போய்விட்டார்கள்; நாம் தனியாய்ப் போய்விட்டோ ம்' என்ற எண்ணம்

அவளுடைய உள்ளத்தை உறுத்திக் கொண்டே இருந்தது. தானும் தாத்தாவுமாய் ஊர் ஊராய்ப் போய்க் கொண்டேயிருக்கக் கூடாதா, எதற்காக இங்கே வந்தோம் என்று கூடத் தோன்றியது.

முன்னைப்போல் சாரு இப்போது பங்களாவின் தோட்டத்தில் திரிந்து விளையாடுவதில்லை. பங்களாவுக்குள் தனியாக எங்கேயாவது

ஒரு மூலையில் போய் உட்கார்ந்து கொள்வாள். சோகபாவம் ததும்பும் முகத்தோற்றத்துடன் சிந்தனையில் ஆழ்ந்திருப்பாள். அல்லது, ஜில்லியை மடியில் வைத்துக் கொண்டு அதனிடம் தன்னுடைய மனக்குறையை வெளியிடுவாள். "மாமியும் தாத்தாவும் ஒண்ணு; நீயும் நானும் ஒண்ணு" என்பாள்.

இந்த மாதிரி ஒரு நாள் சாரு ஜில்லியை வைத்துக் கொண்டு சோகமான குரலில் அதனுடன் பேசிக் கொண்டிருந்த போது சாவித்திரி அங்கே வந்தாள். "சாரு! ஏன் இப்படித் தனியாகத்

தனியாக வந்து உட்கார்ந்து கொள்கிறாய்? ஓடித் திரிந்து விளையாடறதுக்கென்ன?" என்று கேட்டாள்.

"என்னோடு விளையாடறதுக்கு யார் இருக்கா? நான் தான் தனிப்பட்டவளாய்ப் போய்ட்டேனே?" என்றாள் சாரு.

"என்ன சாரு! பெரிய பாட்டி மாதிரி பேசறே! நீ தனிப்பட்டவளாய்ப் போகவாவது? உன்னோட விளையாடறதற்கு நான்

இருக்கேனே! வா! நாம் இரண்டு பேரும் கண்ணாமூச்சி விளையாடலாம்" என்றாள் சாவித்திரி.

"இதோ பாரு! என் கண்ணைக் கட்டிவிட்டு, முன்னே ராத்திரியிலே எழுந்து ஓடிப் போனயே, அந்த மாதிரி ஓடிவிடக் கூடாது!" என்று சிரித்துக் கொண்டே சொன்னாள். மறுபடியும், "ஆனால் இப்ப நீ எங்கே ஓடறது! தாத்தாதான் இங்கேயே இருக்காரே?" என்றாள்.

சாரு, இதற்குள் கண்ணைக் கட்டிவிட்டு, "ஊம்; ஒண்ணு, இரண்டு சொல்லுங்கோ!" என்றாள். சாவித்திரி, "ஒண்ணு, இரண்டு, மூணு..." என்று எண்ணிக் கொண்டிருக்கும் போதே, சாரு அந்த அறையிலிருந்து ஓடி ஆபீஸ் அறைக்குள் போனாள். அங்கே வக்கீல் ஆபத்சகாயமய்யர் உட்கார்ந்து ஏதோ எழுதிக்கொண்டிருந்தார். சாரு அவருக்குத் தெரியாமல் சத்தமில்லாமல் நடந்து ஒரு ஸோபாவுக்குப் பின்புறத்தில் ஒளிந்து கொண்டாள். ஒளிந்து கொண்டவள் மறுபடியும் சிந்தனையில் ஆழ்ந்துவிட்டாள். 'தாத்தாவும் மாமியும் ஒண்ணாய்ப் போய்விட்டா. எனக்கு இப்போ ஓடறதுக்குக் கூட இடமில்லை' என்று எண்ணி அவள் மனம் ஏங்கிற்று.

சற்று நேரத்துக்கெல்லம் அந்த அறைக்குள் சாவித்திரி வந்தாள். "வக்கீல் ஸார்! சாரு இங்கே வந்தாளா?" என்று கேட்டுக் கொண்டே வந்தாள்.

"இல்லையே, இங்கே வரலையே?" என்றார் வக்கீல். பிறகு, "பத்திரம் எழுதியாச்சு; கையெழுத்துப் போடலாம்" என்றார்.

உமா மேஜைக்கருகில் உட்கார்ந்து, "எங்கே வாசிங்கோ! கேட்கிறேன்" என்றாள்.

ஆபத்சகாயமய்யர் அடிக்கடி, "என்னிடம் நம்பிக்கை வையுங்கள்" என்று உமாராணியிடம் சொல்லிக் கொண்டிருந்தாரல்லவா? அதற்குரிய சந்தர்ப்பம் இப்போது வந்திருந்தது. ஸ்ரீதரனுடைய வக்கீல், கோர்ட்டில் குழந்தையைப் பற்றிக் கேள்வி கேட்டதிலிருந்து சாவித்திரி பெரிதும் கலக்கமடைந்து போயிருந்தாள், யாரிடமாவது யோசனை கேட்டே ஆகவேண்டுமென்று தோன்றிற்று.

4.28

கர்வ பங்கம்

பாரத் விலாஸ் ஹோட்டலின் அறையொன்றில் ஸ்ரீதரன் முன்னும் பின்னுமாக உலாத்திக் கொண்டிருந்தான். அவனுடைய மனம் பெரிதும் சிந்தனையில் ஆழ்ந்திருந்தது என்பது நன்றாய்த் தெரிய வந்தது. அவனுடைய தலைமயிர் எப்போதும் போல் படிந்து அழகாக வாரிவிடப் பட்டிருக்கவில்லை. முகத்திலும் கவலைக் குறி காணப்பட்டது. அடிக்கடி வாய்க்குள்ளாக, "என்ன முட்டாள்தனம்! என்ன முட்டாள்தனம்?" என்று சொல்லிக் கொண்டிருந்தான்.

ஒரு சமயம் மேஜையருகில் நின்று மேஜைமீது கிடந்த ஒரு பத்திரிகையை எடுத்துப் பார்த்தான். அதில், சம்பு சாஸ்திரி, சாரு இவர்களுடைய படங்கள் வெளியாகியிருந்தன. படங்களுக்குக் கீழே பின்வருமாறு எழுதியிருந்தது:

"நேற்று உமாராணி - ஸ்ரீதரன் வழக்கில் ஒரு முக்கியமான விஷயம் வெளியாயிற்று. சம்பு சாஸ்திரியின் வளர்ப்புக் குழந்தையான சாரு உண்மையில் அவருடைய பேத்தி, அதாவது உமாராணியின் குழந்தை என்று தெரிய வந்தது. விசாரணையின் போது, உமாராணிமேல் குழந்தையைக் கொன்றுவிட்டதாகக் குற்றம் சுமத்தப்பட்ட சமயத்தில், குழந்தை சாருவே மேற்படி இரகசியத்தை வெளிப்படுத்தியதும் கோர்ட்டில் பெரிய கலகலப்பு ஏற்பட்டது..."

ஸ்ரீதரன் இதைப் பார்த்து ஒரு பெருமூச்சு விட்டுவிட்டு மறுபடி நடக்கத் தொடங்கினான். சுவரில் இருந்த கண்ணாடியில் தன்னுடைய பிரதிபிம்பத்தைப் பார்த்துவிட்டு, "ஸ்ரீதரா! நீ மகா கெட்டிக்காரன்! உன்னைப் போன்ற கெட்டிக்காரன் உலகத்திலேயே கிடையாது. உன் குழந்தையேதான் உனக்கு சர்டிபிகேட் கொடுத்து விட்டாளே? இனிமேல் உனக்கு என்ன குறை?" என்றான்.

நேற்று கோர்ட்டில் சாரு, "நானும் எத்தனையோ அப்பா பார்த்திருக்கேன். ஆனா, உங்களைப்போலே, அம்மா மேலே கேஸ் போட்ட அப்பாவைப் பார்த்ததேயில்லை" என்று சொன்னது அவன் மனத்தை அப்படி உறுத்திக் கொண்டிருந்தது.

இதே சமயத்தில், உமாரணியின், வீட்டு டிராயிங் ரூமில் இதே விஷயத்தைப் பற்றிப் பேச்சு நடந்துகொண்டிருந்தது. உமாவும், சம்பு சாஸ்திரியும் ஸோபாவில் உட்கார்ந்திருந்தார்கள். நல்லானும், அவனுடைய மனைவியும் கீழே தரையில் உட்கார்ந்திருந்தார்கள்.

நல்லான், உமாவைப் பார்த்து, "குழந்தையைக் கொன்னுட்டேன்னு ஒரே புளுகாய்ப் புளுகினீங்களே! எப்படி அம்மா உங்களுக்கு மனஸு வந்தது?" என்று கேட்டான்.

"இருக்கட்டும், நல்லான்! நான் ஊரைவிட்டுக் கிளம்பறபோது, இனிமேல் நீதான் ஐயாவைக் கவனிச்சுக்கணும்னு சொன்னேன், நீயும் சரி இன்னயே, அந்த வாக்கை நீ காப்பாத்தினயா?" என்றாள் உமா.

"அது எம்மேலே தப்புத்தான். எஜமான் நிலத்தை வித்துட்டாங்க என்கிற கோபத்திலே புறப்பட்டு வந்துட்டேங்க. ஆனா, நீங்கமட்டும் இத்தனை நாளாய் அப்பாவை அடியோடு மறந்துட்டு இருந்தீங்களே? அது மாத்திரம் சரியா?" என்றான் நல்லான்.

அப்போது சம்பு சாஸ்திரி குறுக்கிட்டு, "சரியாப் போச்சு! மறுபடியும் பழைய கதையையே எடுத்துட்டேளா?

சந்தோஷமாயிருக்கிற சமயத்திலே போனதையெல்லாம் பத்தி ஏன் பேசறே, நல்லான்?" என்றார்.

"எல்லாம் சந்தோஷந்தாங்க. ஆனா, கோர்ட்டு, கீர்ட்டு, கேஸு, கீஸுன்னு சொல்லிக்கிட்டிருக்காங்களே அதுதான் நல்லா இல்லைங்க. மாப்பிள்ளை ஐயா முன்னப் பின்னே எதுவாச்சும் செய்திருந்தாலும், அதையெல்லாம் கொழந்தை பொறுத்துக்கிட்டுத்தான் போகணுங்க" என்றான் நல்லான்.

அப்போது நல்லான் மனைவி, "சரிதான், சும்மா இரு, அவங்களுக்குத் தெரியாததுக்கு நீதான் ரோசனை சொல்ல வந்துட்டே!"
என்றாள்.

"இந்தா! உன்னை யாரு கேட்டா? நீ வாயை மூடிக்கிட்டிரு" என்றான் நல்லான்.

"அடாடா! எனக்காக பாவம், நீங்க சண்டை போட்டுக்காதேங்கோ" என்றாள் உமா.

4.29

மீனாவின் கணவன்

'அந்த அம்மாள் என் அத்தை மீனாதான்!' என்று சாவித்திரி சொன்னதும், சம்பு சாஸ்திரி, "குழந்தை! கொஞ்சம் இரு! என்னமோ பண்ணுகிறது" என்று சொல்லிவிட்டு நாற்காலியில் சாய்ந்தார்.

சாவித்திரி கலவரமடைந்து, "டாக்டரை அழைச்சுண்டு வரச் சொல்லட்டுமா, அப்பா?" என்றாள். "வேண்டாம் அம்மா! எனக்கு உடம்பு ஒன்றுமில்லை; நெஞ்சுதான் படபடக்கிறது" என்றார்.

அப்போது சம்பு சாஸ்திரியின் மனக் கண்ணின் முன்பு சரியாக முப்பது வருஷத்துக்கு முன்னால் நடந்த சம்பவம் எதிரில் அப்போது நடப்பது போல் தோன்றியது. மீனாவுக்குக் கல்யாணம் ஆகி ஐந்தாறு வருஷம் ஆகிவிட்டது. அவளுடைய புருஷனைப் பற்றி ஒரு தகவலும் தெரியவில்லை. சிலர் அவன் அக்கரைச் சீமைக்குப் போய் விட்டானென்று சொன்னார்கள். வேறு சிலர் அவன் கிறிஸ்தவ மதத்தில் சேர்ந்துவிட்டதாகக் கூறினார்கள். ராமச்சந்திரன் திருச்சிராப்பள்ளியிலுள்ள ஒரு கிறிஸ்தவக் கல்லூரியில் படித்துக் கொண்டிருந்தபடியாலும், அந்தக் கல்லூரியை நடத்திய ரோமன் காதலிக் பாதிரிமார்கள் அப்போது மதமாற்றும் வேலையில் ரொம்பவும் தீவிரமாயிருந்தபடியாலும், அவன் கிறிஸ்தவனாகிவிட்டான் என்னும் வதந்தி நம்பக் கூடியதாயிருந்தது.

இந்த நிலைமையில், பன்னிரண்டு வருஷத்துக்கு ஒரு தடவை வரும் பிரசித்தமான மகாமக உத்ஸவம் வந்தது. சம்பு சாஸ்திரி தம்முடைய குடும்பத்தாரையும் அழைத்துக் கொண்டு கும்பகோணத்துக்குப் போனார். குடும்பத்தார், என்றால் சாஸ்திரியின் முதல் மனைவி பாக்கியம், தங்கை மீனா, வயதான அத்தை இவர்கள் தான். கும்பகோணத்தில் கடலங்குடித் தெருவில் சம்பு சாஸ்திரி ஜாகை போட்டிருந்தார். மகாமகத்துக்கு நாலு நாளைக்கு முன்னாலேயே போய்விட்டார். மகாமகத்தன்று எல்லாரும் மாமாங்கக் குளத்திற்கு ஸ்நானம் செய்யப் போனார்கள். ஜனக் கூட்டம் ரொம்ப அதிகமாயிருந்தபடியால், ஒருவருக்கொருவர் பிரிந்து போனாலும் தனித் தனியாக ஜாகைக்கு வந்து சேர்ந்துவிட வேண்டுமென்று பேசிக் கொண்டார்கள். கூட்டத்தில் திருட்டுப் பயத்தை உத்தேசித்து ஸ்திரீகள் நகை நட்டுகளையெல்லாம் கழற்றி வைத்துவிட்டு வந்தார்கள். மாமாங்கக் குளத்தில் ஸ்நானம் செய்யும் வரையில் எல்லாரும் ஒன்றாக இருந்தார்கள். கரையேறும்போதும் ஒன்றாக ஏறினார்கள். ஆனால், ஜாகைக்குப் போய்ச் சேர்ந்ததும் பார்த்ததில், மீனாவை மட்டும் காணோம்! கூட்டத்தில் பிரிந்து போயிருப்பாள், ஜாகைதான் தெரியுமே, தானே வந்துவிடுவாள் என்று எண்ணிக் கொண்டிருந்தார்கள். வெகு நேரம் வரையில் வராமற் போகவே கவலை உண்டாயிற்று. சாஸ்திரி மீனாவைத் தேடுவதற்காகக் கிளம்பிக் கொண்டிருந்த சமயத்தில் அவருடைய மனைவி பாக்கியம் ஓடி வந்து ஒரு துண்டுக் காகிதத்தைக் கொடுத்தாள். கழற்றி வைத்த நகைகளை எடுத்துப் பூட்டிக் கொள்வதற்காக டிரங்குப் பெட்டியைத் திறந்ததாகவும், அதில் இந்தக் கடுதாசி இருந்ததாகவும் சொன்னாள். கடுதாசியில் பின் வருமாறு எழுதியிருந்தது:

'அண்ணா! இந்த ஜன்மம் எனக்குப் பிடிக்கவில்லை. அவரைப் பிரிந்து என்னால் வாழ முடியாது. நான் போகிறேன். நீயும் மன்னியும் என்னை மன்னித்து விடுங்கள். - மீனா.'

இதைப் படித்த சாஸ்திரி பைத்தியம் பிடித்தவர் போலானார். அந்த மகாமகக் கூட்டத்தில் கும்பகோணத்தின் வீதிகளில், "மீனா! மீனா!" என்று கூவிக்கொண்டு அலைந்தார். கூட்டத்தில் இடிபட்டோ , குளத்தில் மூழ்கியோ செத்துப் போனவர்களைப் போலீஸார் எடுத்துப் போட்டிருந்த இடத்துக்கெல்லம் ஓடி, மீனாவின் பிரேதமாய் இருக்குமோ என்று பதைபதைப்புடன் பார்த்தார். ஆனால், மீனாவோ அவளுடைய உயிரில்லாத உடலோ கிடைக்கவேயில்லை.

4.30

தீர்ப்பு

சென்னை ஹைகோர்ட்டின் சரித்திரத்தில், இந்த உமாராணி-ஸ்ரீதரன் வழக்கைப்போல் ஜனங்களின் மனத்தைக் கவர்ந்த வழக்கு வேறு நடந்ததில்லையென்று சொல்லலாம். நாலுபேர் கூடுமிடங்களிலெல்லாம் இதே பேச்சாகத்தான் இருந்தது. கேஸ் நடக்கும் தினங்களில் மாலை வேளையில் கடற்கரைக்குப் போனால், வெண் மணலில் கும்பல் கும்பலாக உட்கார்ந்திருந்தவர்களுடைய பேச்சில் உமாராணி-ஸ்ரீதரன் என்ற பெயர்கள் அடிக்கடி கேட்கக் கூடிய நிலையில் இருந்தன. அநேகம் பேர், கையில் அன்று வந்த பத்திரிகையைப் பிரித்து வைத்துக் கொண்டிருந்தார்கள். தினசரிகளில் 'லீகல் காலம்' என்று சொல்லப்படும் கோர்ட் நடவடிக்கைகள் பிரசுரிக்கும் பத்திக்கு இவ்வளவு முக்கியம் இதற்கு முன் எப்போதும் ஏற்பட்டது கிடையாது.

இன்னும் ஆச்சரியமான விஷயம் என்னவென்றால், இந்த வழக்கு விஷயத்தில் ஸ்திரீகள் காட்டிய சிரத்தையேயாகும். வீட்டிலும் சரி, வெளியிலும் சரி, பெண்மணிகள் இரண்டு மூன்று பேர் சேர்ந்தால், உடனே உமாராணியின் பேச்சுத்தான் கிளம்பும். அபிப்பிராய பேதங்கள் வாதப் பிரதி வாதங்கள் இல்லாமலில்லை. பொதுவாக, இளம் பெண்கள் எல்லாரும் உமாராணியின் கட்சி பேசினார்கள். "ஆமாம்; அவள் கேட்பது நியாயந்தானே?

புருஷர்கள் என்ன வேணுமானாலும் செய்யலாம், அதற்குக் கேள்வி முறை கிடையாது; பொம்மனாட்டிகள் மட்டும் எப்போதும் அடிமையாயிருக்க வேண்டுமென்று எந்த சாஸ்திரத்தில் சொல்லியிருக்கிறது? அது என்ன நியாயத்தில் சேர்ந்தது? நன்றாய்ச் சொன்னாள், 'புருஷனுக்கு ஜீவனாம்சம் தருகிறே'னென்று!" - இம்மாதிரி படித்த யுவதிகளும், மாதர் விடுதலை இயக்கத்தில் சேர்ந்த மாது சிரோமணிகளும் பேசினார்கள். பழைய கர்நாடகத்தில் பற்றுள்ள வயதான ஸ்திரீகளோ, "இது என்ன அநியாயம்? புருஷனுக்குப் பெண்டாட்டி ஜீவனாம்சம் கொடுக்கிறதாமே? அப்படி அந்த உமாராணி நடுக்கோர்ட்டிலே சொன்னாளாமே? என்ன இருந்தாலும் ஒரு பொம்மனாட்டிக்கு இவ்வளவு தைரியம் ஆகுமோ?" என்றார்கள். இந்த மாதிரி வாதப் பிரதிவாதங்கள் ஒவ்வொரு வீட்டிலும் நடந்து கொண்டிருந்தன.

சுதந்திர ஸ்திரீ சமாஜத்தைச் சேர்ந்த ஸ்திரீகள் சிலர் உமாராணியிடம் அநுதாபம் காட்டுவதற்காகப் பொதுக் கூட்டம் கூட்ட வேண்டுமென்றும், உமாராணியின் பக்கம் தீர்ப்புச் சொல்ல வேண்டுமென்பதாக நீதிபதிக்கு ஒரு மகஜர் அனுப்ப வேண்டுமென்றும் முயற்சி செய்தார்கள். இம்மாதிரியெல்லாம் செய்வது 'கண்டெம்ப்ட் ஆப் கோர்ட்', அதாவது கோர்டை அவமதிக்கும் குற்றமாகும் என்று சிலர் எடுத்துக் காட்டியதன் மேல் மேற்படி முயற்சி கைவிடப்பட்டது.

இப்படி ஜனங்களிடையில் அளவில்லாத ஆவலையும் பரபரப்பையும் உண்டு பண்ணியிருந்த வழக்கில் கடைசியாகத் தீர்ப்புச் சொல்லும் நாள் வந்தது. அன்று சாயங்காலம் தினசரிப் பத்திரிகைகளுக்கு ஏற்பட்ட கிராக்கி, காந்திமகான் கைதியான அன்று ஏற்பட்ட கிராக்கிக்குச் சமமாக இருந்தது.

நீதிபதி இரு தரப்பு வாதங்களையும் சாங்கோபாங்கமாக எடுத்து அலசி ஆராய்ந்து விட்டுக் கடைசியில் பின் வருமாறு தீர்ப்பை முடித்திருந்தார்.

"பிரதிவாதியாகிய ஸ்ரீமதி உமாராணி தம்முடைய கட்சியை மிகவும் பாராட்டத் தக்க முறையில் எடுத்துச் சொன்னார். அவருடைய வாழ்க்கை வரலாறு கல் நெஞ்சையும் உருக்கக் கூடியதாகும். ஹிந்து சமூக வாழ்க்கையிலுள்ள அநீதிகளுக்கு அவர் ரொம்பவும் உள்ளானவர் என்று நிச்சயமாய்த் தெரிகிறது. எல்லாவிதத்திலும் அவர் நம்முடைய அநுதாபத்துக்குப் பாத்திரமாயிருக்கிறார். தர்மமும் நியாயமும் பிரதிவாதியின் கட்சியில் தான் இருக்கின்றன என்பதில் சந்தேகமில்லை. ஆனால், துரதிஷ்டவசமாக, சட்டம் அவர் கட்சியில் இல்லை. ஆணுக்கும் பெண்ணுக்கும் சம உரிமை வேணுமென்று அவர் கேட்பது தர்ம நியாயமாயிருக்கலாம்; ஆனால் அவருடைய கோரிக்கையை இப்போதுள்ள சட்டம் அங்கீகரிக்கவில்லை. சட்டம் பிசகானதாயிருந்தால், அதைத் திருத்த வேண்டியது சட்ட நிபுணர்கள் - அரசியல் வாதிகள் இவர்களுடைய கடமை. நான் இப்போது அமுலிலுள்ள சட்டத்தின்படிதான் தீர்ப்புச் சொல்ல வேண்டும். சாதாரணமாக, ஒரு புருஷன் தன்னுடைய மனைவி தன்னுடன் வசிக்க வேண்டுமென்று கோருவதற்குப் பாத்தியதை உண்டென்று சட்டம் சொல்கிறது. இந்த வழக்கில் பிரதிவாதியை வாதி கொடூரமாக ஹிம்ஸித்ததாய் ருசுவாகவில்லை. ஆகவே, உமாராணி என்கிற சாவித்திரி அம்மாள் அவளுடைய புருஷன் ஸ்ரீதரன் என்பவருடன் சேர்ந்து வசிக்க வேண்டும் என்பதாகத் தீர்ப்பளிக்கிறேன்."

4.31

தியாகம்

அந்தப் புகழ்பெற்ற வருஷத்தில் பாரத புண்ணிய பூமியில் நிகழ்ந்து வந்த அதிசயங்களைப்பற்றி முன் ஓர் அத்தியாயத்தில் கூறினோமல்லவா? அந்த அதிசயங்களில் எல்லாம் மகா அதிசயம், பாரத நாட்டின் நாரீமணிகள் அந்த வருஷத்தில் கண் விழித்தெழுந்த அற்புதமேயாகும். அதற்கு முன்னாலும் தேசத்தில், "ஸ்திரீகளுக்குச் சுதந்திரம் வேண்டும்", "பெண்களுக்கு ஆண்களுடன் சம உரிமை வேண்டும்" என்ற கிளர்ச்சி ஆங்காங்கு நடந்து கொண்டு தான் இருந்தது. ஆனால், அந்த வருஷத்தில் அந்த மாதர் உரிமைக் கிளர்ச்சி ஒரு புதிய ஸ்வரூபம் பெற்றது. அதற்கு அந்தப் புதிய ஸ்வரூபத்தைக் கொடுத்தவர் காந்தி மகான் தான் என்று சொல்ல வேண்டியதில்லையல்லவா?

அதுகாறும், பாரதத் தாயின் புதல்விகளுக்கு வழிகாட்ட முன் வந்தவர்கள், "உங்கள் சுதந்திரத்துக்காகப் போராடுங்கள்", "ஆண்களுடன் சம உரிமைக்காகச் சண்டை பிடியுங்கள்" என்றெல்லாம் உபதேசித்து வந்தார்கள். இந்த உபதேசங்களைக் கேட்ட பாரதப் புதல்விகள் சிலர்,

"கற்புநெறி யென்று சொல்ல வந்தார் - இரு
கட்சிக்கும் அதைப் பொதுவில் வைப்போம்"

என்றும்,

"பட்டங்கள் ஆள்வதும் சட்டங்கள் செய்வதும்
பாரினிற் பெண்கள் நடத்த வந்தோம்
எட்டும் அறிவினில் ஆணுக்கிங்கேபெண்
இளைப்பில்லை காணென்று கும்மியடி"

என்றும் சொல்லிப் பெண்ணுரிமைக்காகப் போராடத் தொடங்கியிருந்தார்கள்.

இத்தகைய மனப்பான்மை பரவிக் கொண்டிருந்த காலத்தில் மகாத்மா காந்தி தோன்றி, தேசத்துக்கு எல்லாத் துறைகளிலும் புதிய வழி காட்டினார். "உங்கள் சுதந்திரம் அப்புறம் இருக்கட்டும்; நாடு சுதந்திரம் அடையும் வழியை முதலில் பாருங்கள்" என்று அவர் சொன்னார். "தேச சேவையில் ஈடுபடுங்கள்; சிறையில் சுதந்திரத்தைக் காணுங்கள். விலங்கில் விடுதலையை அடையுங்கள்" என்று அவர் உபதேசித்தார். "தாயின் அடிமைத்தனத்தை நீக்குங்கள்; உங்கள் அடிமைத்தனம் தானே விலகிப் போகும்" என்று அவர் உறுதி கூறினார்.

காந்தி மகானுடைய போதனைக்குப் பாரத நாட்டின் பெண்குலம் செவி சாய்த்தது. தேசமெங்கும் ஆயிரக்கணக்கான ஸ்திரீகள் தாய்நாட்டின் தொண்டில் ஈடுபட்டார்கள்; அவர்களில் பலர் சுதந்திர இயக்கத்தின் முன்னணியில் நின்றார்கள்; சிறை புகுந்தார்கள்; இன்னும் பல கஷ்ட நஷ்டங்களையும் அனுபவித்தார்கள்.

இதனால், சாதாரணமாய் நூறு வருஷத்தில் நடக்கக் கூடிய பெண்குலத்தின் முன்னேற்றம் இந்த ஒரே வருஷத்தில் ஏற்பட்டது. வேறு நாடுகளில் எத்தனையோ காலம் ஸ்திரீகள் ஆண் மக்களுடன் போராடி, சண்டை பிடித்துப் பெற்ற உரிமைகளையெல்லாம் பாரதப் பெண்கள் அநாயாசமாகப் பெற்றுவிட்டார்கள். ஆண்களுடன் சரி நிகர் சமானமாக நின்று தேச விடுதலைப் போரில் கலந்து

கொண்டவர்களுக்கு சமூகத்தில் சம உரிமை கொடுக்க எவ்விதம் மறுக்க முடியும்?

கோர்ட்டில் உமாராணி - ஸ்ரீதரன் வழக்கு நடந்து கொண்டிருந்த காலத்தில், பொது ஜனங்களுடைய அநுதாபமெல்லாம்

உமாராணியின் பக்கம் இருந்ததற்கு முக்கிய காரணம் மேற்கூறிய தேச நிலைமையேயாகும். இது உமாராணிக்கும் தெரியாமலில்லை.

நாட்டில் நடந்து கொண்டிருந்த தேச விடுதலை இயக்கத்தைப் பற்றியும், அந்த இயக்கத்தின் முன்னணியில் நின்று சிறை புகுந்த வீரப் பெண்மணிகளைப் பற்றியும் உமாராணி அறிந்து தான் இருந்தாள். வழக்கில் தோற்றுப் போனால் என்ன செய்வது என்று அவளுடைய இருதய அந்தரங்கத்தில் தீர்மானம் செய்திருந்தாள்.

வேண்டாத புருஷனுடன் சேர்ந்து வாழும்படி சட்டம் நிர்ப்பந்தப்படுத்தலாம்; கோர்ட்டும் அவ்வாறே தீர்ப்பளிக்கலாம். ஆனால், அந்தச் சட்டத்தையும் தீர்ப்பையும் அமுலுக்குக் கொண்டு வர முடியுமா? அது முடியாமல் செய்யும் வழி தனக்குத் தெரியும்! தேச சேவிகையர் படையில் சேர்ந்து சிறை புகுந்துவிட்டால், சிறைக்குள்ளே வந்து தன்னைச் சட்டம் கட்டாயப்படுத்தாதல்லவா? "சிறைக்குள்

சுதந்திரத்தைக் காணுங்கள்" என்று மகாத்மா காந்தி சொன்னது மற்றையோர் விஷயத்தில் உண்மையோ, என்னமோ, தன் விஷயத்தில் அது முற்றும் உண்மையாயிருக்கும் என்று அவள் உறுதி கொண்டாள். சட்டத்துக்கும் தீர்ப்புக்கும் கட்டுப்பட்டு, ஸ்ரீதரனுடன்

கூடிவாழ்ந்தால் அதுதான் அடிமை வாழ்வு; அதுதான் கொடிய சிறை வாழ்க்கை. இதற்கு மாறாக, தாய் நாட்டின் சுதந்திரத்துக்காகச்

சிறை புகுந்தால், அந்தச் சிறை வாழ்க்கையே உண்மையான சுதந்திர வாழ்க்கையாகும்.

4.32

சாந்தி

சென்னை நகரில் அப்போது அஹிம்சைப் போர் தீவிரமாக நடந்து கொண்டிருந்தது. தேசீய பஜனை ஊர்வலமும் சாத்துவிக மறியலும் தடை செய்யப்பட்டிருந்தன. இந்தத் தடை உத்தரவுகளை மீறி தேசத் தொண்டர்களும் தேச சேவிகளும் சிறை புகுந்து கொண்டிருந்தார்கள்.

அன்று சிறை புகுவதற்குத் தயாராய்க் கிளம்பிய தேச சேவிகைகளுடன் சாவித்திரியும் சேர்ந்து கொண்டாள். அவர்கள் தேசியக்

கொடி பிடித்துக் கொண்டும், தேசிய பஜனை செய்து கொண்டும் சென்னை நகரின் வீதிகளில் ஊர்வலம் வந்தார்கள். கொஞ்ச

நேரத்துக்கெல்லாம் அவர்களுக்கருகில் போலீஸ் வண்டி ஒன்று வந்து நின்றது. வண்டியுடன் வந்த போலீஸ் உத்தியோகஸ்தர்கள் தேச

சேவிகைகளைக் கைது செய்து வண்டியில் ஏறச் சொன்னார்கள்.

வண்டி கிளம்பிக் கொஞ்ச தூரம் சென்றதும், கடை வீதியில் இன்னொரு போலீஸ் உத்தியோகஸ்தர் கையைக் காட்டி வண்டியை

நிறுத்தினார். அந்த இடத்தில் ஜனக் கூட்டம் சேர்ந்திருந்தது. "இந்த வீதியில் தான் மறியல் நடக்கிறது" என்று கைதியான தேச

சேவிகைகள் ஒருவருக்கொருவர் பேசிக் கொண்டார்கள்.

வண்டி நின்ற இடத்தில், போலீஸ்காரர்களால் சூழப்பட்டுச் சில தேசத் தொண்டர்கள் நின்றார்கள். அவர்களையும் அந்த வண்டியில்

ஏற்றிக் கொள்ள முடியுமா என்று கீழே நின்ற போலீஸ் உத்தியோகஸ்தர் கேட்டார். வண்டியோடு வந்த போலீஸ் ஸார்ஜெண்ட்,

'இடமில்லை' என்று சொல்லவே, வண்டி மறுபடியும் கிளம்பியது.

இப்படி போலீஸ் வண்டி அங்கே நின்ற ஒரு நிமிஷத்தில், சாவித்திரியின் வாழ்க்கையில் ஒரு மகத்தான சம்பவம் நடந்துவிட்டது.

வீதியில் கைது செய்யப்பட்டு நின்ற தேசத் தொண்டர்களின் மீது சாவித்திரியின் பார்வை சென்றபோது, அவர்களுக்கு மத்தியில்

ஸ்ரீதரனும் நிற்பதைக் கண்டாள். அவனுடைய உடை மாறியிருந்தது போலவே முகத்தோற்றமும் மாறியிருப்பதைப் பார்த்தாள்.

சாவித்திரியின் தேகம் புளகாங்கிதம் அடைந்தது. அவளுடைய கண்களில் ஆனந்த பாஷ்பம் துளித்தது.

அதே சமயத்தில் ஸ்ரீதரனும் போலீஸ் வண்டிக்குள் பார்த்தான். அங்கே தேச சேவிகைகளின் மத்தியில் சாவித்திரியைக் கண்டு

அளவிலாத வியப்படைந்தான்.

சொல்ல முடியாத ஆதுரத்துடன் இருவரும் ஒருவரையொருவர் பார்த்துக் கொண்டு நின்றார்கள். "பிரிந்தவர் கூடினால் பேசவும்

வேண்டுமோ?" என்ற கவியின் வாக்குக்கு அப்போது அவர்களுடைய நிலைமை மிகவும் பொருத்தமாயிருந்தது. உண்மையில்,

இத்தனை நாளும் பிரிந்திருந்தவர்கள் அந்த நிமிஷத்திலே தான் ஒன்று கூடினார்கள். அதாவது, அவர்களுடைய இருதயங்கள்

ஒன்றுபட்டன. இரண்டு ஜீவன்களுடைய இதயங்கள் ஒன்றுபட்டனவென்றால், அவர்களுடைய தேகங்கள் வட துருவத்திலும் தென்
துருவத்திலும் இருந்தால் தான் என்ன? அவர்களை யாரால் பிரித்து வைக்க முடியும்?

அந்த நிமிஷத்தில் ஸ்ரீதரனுக்கும் சாவித்திரிக்கும் புனர் விவாகம் நடந்தது என்று சொல்லலாம். ஏற்கெனவே, பெரியோர்களுடைய
வற்புறுத்தலினால் தேக சம்பந்தமான விவாகம் அவர்களுக்கு நடந்திருந்தது. இன்றைய சுபதினத்தில், அவர்களுடைய ஆத்மாக்கள்
ஒன்றையொன்று மணந்து கொண்டன. இந்த ஆத்மீக விவாகத்துக்கு பாரத மாதாவும் காந்தி மகாத்மாவுமே சாட்சிகளாயினர்.

போலீஸ் வண்டிக்குள்ளிருந்த தேச சேவிகைகள், "ஜய ஜய பாரத!" என்று கோஷித்தார்கள். வெளியில் நின்ற தேசத் தொண்டர்கள்,
"மகாத்மா காந்திகி ஜே!" என்று ஆர்ப்பரித்தார்கள்.

மறுநாள் 'வஸந்த விஹார'த்தில் குழந்தை சாரு தனியாக உட்கார்ந்து சாவித்திரியின் படத்தை வைத்துக் கொண்டு, "அம்மா!
என்னையும் நீ அழைச்சுண்டு போயிருக்கக்கூடாதா? நானும் உன்னோடே வந்து ஜெயிலிலே இருக்க மாட்டேனா?" என்று சொல்லிக்
கொண்டிருந்தாள். அவளைத் தேடி வந்த சம்பு சாஸ்திரி, குழந்தையைத் தூக்கி எடுத்து அணைத்துக் கொண்டு, "கண்ணே சாரு! ஒரே
சமயத்தில் உனக்கு அப்பாவும் அம்மாவும் கிடைத்தார்கள். அவாள் இரண்டு பேரையும் ஒரே நாளில் இழந்துட்டே! ஆனால், நீ

இதுக்காக வருத்தப்படாதே, குழந்தை! நல்ல காரியத்துக்குத்தான் அவாள் போயிருக்கா. சீக்கிரத்திலே திரும்பி வந்துடுவா.

அதுவரைக்கும் நாம் நம்முடைய பழைய இடத்துக்கே போகலாம் வா, அம்மா! இந்தப் பங்களா எல்லாம் நமக்கு லாயக்கில்லை. சாவடிக்

குப்பம் தான் நமக்குச் சரி!" என்றார்.

தியாக பூமி முடிந்தது.

www.ingramcontent.com/pod-product-compliance
Lightning Source LLC
LaVergne TN
LVHW050651051026
849532LV00002B/603